CÓ BAO LÂU MÀ HỮNG HỜ

Truyện ngắn và Tạp ghi

CÓ BAO LÂU MÀ HỮNG HỜ
Truyện ngắn và Tạp ghi
Ngọc Duy

Bìa: Uyên Nguyên Trần Triết
Dàn trang: Đỗ Huỳnh Đăng Ngọc
Nhân Ảnh xuất bản 2025
ISBN: 979-8-3485-6709-5

NGỌC DUY

Có bao lâu
MÀ HỮNG HỜ

Truyện ngắn và Tạp ghi

Nhân Ảnh 2025

Viết, trước hết là viết cho mình. Được sự đồng cảm của người đọc, là một hạnh phúc.

PHẦN MỘT
TRUYỆN NGẮN

ĐẶT TÊN CHO CON

Tôi có cả thảy vừa tròn một chục anh chị em. Một chục đây là mười mạng chẵn chòi, không dư không thiếu. Chứ tính theo kiểu chục xoài hay chục cam chục quít ngoài chợ Cầu Ông Lãnh chắc phải tới mười hai. Nếu chịu khó đi xa một chút, về miệt Sa Đéc Long Xuyên hay Chắc Cà Đao, có nơi một chục lên tới mười tám! Tôi lại mắc cái tật dông dài nữa rồi, đang nói chuyện anh chị em trong nhà, tôi lại loay hoay bắt sang chuyện trái cây ở dưới mấy tỉnh miền Tây xa lơ xa lắc. Má tôi nói ai đi sanh mà lỡ dại dắt tôi theo chắc có nước đau đẻ cả tháng mới sanh cũng vì cái tật dài dòng văn tự này!

Vì có đông con như vậy nên ba má tôi đặt tên cho anh chị em tôi cũng có phần hơi ... dễ dãi: hể đứa nào tuổi con gì thì cứ lấy tên con đó mà đặt cho gọn. Cũng may, ba má tôi còn biết lấy tên trong mười hai con giáp như Thân Dậu Tuất Hợi, chứ không đến nỗi thẳng ruột ngựa như như Khỉ, Gà, Chó, Heo, mà nếu có như vậy chắc tụi tôi trốn trong nhà khóc thét lên chứ làm gì dám ló đầu ra ngoài xóm chơi nữa.

Thiệt tình mà nói thì tôi cũng không lấy làm khó chịu lắm với cái tên cúng cơm của mình: Nguyễn Văn Thân, nghe qua cũng có vẻ ... thân ái lắm chứ bộ! Nhưng mấy bà chị của tôi thì lại khác, nhứt là bà chị Hai của tôi, hể có dịp là bả đem cái vụ tên tuổi ra cằn nhằn má tôi. Chắc tại bả lớn nhứt, nên sớm thấy mắc cỡ với cái tên Nguyễn Thị Mùi đơn sơ mộc mạc của mình! Bả ưa lầu bầu, thí dụ như:

- Bộ tiếng Việt hết chữ rồi sao mà má đặt tên cho tụi con gì kỳ cục vậy? Nguyễn Thị Mùi, nghe quê một cục! Con đâu có kêu má đặt tên nổ như bắp rang như là Diễm Kiều, hay như là Mỹ Lệ gì cho cam, mà má chỉ cần đặt đơn giản là Nguyễn Thị Mai, thì nghe hay biết bao nhiêu!

Má tôi bán cái qua ba tôi:

- Tên tụi bây là do ba tụi bây đặt! Ổng đi làm giấy khai sanh chớ tao chửa đẻ nằm giường than kiêng cử cả tháng ở nhà, có đi làm đâu mà bây giờ tụi bây cằn nhằn tao.

Bà chị Hai tôi cũng còn ấm ức:

- Nhưng ít ra má cũng phải có ý kiến ý cò chứ! Con Hợi mai mốt lớn lên có thằng con trai nào hỏi nó "Em tên gì?" thì còn lâu nó mới dám nói!

Má tôi đánh trống lảng:

- Nhằm nhò gì ba cái tên không biết nữa! Con gái con lứa người ta khen là khen cái công dung ngôn hạnh, chớ có ai khen cái tên cái tuổi bao giờ! Mình đâu phải đào hát chớp bóng đâu mà cần gì tên đẹp!

Anh Ba tôi lúc đó đang ngồi lau xe đạp cũng chỏ mõ vô góp tiếng:

- Thì chị đi trích lục khai sanh sửa tên lại mấy hồi! Mà chị định đổi tên gì vậy? Liễu Nguyệt Đào hay Bích Kim Huệ? Kiếm tên trong mấy tuồng cải lương võ hiệp kỳ tình của Hà Triều Hoa Phượng thiếu giống!

Bà chị Hai tôi quay lại trừng mắt nhìn ổng:

- Mày giỏi chọc quê tao, tao cho ăn guốc bây giờ! Mấy con nhỏ bạn của tao, đứa thì tên Tường Vi, đứa thì tên Mộng Điệp, còn tao, con chị Hai khốn khổ của mày, tên là Thị Mùi! Nghe có giống Thị Kính hay Thị Mầu không hở mậy? Mày là con trai, tên Chó tên Mèo gì cũng được, còn tao là con gái, phải khác chớ! Làm sao mai mốt tao còn lấy chồng?

Ông anh Tư tôi ở trên lầu bước xuống chuẩn bị đi học, cũng gật gù góp ý:

- Anh Ba không chịu hiểu cho chỉ gì hết ráo! Tưởng tượng mai mốt ông anh rể tương lai của mình cầm tay chỉ mà hỏi: "Mùi ơi, có thương anh không?", thì nghe thiệt là ... mùi tận mạng đó nghe!

Bà chị Hai của tôi đang ngồi trên divan, vội phóng xuống đất tìm đôi dép định phang cho anh Tư một cái cho bõ ghét, nhưng ảnh đã lanh chân chạy ra cửa, tiếng cười giòn tan còn vọng lại ở sau lưng. Má tôi lắc đầu:

- Tụi bây đứa nào cũng phá như giặc! Con Hai, coi cái tướng của mày kìa, con gái con đứa gì mà đứng dạng hai cẳng ra, tóc tai bù xù, tay lại cầmm dép nhử nhử y như là dân đánh mướn vậy?

Bà chị Hai của tôi thở hổn hển ngắt lời:

- Chớ má hổng nghe thằng Tư nó nói móc con hả? Đầu

đuôi gì cũng tại má hết trơn. Đặt tên cho con quê mùa cục mịch để bây giờ tụi nó đem ra làm trò đùa ...

Chưa nói dứt câu thì bà chị Hai đã bưng mặt khóc tấm tức rồi vùng vằng bỏ lên lầu. Má tôi ngồi ngó theo, ngán ngẩm lẩm bẩm:

- Cho tụi bây ăn học cho lắm vào rồi dìa nhà trách cha trách mẹ! Biết vậy tao nói ông già tụi bây cho tụi bây mù chữ hết, coi lúc đó còn dìa nhà chê tên này cục mịch tên kia quê mùa nữa không cho biết.

Đặt tên cho tụi tôi như vậy, có lúc cũng gặp "sự cố kỹ thuật", như đứa em áp út của tôi, cùng tuổi Dậu với ông anh Ba. Ba tôi bèn thêm chữ "Em" đằng sau để dễ phân biệt. Nguyễn Văn Dậu Em, nghe qua là biết có thằng Dậu Anh hay con Dậu Chị ở nhà, mà tuổi tác, phải lớn hơn một con giáp là cái chắc.

Vài ba năm sau bà chị Hai của tôi đi lấy chồng. Không biết trong lúc hai người đi chơi riêng với nhau, ông anh rể tôi có kêu bả bằng cái tên cúng cơm mùi mẫn như có lần ông anh Tư tôi dự kiến không, nhưng lúc dắt về nhà có đầy đủ mặt anh chị em, ổng chỉ gọi chỉ bằng một tiếng "Em" ngọt sớt! Rồi bà chị tôi sanh cháu bé đầu lòng, đặ tên là Quế Hương. Sanh đứa thứ hai, chỉ đặt tên là Thảo My. Những cái tên nghe cao sang thanh thoát và "văn hoa Đa Kao" chứ đâu có mộc mạc chơn chất như cái tên Mùi của chỉ. Lúc chỉ bồng con dắt chồng về nhà chơi, cả nhà xúm lại bàn tán chuyện đặt tên cho em bé, bà chị Hai của tôi vênh mặt lên nói bằng một giọng hãnh diện:

- Tao lựa tên cho tụi nó, lớn lên tụi nó không có mặc cảm như tao đâu! Tao toàn tuyển chọn tên của mấy nhân vật nữ trong mấy cuốn tiểu thuyết nổi tiếng bây giờ. Thêm nữa, con nít bây giờ không có lót chữ Thị hay chữ Văn đâu nghen. Mà phải đặt tên bốn chữ nghe mới sang! Như con Quế Hương là Trần Mộng Quế Hương, còn con Thảo My là Trần Đan Thảo My! Nghe nổ đôm đốp như pháo ở xóm Mới Gò Vấp! Có đâu mà Thị Mùi, Thị Hợi như ba má đặt cho tụi mình!

Bà chị Sáu tôi cười hinh hích:

- Mai mốt lấy chồng em kiếm thằng nào họ Áo, đặng đẻ con trai em sẽ đặt tên cho nó là Áo Vũ Cơ Hàn, giống như tuồng cải lương mới chiếu trên ti vi thứ bảy tuần rồi.

Ông anh Bảy tôi cười ngã ngửa:

- Bà này chưa lấy chồng mà đã gọi "nó" bằng "thằng" rồi! Với lại, ai mà lại đi đặt tên con mình là Cơ Hàn, bộ định trù nó nghèo mạt rệp hay sao!

Tôi đang đứng xớ rớ gần đó cũng lên tiếng:

- Trong lớp em có thằng bạn họ Cù, tên của nó là Văn Lần. Ông già của nó là Cù Văn Là! Nếu đem so sánh với nó, thì tên của ba má mình đặt cũng đâu đến nỗi!

Chị Sáu tôi nựng con bé Quế Hương, gật gù:

- Hồi đó ở dưới quê, có mấy đứa con nít khó nuôi, ba má tụi nó phải đặt tên xấu xí đặng ông bà khỏi dẫn đi, đôi khi còn tục tĩu nữa là khác!

Bà chị Hai tôi lắc đầu:

- Nói chi mấy chuyện mê tín dị đoan như vậy! Mà cho có thì cũng chỉ là tên gọi ở nhà thôi, chứ trong giấy khai sanh tên cũng đẹp đẽ vậy. Hồi xưa ở ngoài Bắc, mỗi lần đặt tên một đứa con là lấy nguyên cuốn Gia Phả ra để khỏi đặt trùng, lại còn đặt tên bằng chữ Hán, có ý nghĩa điển tích hẳn hoi. Tụi bây nhớ con Kim Mai móm xọm bạn tao không, bốn chị em của nó tên là Mai Lan Cúc Trúc! Thấy ba má của người ta đặt tên mà bắt ham. Có đâu như ba má mình vậy ...

Ông anh Bảy tôi cắt ngang:

- Mai mốt lấy vợ em sẽ kêu con vợ em ráng đẻ bốn thằng con trai, em sẽ đặt tên tụi nó là ... Ngư Tiều Canh Mục, để cho người ta biết mình cũng thuộc loại ... Hán rộng!

Bà chị Hai tôi liếc xéo:

- Gặp cái thứ ham cờ bạc như mày đặt tên là Bồi Đầm Già Ách coi bộ có lý hơn.

Ông anh Bảy tôi cũng không vừa:

- Cũng có lý à nghen, nếu đẻ tám đứa thì bốn đứa còn lại em sẽ đặt tên là Cơ Rô Chuồn Bích!

Lúc bà chị Hai tôi có mang đứa thứ ba được đâu ba bốn tháng thì SàiGòn "giải phóng". Nhờ gia đình chồng quen biết với mấy tay làm trong Tân Sơn Nhứt, chỉ xách gói đi di tản từ hồi đầu tháng Tư. Ông anh Tư của tôi đóng quân ngoài Trung cũng xuống tàu di tản luôn. Bẵng đi gần cả năm sau chị Hai tôi mới viết thư về. Trong thư có nhắc tới vụ đặt tên tuổi mà mỗi lần lấy thư ra đọc tới đoạn đó là má tôi rươm rướm nước mắt:

" ... Con đang đi làm lắp ráp đồ điện tử ban ngày, còn ban đêm đi học thêm Anh Văn để mai mốt có cơ hội đi học lại. Mấy đứa Mỹ làm chung mỗi lần kêu tên con, tụi nó cứ kêu lơ lớ, đứa thì Muối, đứa thì Muỗi, nghe vừa tức cười mà cũng dễ giận nữa. Không hiểu

tại sao con thèm được nghe ai gọi tên mình cho thiệt là đúng. Hồi xưa còn ở bên nhà con cứ mặc cảm với cái tên mộc mạc của mình, bây giờ nghĩ lại thấy trẻ con quá phải không má? Tại hồi đó sống gần gia đình, có sự thương yêu đùm bọc của ba má, rồi sinh tật đòi hỏi cái này cái khác. Chứ như bây giờ, nếu phải mang cái tên nào quê mùa cục mịch hơn cái tên Mùi của con, mà được ở gần ba má với mấy em, con cũng chịu liền một khi ..."

Má tôi trăm lần như một, mỗi lần đọc thư xong là bà lại thở dài sườn sượt:

- Con Hai coi cái miệng lanh chanh lách chách như vậy chớ cũng tình cảm lắm! Mới có hăm mươi mấy tuổi, mà một nách ba con, lại không có bà ngoại hay cậu dì gì bên cạnh để chăm nom săn sóc, nghĩ thiệt là tội!

Ngoài bà chị Hai và ông anhTư nhanh chân cuốn gói chạy theo "Mỹ ngụy" từ hồi tháng tư, cả nhà tôi cứ lận đận ba cái vụ vượt biên từ năm 78 tới năm 85 mới có thêm hai đứa đi lọt. Bao nhiêu vốn liếng tư trang dành dụm của má tôi cứ đội nón mà đi theo những bước chân "tìm đường cứu nước" của anh chị em tôi. Má tôi lớp lo nuôi đứa tù cải tạo, đứa tù vượt biên, lại nuôi thêm một bầy cháu nội cháu ngoại "ăn theo" nên chỉ mới ngoài năm mươi mà da dẻ đã nhăn nheo, má đã hóp lại như gần bảy chục. Bà chị Hai tôi thỉnh thoảng cũng gửi quà về giúp gia đình, nhưng thùng quà thì nhỏ mà nhân số trong nhà lại đông, chia đều ra mỗi người chỉ được vài thước vải "xoa" hay hai ba chai dầu gió xanh, đem ra chợ trời bán cũng cầm cự được tuần lễ tiền chợ.

Hai đứa may mắn đi lọt sau này là bà chị Sáu và tôi. Tôi bị tù hai lần, một lần ở Duyên Hải, một lần ở Vũng Tàu, bị gạt hết một lần, lần thứ tư mới tới được Bidong làm ... người di tản buồn. Dạo ấy chưa có chính sách thanh lọc thuyền nhân như những năm 90, miễn có đủ tiêu chuẩn như quân nhân công chức chế độ cũ, hay có thân nhân đứng ra bảo lãnh là Mỹ sẽ mở hồ sơ phỏng vấn. Tôi ở đảo Bidong hai tháng, chuyển sang Sungei Besi đợi thêm vài tháng, rồi khăn gói quả mướp sang Phi học Anh văn để mai mốt tới vùng đất hứa bớt dùng động từ "tu quơ".

Tới Mỹ tôi bắt tay ngay vào việc ghi danh học ở một trường đại học cộng đồng gần nhà. Nhờ bà chị Hai bao sân cho phần ăn ở, tôi chỉ lo "dùi mài kinh sử" và làm lặt vặt thêm trong trường kiếm tiền cà phê thuốc lá. Ra trường nhằm lúc kinh tế cũng chưa đến nỗi nào, tôi bắt được một job ngay vùng Thung Lũng điện tử. Đại đăng khoa rồi tôi cũng "vâng lời ba má" làm luôn tiểu đăng khoa, lên xe hoa ... về nhà vợ cho xong đời con trai mười hai bến nước.

Hôm đãi tiệc cưới ở nhà hàng, lúc đi chào quan khách và bà con hai họ ở từng bàn để lấy mấy phong bao lì xì, tôi nghe hàng trăm câu chúc na ná như nhau lùng bùng trong lỗ tai. Nào là *"trăm năm hạnh phúc"*, nào là *"sống tới đầu bạc răng long"*, và phổ biến nhứt là câu *"mau có con để bồng"!* Tôi chỉ biết bổn phận của mình là nhe răng ra cười, dù quá nửa số khách tôi chỉ mới gặp lần đầu, nâng ly champagne uống cho cạn, và quan trọng nhứt là đón lấy xấp phong bì trong tay người đại diện từng bàn để lát nữa đây khi tan tiệc, ngồi gom đống check tính toán trả tiền nhà hàng trước khi cùng vợ lên xe về khách sạn để hôm sau đi hưởng tuần trăng mật ở Hawaii

Ông bà mình có câu *"cái miệng ăn mắm ăn muối nói đâu trúng đó"* thiệt chẳng có sai. Những lời chúc tụng mới hôm nào tưởng nói nghe chơi cho vui nào dè đã thành sự thật.

Đám cưới xong, trăng mật chưa được bao lâu, một buổi sáng vợ tôi gọi toáng lên trong phòng tắm và hớn hở báo tin: nàng thử test và kết quả đúng như dự đoán, nàng đã có bầu.

Tôi không nhớ là lúc đó mình nghĩ cái gì nữa. Đưa mắt ngó vào trong gương, tôi chỉ thấy gương mặt còn say ke của mình với đầu tóc bù xù vừa ngủ dậy dựng lởm chởm như lông nhím, cộng với cặp mắt lờ đờ như thiếu thuốc vì không đeo mắt kiếng! Dù chưa nhìn thiệt kỹ dung nhan mùa hạ của mình trong gương, nhưng tôi dám quả quyết một điều là trong mớ tóc bù xù như tổ quạ của mình, ít nhứt cũng vừa lú lên một vài cọng bạc. Vợ tôi hớn hở nhìn tôi chờ đợi phản ứng, tôi nhớ là mình chỉ trợn đôi mắt ghèn lên ngó nàng, và buông thõng một câu cụt ngủn:

- Vậy hả?

Nếu tôi nhớ không lầm là trong mấy chục bộ phim bộ cùng với hàng trăm show tivi tôi coi hồi đó tới giờ, nam vai chánh trong trường hợp này sẽ phải rú lên mừng hớn hở reo vui, phải nhảy cà tưng như bị điện giựt, phải ôm lấy *bà mẹ tương lai* mà hun lấy hun để, phải thế này, phải thế nọ. Thế mà tôi vụng về, chỉ biết buột miệng nói một câu làm "*tan nát lòng nhau*" như vậy. Vợ tôi chẳng buồn để ý đến thái độ chậm chạp của tôi, nàng đứng dậy tung tăng trở lại phòng ngủ để gọi phone báo tin cho má vợ tôi hay.

Từ hôm đó đến nay đã hơn ba tháng. Mỗi ngày đi làm về, công việc đầu tiên của tôi là ngó vô cái bụng của vợ mình xem nó có gì khác lạ không. Vợ tôi đi đứng cẩn thận hơn, đứng lên ngồi xuống rất khẻ khàng chậm rãi, nhưng ăn uống thì gấp ba gấp bốn lần hồi chưa có bầu! Có lúc nửa đêm nàng dựng đầu tôi dậy, hét: "Em thèm ăn chè đậu", có đêm hai ba giờ sáng, nàng trằn trọc xoay qua xoay lại nuốt nước miếng rên rỉ: "Ước gì có một tô mì khô nấu theo kiểu phố Tàu ở New York"! Thèm chi mà thèm ác đức thất nhơn!

Những lúc đó tự dưng tôi lại nhớ tới những gánh hàng rong len lỏi vào tận hàng cùng ngỏ hẻm từ lúc tờ mờ sáng tinh sương cho đến lúc nửa đêm tối mịt ở quê nhà, nhớ những xe hủ tiếu gỏ nghèo nàn nhếch nhác, nhớ những gánh xôi, gánh chè, những sạp hột vịt lộn, những cọng rau răm, muối tiêu, những cái giò cháo quảy ... ôi chao là nhớ! Lại nhớ cả những lời rao "*Ai ăn chè đậu xanh đường cát nước dừa bột bán ...hông?*" lanh lảnh, nghe tới đâu là ngọt tới đó! Vợ tôi than thèm cho có vậy thôi, chứ làm gì tôi kiếm ra được những món ăn như vậy vào lúc nửa đêm về sáng ở đất Mỹ này!

Sở dĩ phần đầu tôi phải lòng vòng cái vụ tên tuổi của anh chị em tôi, là vì từ hôm biết mình mang thai, vợ tôi đã long trọng tuyên bố:

- Mai mốt em đặt tên cho con! Ăn nói tục tằn thô lỗ như dùi đục chấm mắm nêm như anh mà đặt tên cho con thì mai mốt sau này lớn lên chắc nó phải đi đổi lại tên để khỏi mắc cỡ với bạn bè!

Dưng không mà tôi chợt nhớ tới bà chị Hai của tôi dễ sợ! Y chang một giọng điệu! Mà vợ tôi nhận xét như vật cũng có phần hơi ... oan cho tôi! Tuy không dám tự hào mình là người văn vẻ, nhưng vơi vốn liếng cả chục bộ truyện chưởng của Kim Dung, Cổ Long, Lã Phi Khanh, cộng với loại sách Z28, và hơn một chục bộ tiểu thuyết thuộc loại ác liệt được bạn bè rỉ tai cho nhau nếu không đọc là chết nửa đời người như *Cậu Chó* của Trần Đức Lai, tôi cũng có một bụng chữ nghĩa chứ ít ỏi gì. Vậy mà nàng nở mắng mỏ tôi là đồ phàm phu tục tử! Vợ tôi cứ nấn ná đợi đến ngày coi *ultrasound* để biết trai hay gái rồi mới đặt tên cho con. Hôm đi coi *ultrasound,* con nhỏ y tá hỏi hai vợ chồng tôi có muốn biết là con trai hay con gái hay không, nó còn thòng một câu:

- Nghe nói dân Á Đông tụi bây thích con trai đầu lòng để nối dõi tông đường, đúng không?

Tôi cười:

- Trai gái gì thì cũng là con. Nếu lần này đẻ con trai thì hy vọng lần sau sẽ sinh con gái!

Con nhỏ y tá ngó vô cái máy, tay cầm đồ rà xoa nhè nhẹ trên bụng vợ tôi một chặp rồi long trọng tuyên bố:

- Tụi bây sẽ sanh thằng cu! Thành thật chúc mừng!

Vợ tôi long lanh đôi mắt:

- Cám ơn mày nghen.

Về tới nhà nàng bắt đầu lên danh sách những cái tên đã được chọn sẵn trong đầu ba bốn tháng nay. Suốt tuần lễ sau đó phone ở nhà tôi cứ bận túi bụi vì nàng gọi đi khắp nơi để tham khảo ý kiến. Lúc ngồi tần ngần trước một danh sách dài bằng cái sớ táo quân, nàng mới nhìn tôi cầu cứu:

- Anh coi trong đây coi có tên nào anh thích nhứt nói cho em nghe để em xem có được không đặng đặt tên cho con.

Tôi bày đặt ... *dỗi hờn tây phố*:

- Mình em đặt là đủ hay rồi. Thêm anh vô chi cho hư bột hư đường.

Vợ tôi năn nỉ:

- Thì ngó vô một chút coi có chết thằng Tây nào đâu. Để mai mốt anh khỏi đổ thừa, hay đi nói xấu là em ... độc đoán!

Nói thì nói vậy chứ tôi cũng ngồi xuống bên cạnh nàng, ngó vô tờ danh sách chằng chịt như tờ điểm danh học sinh. Vợ tôi chỉ tay vô tờ giấy, nói một hơi:

- Tên này má đặt, tên này ba đặt, cái này của chị Tuyết, cái này của anh Dũng, con Mai đặt tên này, mấy cái tên ở dưới là của mấy người quen, còn trang đằng sau là của mấy đứa bạn em ...

Tôi ngắt lời nàng:

- Điệu này thì chắc em phải đẻ như bà Âu Cơ thì may ra mới có đủ con mà đặt.

Nàng gắt:

- Anh có chịu bàn chuyện đàng hoàng hay ngồi đó nói dóc? Sắp làm tía người ta rồi mà cứ trửng giỡn như con nít.

Tôi làm mặt nghiêm lại:

- Bộ làm tía người ta rồi không được quyền giỡn chắc? Em sao càng ngày càng khó chịu giống ... má anh!

Tôi ngó xuống tờ giấy vợ tôi đang cầm. Nào Hùng, nào Dũng, nào Tuấn, nào Cường, nào Phúc, ..., ôi thôi toàn là những cái tên nghe qua nếu không hào hùng lẫm liệt thì cũng tuấn tú khôi ngô. Tôi nhớ là ngày xưa lúc má tôi có mang anh chị em tôi chắc ba má tôi đâu có ngồi bàn tán ba cái chuyện tầm phào như vợ chồng tôi bây giờ. Ba tôi chắc đâu chở má tôi đi khám thai mỗi tháng, đâu có đến lớp ban đêm để học cách rặn cách thở, cách thay tã cho con, cách dỗ con ngủ, cách cho con bú ... Con nhà nghèo đứa lớn coi đứa bé, má tôi đi đẻ như đi chợ vậy, thì giờ đâu mà ngồi lựa tên với tuổi.

Vợ tôi nói:

- Em nghĩ là tụi mình nên đặt cho con hai tên, một tên tiếng Việt để dùng ở nhà, còn một tên tiếng Mỹ để sau này nó đi học vô lớp cô giáo với bạn bè gọi tên nó đỡ phải sửa miệng!

Tôi gật gù:

- Anh thấy mấy đứa con nít bên đây ở nhà ba má nó kêu tụi nó thẳng bằng tên Mỹ nghe ngồ ngộ! Tóc đen da vàng mũi tẹt mắt hí mà đứa thì Michael, đứa thì Barbara. Nhập gia tùy tục thì cũng đúng, nhưng mình cũng nên phiên phiến đi một chút, Mỹ Việt đề huề, em há ?

Vợ tôi ngó tôi âu yếm:

- Lâu lắm rồi mới thấy anh đồng ý với em một chuyện mà không có phản đối hay móc họng. Vợ chồng mình cứ *bà bảo ông gật gù* như vầy ... tát biển đông cũng cạn, anh hả?

Tôi định mở miệng phân bua vài câu thì nàng đã chặn lại:

- Mới khen đó giờ định nói móc gì nữa đây?

Tôi cười ngỏn ngoẻn như ăn vụng bị bắt quả tang:

- Em sao cứ kê tủ đứng vô miệng anh hoài!

Cuối cùng rồi hai vợ chồng tôi cũng tìm được một cái tên ưng ý để đặt cho tác phẩm đầu tay của hai đứa. Tên gì thì tên, mai mốt lớn lên nó cũng bị lật tới lật lui, cái họ đi sau, cái tên đi trước, cho đúng với thói quen của xứ sở mà nó sẽ mở mắt chào đời.

Tôi không hiểu lắm về ý nghĩa của chữ *"chôn nhau cắt rốn"*, nhưng rồi sau này khi thằng con trai tôi lớn lên, không biết nó có còn một chút khái niệm nào về mảnh đất ở bên kia biển, nơi mà tôi đã sinh ra và lớn lên hay không. Không biết rồi nó có nhăn mặt nhíu mày khi ngửi thấy mùi mắm tôm, hay quay mặt đi chỗ khác khi thấy bà nội nhai trầu bỏm bẻm! Biết làm sao hơn được! Tôi chỉ mong dạy cho con tôi biết nói tiếng Việt, hy vọng cái ngôn ngữ phong phú của tiếng mẹ sẽ làm cho nó cảm thấy gần gũi với quê hương. Những hôm thằng con trai của tôi cựa mình trong bụng mẹ nó, vợ tay đưa tay xoa bụng âu yếm gọi tên nó làm tôi cũng thấy xao xuyến. Ôi cái hình ảnh người mẹ vỗ về đứa con trong bụng sao mà dễ thương đến vậy! Hèn gì mấy ông văn nhạc sĩ ngày tối cứ sáng tác những bài hát về người mẹ, hết *Bông Hồng Cài Áo,* rồi đến *Lòng Me, Lời Mẹ Ru* ... Tôi lục lọi trong trí nhớ để tìm những bài hát hay câu ru nói về tình phụ tử thì chỉ nhớ có mỗi một câu "*Công Cha Như Núi Thái Sơn*", hay trong một bài ca mà Duy Khánh thường hát: "*Con thấy đêm nay sau khi học bài thương ba nhiều quá*", nghe kỹ mà xem, đâu có xao xuyến rung động lòng người như những bài ca ngợi tình mẹ ...

Vợ tôi bắt đầu lăng xăng sắm sửa từng cái quần cái áo, săm soi cái nôi mới mua, hay bỏ ra cả buổi chiều để trang trí hình con Mickey trên tường, tôi cũng vui lây với niềm vui của nàng. Người ta nói, nuôi con mới biết lòng cha mẹ, tôi chỉ mới chuẩn bị cho thằng con trai đầu lòng chào đời mà cũng đã hiểu lòng ba má tôi lắm lắm rồi.

Rồi thì cái ngày trọng đại ấy cũng đến. Vợ tôi đau bụng từ lúc nửa đêm đến tám giờ tối hôm sau mới sinh (chắc tại do tôi dẫn đi đẻ). Lúc bà bác sĩ giơ thằng con trai của tôi lên cho má nó dòm mặt, tôi thấy mắt nàng long lanh ướt và trán thì đẫm mồ hôi. Bút mực nào diễn tả được tâm trạng tôi lúc đó? Bọn Mỹ trong trường hợp này sẽ rủ rỉ vào tai vợ nó những câu đại khái như: "Em ơi, mình đã mang vào thế giới này một niềm hy vọng mới" hay "một thiên thần bé nhỏ". Tôi chỉ biết xiết thật chặt bàn tay của vợ mình, và hai đứa chúng tôi cùng ngó đăm đăm vào vào đứa bé đang bế trên tay. Hơn bao giờ hết, tôi biết là cuộc đời tôi đã bắt đầu bước vào một khúc rẽ mới.

Khi tôi ngồi viết những dòng này thì thằng con trai đầu lòng của tôi đã được năm tháng. Những chiều tan sở về ngồi chơi với con, ngó bàn tay bàn chân bụ bẩm của nó hay đôi mắt trong xanh tinh khiết, tôi mới thấy hạnh phúc đâu phải là cái gì quá cao xa. Rồi đây thằng con tôi sẽ biết đi, tập ăn tập nói, sẽ đến trường, sẽ và sẽ ...Đời sống của vợ chồng tôi rồi sẽ bận bịu, những bận bịu trong sinh hoạt hàng ngày và những lo toan trong đời sống tương lai của nó. Ba má tôi ngày xưa có cả chục đứa con mà ổng bả còn nuôi dạy nên người, huống chi tôi chỉ mới có một đứa!

Bây giờ tôi có thêm thói quen là nửa đêm nghe vợ ru con, những bài ru tôi nghe từ hồi bé tí xíu, đến sau này lớn lên lại nghe má tôi ngồi ru cháu ngoại. Nào là *"Má ơi đừng gả con xa, chim kêu vượn hú biết nhà má đâu ..."* hay *"Ví dầu tình bậu muốn thôi, Bậu gieo tiếng dữ cho rồi bậu đi ..."* hay *"Trồng trầu trồng lộn dây tiêu, Con theo hát bội mẹ liều con hư"* . Con tôi rồi sẽ lớn lên trong những lời ru mộc mạc và êm đềm ấy. Và cho dù nó có mang một cái tên Mỹ, sau này lớn lên có nói tiếng Anh như gió, thì chắc trong tận cùng ký ức, chắc chắn cũng có một chổ nào đó cho những "bậu", những "mình", ngọt ngào như dòng sữa mẹ đang nuôi nó lớn. Biết đâu sau này khi nó trưởng thành, thành gia thất và sẽ có con, và nếu vợ nó có ru con, thì nó sẽ nói với vợ nó rằng: "Em về hỏi má anh mấy bài hát ru con của Việt Nam mình. Ngày xưa nhờ mấy bài hát ru ấy, mà anh ngủ ngon hết sức". Nó mà nói được một câu tiếng Việt trôi chảy như vậy thì chắc tôi không có gì mừng hơn ...

Viết cho Duy ...

CHIẾC HÀI CỦA LỌ LEM

Hồ sơ bảo lãnh cho gia đình tôi, chú Khải gửi về từ năm 78, nhưng mãi đến cuối năm 82, khi ba tôi được thả ra khỏi trại cải tạo Vĩnh Phú, thì má tôi mới xúc tiến việc nộp đơn xin xuất cảnh, diện đoàn tụ gia đình. Ở vào thời điểm đó, khi những chuyến bay chính thức rời Sài Gòn đi Mỹ, Pháp, hay Canada hãy còn lác đác như lá mùa thu, thiệt tình mà nói ai trong nhà tôi cũng đều không thấy nhen nhúm một tia hy vọng nào cả. Đi vượt biên tốn năm ba cây vàng cho một đầu người mà còn bị bắt lên bắt xuống, đằng này cả gia đình tôi lại trông mong vào tờ giấy bảo lãnh để được đi chính thức cả nhà, nghe qua như chuyện thần thoại nghìn một đêm lẻ!

Phải chi là diện vợ chồng bảo lãnh cho nhau, hay tệ ra cũng con cái bảo lãnh cho cha mẹ già thì còn le lói vài tia sáng hy vọng cuối đường hầm, đằng này chú Khải đứng tên bảo lãnh cho ba má tôi thì bị xếp vào diện anh chị em bảo lãnh cho nhau, biết tới chừng nào mới được cứu xét! Đã vậy còn thêm cái lý lịch sĩ quan cải tạo từng đi học tập của ba tôi nữa thì ngày đi Mỹ thấy sao mà diệu vợi. Thảng hoặc nghe tin người quen này tới đảo, gia đình kia được đi đoàn tụ, gia đình tôi không khỏi bùi ngùi cho số phận hẩm hiu của nhà mình. Đi đâu cũng được, miễn rời khỏi Việt Nam, thoát được sự kèm kẹp của "mấy ảnh" thì may ra đời sống mới còn đôi chút ý nghĩa!

Nhưng đến năm 88, khi diện HO tức cựu tù nhân chính trị trở thành ưu tiên số một bên cạnh diện con lai trong việc cứu xét cho đi Mỹ, thì gia đình tôi một sớm một chiều thấy giấc mộng xuất cảnh nằm trong tầm tay với. Nhờ có giấy bảo lãnh của thân nhân nộp từ mấy năm trước, hồ sơ của nhà tôi được xếp phỏng vấn đợt đầu tiên. Như cô bé Lọ Lem được mặc quần áo đẹp đi dự dạ hội ở Hoàng Cung, cả nhà tôi ai nấy đều bần thần và ngất ngây như bị phục rượu. Chàng Hoàng Tử là vùng đất hứa mà bao nhiêu năm nay đâu ai dám tơ tưởng, vậy mà trong phút chốc đã hiển hiện như bằng xương bằng thịt, hỏi sao trong lòng không rộn ràng háo hức!

Người vui nhứt, dĩ nhiên là ba tôi. Từ hồi được thả ra khỏi trại cải tạo, ba tôi đã tở thành một người khác. Ổng trầm lặng hơn, khắc khổ hơn, và dĩ nhiên, ốm hơn, già hơn hồi trước giải phóng là cái chắc. Nghề nghiệp chuyên môn không có, sức khỏe suy giảm để có thể làm những công việc nặng nhọc, ba tôi tự dưng bỗng trở thành một người bị gạt ra bên lề xã hội. Dù không nói ra nhưng ông cảm thấy mình trở thành một thứ "*cánh hoa chùm gửi*" ăn bám vợ con. Mà nói cho cùng thì vợ con cũng đâu có gì mà ăn bám. Cả nhà tôi chỉ trông vào thùng thuốc lá lẻ của má tôi, mua bán cò con đắp đổi qua ngày. Ông dè dặt từng lời ăn tiếng nói, không bao giờ lớn tiếng với anh em tôi. Thú vui của ông bây giờ chỉ là những lúc gặp lại những người đồng cảnh ngộ, ngồi vấn thuốc rê hút phì phào, nhâm nhi cà phê pha bắp rang, và kể lại những kỷ niệm vàng son ngày xưa.

Cũng có những lúc ông trở nên hoạt bát hơn, chẳng hạn như những lần nhận được quà hoặc tiền của chú Khải gửi về. Những thùng quà đó làm cho ông vui vì ít ra ông cũng cảm thấy mình không đến nỗi thừa thãi, mặc dù đó là tiền của chú Khải cho chứ không phải do ổng làm ra. Đều đặn một năm hai lần, chú Khải gửi quà về cho nhà tôi, lâu lâu kèm theo một lá thư của cô Loan vợ chú Khải, và một vài tấm hình chụp cả nhà nhân ngày ra trường của thằng Vũ, con trai lớn của chú, hay chụp hôm cả nhà đi chơi Disneyland. Những tấm hình màu đẹp đẽ ấy kèm với thùng quà thơm phưng phức trước mắt, đem đến cho ba tôi, và dĩ nhiên cả nhà, những niềm vui nho nhỏ. Ba tôi ngắm hình chú Khải đứng cười bên cạnh thằng Vũ, rồi quay lại nói với má tôi:

- Thằng Khải hình như càng ngày càng mập ra, cái bụng chang bang như đàn bà chửa sắp đẻ. Ngữ này mỗi ngày chắc cũng tu vài lít bia là ít!

Má tôi với tay lấy cặp kính lão đeo vào, đón lấy tấm hình trên tay ba tôi, ngắm nghía một lát rồi mới nói:

- Ông nói hơi quá. Chú Khải coi bệ vệ hơn hồi đó một chút chứ đâu đến nỗi! Mà bên bển người ta uống bia lon chớ đâu phải bia hơi như bên mình mà ông nói mấy lít!

Thằng Đạt em tôi ngồi gần đó cũng chìa mỏ vô góp chuyện:

- Chú Khải nhỏ hơn ba có năm tuổi, mà nếu đứng chung chụp hình, người ta dòm sẽ tưởng ... hai cha con.

Ba tôi cười:

- Tiên sư mày, con với cái, tại má mày không đưa tiền cho tao đi nhuộm tóc, chứ tao đâu đến nỗi già dữ vậy!

Rồi ba tôi đứng lên, tay cầm ly trà, mắt ngó mông lung ra ngoài cửa sổ:

- Tại ở đây tù túng suy nghĩ nhiều nên mau già, chứ qua đó đời sống có lối thoát thì đâu có làm cho người ta cằn cỗi như vậy. Thằng Khải hồi đó lông bông mà bây giờ cũng có nhà cửa sự nghiệp đàng hoàng. Xứ Mỹ là xứ cơ hội mà, ai qua đó mà không ăn nên làm ra là thứ bỏ đi (!).

Bao giờ cũng vậy, hể mỗi lần nhắc đến chú Khải là ba tôi lại mơ màng về cuộc sống ở một nơi nào đó xa lắc. Ở đó sẽ không có những buổi sáng ba tôi nằm dài trên giường ngó lên trần xem mấy con thằn lằn rượt đuổi nhau chờ má tôi đi bán buổi sáng về nấu cơm, không có những buổi chiều chạng vạng ngồi trước cửa nhà quạt phành phạch đuổi muỗi, hay những buổi tối cúp điện ngồi vấn thuốc rê dí lỗ tai sát cái radio nghe lén đài VOA, BBC để theo dõi tin tức quốc tế. Đời sống ở vùng đất hứa ấy chưa biết ra sao, nhưng ba tôi chắc mẻm một điều là tốt đẹp hơn cuộc sống hiện tại của ông,, cuộc sống chắt chiu từng điếu thuốc từng ly cà phê, cuộc sống lo toan từng bữa cơm độn, cuộc sống chật vật làm cho con người ta dễ trở nên nhỏ nhen một cách bần tiện. Và hơn thế nữa, ông hy vọng qua đó có thể thay đổi được cuộc sống vô vị hiện tại, thoát được cái xã hội mà hình như không có chỗ cho ông dung thân.

Từ hôm được gọi đi phỏng vấn xong và được chấp thuận, chỉ còn đợi khám sức khỏe và thủ tục sắp xếp chuyến bay thì nhà tôi hôm nào cũng vui như Tết. Những người bạn của ba tôi tụ họp lại bàn tán đủ thứ chuyện: những chuyện nghe được ở quán cà phê, ở tiệm hớt tóc, những tin tức từ đài VOA, BBC hay trong những lá thư của thân nhân gửi từ Mỹ về. Tôi có cảm giác phải chi nếu kéo dài cuộc sống hy vọng như vậy chắc ba tôi sống thọ them vài chục năm nữa. Có một buổi chiều, trong lúc ba tôi và hai ông bạn than, bác Tín và bác Đăng, đang ngồi uống cà phê, thì ông đại úy ở đầu xóm, đi học tập đâu cũng gần sáu năm, cầm một tờ giấy chạy ào vô nhà tôi như một cơn lốc:

- Nè, mấy ông mở to con mắt lên mà đọc: con nhỏ em tôi ở Mỹ, photocopy trang báo Văn Nghệ Tiền Phong gửi về cho tôi nè. Mỹ sẽ cho tụi mình hưởng qui chế tị nạn, cùng với housing và trợ cấp hàng tháng, ít nhứt là một năm đầu.

Bác Tín giằng lấy tờ giấy trên tay ông đại úy, lẩm nhẩm đọc rồi thắc mắc:

- Housing là nhà cửa. Vậy tụi mình qua đó được cấp nhà cửa sẵn sàng hết rồi. Nghe nói bên đó tiền nhà mắc lắm, tụi mình được cấp nhà sẵn như vậy là đỡ lo rồi còn gì!

Bác Đăng làm ra vẻ hiểu biết:

- Hồi đó bọn Mỹ bỏ tơi tụi mình, bây giờ phải cưu mang là phải đạo quá rồi! Nghĩ lại tụi mình bị tù cải tạo mấy năm mà bây giờ được tụi nó "bốc" đi như vậy cũng không tiếc lắm.

Rồi bác hỏi thêm:

- Ờ mà ông có biết trợ cấp được bao nhiêu không?

Ông đại úy trợn mắt ngó bác:

- Gần ba trăm một tháng cho một đầu người. Tương đương với một cây vàng. Nhà ông tám đứa con với hai vợ chồng mỗi tháng lãnh gần mười cây. Nếu tụi Mỹ trợ cấp một năm thôi, là ông có một trăm hai chục cây. Một trăm hai chục cây vàng ông nghe chưa? Ngồi ở không ăn suốt đời cũng không hết!

Mặt bác Đăng nghệt ra vì con số khủng khiếp mà ông đại úy vừa đưa ra. Cả đời bác chắc chưa bao giờ có được trong tay mấy chỉ vàng. Một vợ tám con với đồng lương sĩ quan ngày trước, chạy gạo đủ ăn đã là may phước lắm rồi! Bác mơ màng tưởng tượng ngồi ôm một trăm hai chục cây vàng trong tay, cuộc đời bác chắc sẽ bước sang một "khúc quanh lịch sử" mà bác không thể nào hình dung nỗi.

Ba tôi đón lấy tờ giấy, lướt qua một chút rồi hỏi mượn ông đại úy:

- Anh đi photo cho tôi một bản để tôi cho mấy người khác coi.

Ông đại úy gật gù:

- Đi photo chứ anh, còn bản chính tôi phải ép plastic để rủi rách biết tìm đâu bằng chứng hẳn hoi như vậy.

Vừa lúc đó má tôi từ dưới bếp bưng bình trà khác lên thay, nhìn thấy nét mặt ông nào ông nấy hớn nhở như mừng mẹ về chợ, bà cũng phải phì cười:

- Mấy ông làm như tiền Mỹ là tiền chùa, muốn có bao nhiêu cũng được. Bên đó người ta cũng phải đổ mồ hôi xót con mắt mới có ăn, của đâu để sẵn cho mấy ông qua bển hưởng!

Ba tôi gạt đi:

- Bà là đàn bà mà biết cái gì! Tụi tôi còn chưa bàn tới tiền ráp-pen được truy lãnh từ năm 75 tới giờ là đã ... thực tế lắm rồi! Tiền trợ cấp ở nước Tây Phương nào cũng có, để giúp cho dân thất nghiệp hoặc có lợi tức thấp. Mình mới qua, tiếng Anh tiếng U còn ngọng nghịu, được hưởng trợ cấp cũng là một điều hợp lý quá rồi còn gì!

Bác Tín tán đồng:

- Mình cũng đâu có ý định ăn bám suốt đời đâu! Có một số vốn rồi mình mở cơ sở làm ăn, hay là tụi mình hùn vốn lại mở tiệm ăn Việt Nam cũng được. Con nhỏ em tôi nói một tô phở bên đó bốn đô, tính ra tiền mình là hai chục ngàn. Bên đây phở Pasteur tô bự nhứt cũng chỉ có năm ngàn, chị thấy chưa, một vốn bốn lời!

Ba tôi ngó thấy nét mặt của má tôi có vẻ không thuyết phục, bèn làm một màn giải thích thêm, như võ sĩ trên võ đài bồi thêm cho địch thủ một cú đấm knock out để hạ đo ván:

- Vậy chứ tôi hỏi bà bên đó không dễ kiếm tiền sao thằng Khải hồi đó lông bông, lương xài tuần lễ đã hết cứ chạy lên vợ chồng mình xin xỏ, bây giờ qua đó nó cũng có nhà cửa xe cộ cơ ngơi đàng hoàng tử tế? Nếu không dễ dàng sao ai qua bển mới có mấy tháng là đã gửi quà về cho thân nhân bên này? Bà đã thấy có ai qua đó mà nghèo không, nói tôi nghe thử?

Má tôi tự dưng bị ba bốn người đàn ông xúm lại tấn công, bà chống đỡ yếu ớt:

- Ông làm gì mà dữ vậy! Tôi có ở bển ngày nào đâu mà biết! Tại thấy mấy ông lạc quan quá đáng nên mới có ý kiến ý cò một chút vậy thôi mà!

Rồi bà đứng lên, vùng vằng vừa đi vào bếp vừa lẩm bẩm cằn nhằn:

- Mấy cha này bị Việt cộng cải tạo lâu quá rồi đâm ra ngớ ngẩn. Một chỉ vàng bên đây bà con ruột thịt hỏi mượn còn chưa chắc được chớ đừng nói gì một trăm hai chục cây vàng mà khi không người ta đem cho! Đúng là nằm mơ!

Ba tôi và mấy người bạn không thèm đếm xỉa tới lời cằn nhằn của má tôi, mấy người tiếp tục ngồi bàn tán xôn xao, mỗi người đều tự vẽ trong đầu mình một tương lai vô cùng tươi sáng đang chờ đón mấy ổng ở Mỹ. Đâu phải ai cũng dễ dàng có được những tương lai như vậy, nhứt là ở tuổi về chiều như ba tôi, bác Tíhay bác Đăng.

Rồi mọi thủ tục khám sức khỏe và chờ lên danh sách chuyến bay cũng xong xuôi, cả nhà tôi được báo hai tuần trước ngày lên đường. Má tôi gom góp tất cả vốn liếng dành dụm sắm cho cả nhà những bộ đồ mới tươm tất. Tôi cũng có một bộ đồ vest, bận vào ngó vào trong kiếng y như ... gà khoác áo tơi. Thằng Đạt em trai tôi nhất định không chịu bận đồ vest, nó nói "dòm như ông già", má tôi phải cằn nhằn:

- Mày ra phi trường ăn bận lôi thôi lết thết như thằng ăn mày người ta ngó thì đừng có mắc cỡ!

Con Thúy, đứa em gái út của tôi, năm nay mới mười bảy, cũng góp ý:

- Má để cho ảnh bận quần jean với áo thun cá sấu coi cũng lịch sự vậy!

Má tôi giơ tay phân bua:

- Mình ra phi trường đi xuất cảnh ghé tới mấy nước chớ có phải ra chợ Sài Gòn đâu! Ờ mà thôi tụi bây muốn bận cái gì thì bận, có mang chài mang lưới gì thì cứ mang, tao mệt quá rồi!

Còn mày nữa, Thúy! Sao chưa chịu bận áo dài vô, còn chưa tới một tiếng nữa là đã đi rồi!

Con Thúy phụng phịu:

- Trời nóng như thiêu mà má bắt con trùm áo dài vô chắc chưa qua tới đó con đã chết ngộp rồi.

Má tôi trợn mắt:

- Ăn với nói tầm bậy tầm bạ! Sắp sửa đi rồi mà không biết giữ mồm giữ miệng. Tụi bây đứa nào đứa nấy lớn tồng ngồng cái đầu mà sao cứ để tao la hoài vậy! Còn thằng Thăng đâu, kêu ba mày coi lại giấy tờ coi có thiếu cái gì không, giờ này ổng còn đứng ngoài đó hút thuốc nữa. Chuyện gì mà nói hoài mấy tháng nay cũng chưa hết!

Tôi ngó ra ngoài cửa thấy ba tôi đang đứng chia tay với mấy người bạn. Ổng diện đồ vest vô coi cũng còn phong độ lắm, ít ra cũng còn hơn cái dáng thảm não âu sầu cách đây mấy tháng. Ba tôi ân cần bắt tay từng người bạn đến tiễn:

- Tôi qua bển trước rồi mấy anh qua sau. Tụi mình ở Cali hết mà, thế nào cũng có dịp gặp lại.

Bác Đăng cẩn thận dặn:

- Tôi đi sau anh chắc cũng khoảng sáu tháng là ít, vì giờ này cũng chưa được gọi phỏng vấn. Có gì anh nhớ viết thư về để tụi này biết rõ tình hình bên đó nha.

Ba tôi cười an ủi:

- Chắc chắn rồi. Có gì lạ sẽ cho anh biết.

Chuyến bay chở gia đình tôi rời Tân Sơn Nhứt tới Bangkok vào lúc trời chạng vạng tối. Ngó chung quanh toàn là dân đi đoàn tụ diện ODP hoặc dân HO như gia đình tôi. Mọi người nói chuyện râm ran. Một cặp vợ chồng ngồi cùng dãy ghế với tôi, gương mặt hớn hở như đi hưởng tuần trăng mật lần thứ hai. Mà có lẽ vui hơn lần thứ nhứt là cái chắc. Hồi đó đám cưới xong, cùng lắm là hai người tung tăng ở Cấp, hoặc thơ mộng hơn thì dìu nhau đi hồ Than Thở hay thung lũng Tình Yêu ở Đà Lạt. Bây giờ thì họ sắp đến một vùng đất mà từ hồi cha sanh mẹ đẻ chỉ được dòm trong sách báo hay phim ảnh, ở đó mùa thu có lá vàng rụng đầy công viên thiệt là thơ mộng, hay mùa đông tuyết rơi lả tả ngồi ôm nhau bên cạnh lò sưởi, khung cảnh ấm cúng làm cho tình yêu của họ càng thêm mặn nồng. Người chồng khoảng ngoài ba mươi, vui vẻ bắt tay tôi làm quen:

- Em đi Mỹ hả? Ở tiểu bang nào vậy?

Tôi cười xã giao:

- Dạ em ở Cali vì ông chú bảo lãnh về đó. Còn anh?

Người chồng gật gù:

- Gia đình anh về Texas, chỗ cao bồi mọi da đỏ đó. Nghe nói nóng lắm, nhưng chắc cũng đâu nóng bằng Sài Gòn mình, vả lại bên đó có máy lạnh mà, lo gì phải không?

Chị vợ ngồi kế bên cũng góp chuyện:

- Em cho địa chỉ để mai mốt tụi này tới nhà chơi. Bên đó Mỹ không, chắc gặp đồng hương cũng quý. Texas với Cali chắc cao lắm cỡ Sài Gòn Đà Lạt, bên đây muốn đi thì chầu chực xe đò, chứ qua bển có xe nhà lái chừng một tiếng là tới chứ mấy!

Tôi lấy cây viết ghi vội tên mình và địa chỉ chú Khải, đầu

óc lơ mơ nghĩ không biết khoảng cách từ Texas tới Cali là bao xa. Nhớ mang máng trên bản đồ hình như cũng xa lắm, làm gì mà mất có một tiếng lái xe. Cái bà này chắc chỉ nói cho sướng miệng!

Ở Bangkok mười ngày, gia đình tôi được đi thẳng Mỹ, trong khi một số gia đình khác phải qua Phi học Anh văn sáu tháng. Ba tôi hãnh diện nói với má tôi:

- Muốn đi thẳng Mỹ, ngoài diện HO phải là cấp tá trở lên và đi học tập ít nhứt năm năm như anh vậy.

Má tôi xì một tiếng:

- Giờ ông nói hươu nói vượn gì không được.

- Vậy sao ông trung úy Nam đi chung chuyến với mình phải qua Phi?

Má tôi chua:

- Chắc ổng chỉ đi diện ODP suông thôi, không được diện HO như ông!

Chuyến bay phải ghé Tokyo mất sáu tiếng và sau đó bay thẳng đến San Francisco. Trong phòng đợi của phi trường chờ nhân viên ICM làm việc, ba tôi cứ nhấp nhổm ngồi không yên. Con Thúy và thằ ng Đạt mặt mũi bơ phờ ngồi ủ rũ một góc vì bị say ... máy bay, không thèm để ý tới khung cảnh đẹp đẽ sang trọng và tấp nập đang diễn ra trước mắt. Má tôi ngồi canh chừng mấy cái túi xách của cả nhà, có cả bức tranh sơn mài thiệt lớn làm quà cho chú Khải.

Lúc bước ra khỏi cửa phi trường về phía chỗ thân nhân đón tiếp, tôi đã nom thấy cái dáng bệ vệ của chú Khải. Chú bụm hai tay trước ngực, kêu lớn:

- Anh Khang, chị Nga!

Cả nhà tôi túa lại phía chú. Mới gặp chú tôi thấy hơi ngỡ ngàng vì hình như tụi tôi ăn mặc còn ... đẹp và lịch sự hơn gia đình chú nữa. Ba tôi, tôi, và thằng Đạt ngượng nghịu trong ba bộ đồ vest cứng ngắc, má tôi và con Thúy mặc áo dài "cho có vẻ tươm tất" như lời má tôi nói. Chú Khải bận một chiếc quần short, áo thun không có cổ áo, chân mang giày thể thao màu xám. Cô Loan vợ chú thì bận bộ đồ thun như đang tập thể dục thẩm mỹ. Hay là "mốt" bên này nó thế? Chú Khải cười tươi như hoa, giang rộng đôi tay như muốn ôm hết cả nhà chúng tôi:

- *Welcome* anh chị và ba cháu tới Mỹ. Sao đi máy bay có mệt không? Hội USCC vừa mới báo cho em hai hôm trước. Mấy đứa nhỏ lớn dữ rồi nha. Anh sao, tụi nó có làm khó dễ gì không?

Chị Loan quay qua má tôi:

- Chị xem, ảnh hỏi như ăn cướp vậy ai mà trả lời cho kịp. Trông chị đâu đến nỗi già chác lọm khọm như chị viết trong thư.

Má tôi cười:

- Già chứ Loan, năm chục rồi chứ bộ nhỏ sao. Ờ mà sao không thấy thằng Vũ vậy?

- À nó đi làm không xin phép nghỉ được, chiều về nhà anh chị gặp nó luôn.

Nhà chú Khải ở ngoại ô San Jose, cách phi trường San

Francisco chưa đầy hai giờ lái xe. Chiếc xe van của chú chạy bon bon trên đường phố, vừa lái chú vừa giải thích cho ba tôi, tôi và thằng Đạt những khu phố hai bên đường. Tôi đưa mắt ngó ra ngoài qua khung cửa kính xe, những tòa nhà cao ngất ngưởng, những chiếc xe đủ màu đủ kiểu bóng loáng chạy vùn vụt bên cạnh, kèm theo những cái tên lạ hoắc do chú Khải giải thích. Xứ Mỹ đây sao? Thành phố San Francisco đây sao? Cầu Golden Gate mà tôi đã từng cầm tấm post card ngắm nghía hàng giờ đây sao? Nhìn tận mắt nó cũng đâu đến nỗi vĩ đại như tôi tưởng tượng. Cuối cùng rồi gia đình tôi cũng đã tới Mỹ, sẽ bắt đầu một cuộc sống mới tràn đầy hy vọng.

Nhà chú Khải ở ngoại ô San Jose. Chú nói ở đây giá nhà rẻ hơn một chút nhưng đi làm mất gần cả tiếng đồng hồ. Chú nói nhà nhỏ và cũ vì đã hơn mười tuổi, nhưng tôi thấy nó đẹp gọn ghẽ và ... mới tinh. Chú kể chú đang la`mcho một hãng điện, còn cô Loan thì làm trong nhà băng, còn thằng Vũ con chú đã ra trường đại học, hiện tại nó vừa đi làm vừa đi học lấy bằng master mà chú giải thích tương đương với bằng phó tiến sĩ. Trời đất, thằng Vũ nhỏ hơn tôi hai tuổi, ngày xưa tới nhà chơi tôi còn dẫn nó đi mua cà rem, vậy mà bây giờ nó đã sắp học xong phó tiến sĩ, còn tôi chỉ mới xong cái bằng ... tốt nghiệp phổ thông.

Buổi tối cô Loan sắp xếp chỗ ngủ cho cả nhà. Ba má tôi nghỉ ở phòng đọc sách, chú Khải mới kê cái giường cho ông bà vô ngủ tạm. Con Thúy được thằng Vũ nhường phòng của nó, còn nó và anh em tôi ra *family room* nằm ngủ. Nằm trằn trọc trong bóng đêm, ngó cái hồ cá có nước chảy róc rách, tôi lan man nhớ lại bữa ăn tối hồi nãy. Chú Khải cười nói luôn miệng, cô Loan thì tỏ vẻ săn sóc con Thúy, cô cứ xuýt xoa phải chi cô có con gái lớn như vầy thì tha hồ cô dẫn đi shopping.

Ba tôi thì cười bằng đuôi mắt và bằng cả tay chân nữa. Ngày đầu tiên trên xứ Mỹ đã không làm tôi thất vọng quá đáng vì sự vồ vập thân tình của cả nhà chú Khải. Thằng Vũ an ủi tôi:

- Mai mốt anh đi học lại, bốn năm là ra trường kỹ sư, không khó lắm đâu.

Tôi cười gượng gạo:

- Tao bỏ lâu rồi hổng biết giờ đi học lại có nhớ gì không nữa. Hồi còn đi học mà còn học dở, huống gì đã bỏ gần mười năm nay!

Chú Khải lắc đầu:

- Vậy chứ chú thì sao? Hồi đó mới qua chú phải vừa đi làm ban ngày, buổi tối đi học thêm hai năm. Sau này cô Loan đi làm có *income* chú mới *quit job* đi học luôn bốn năm.

Cô Loan nhắc khéo:

- Anh nói chuyện chêm tiếng Mỹ nhiều quá tụi nhỏ nghe đâu có hiểu kịp.

Chú Khải cười hề hề:

- *Sorry,* tại chú quen miệng. Tiếng Anh của chú cũng dở ẹt nhưng tại mấy chữ quen dùng nên chú buột miệng vậy thôi. Nghe chú nói có cái gì không hiểu thì hỏi lại nghe.

Ba tôi lên tiếng:

- Tụi nó là con cháu mà, hơi đâu mà chú khách sáo! Mấy đứa bây nữa, ăn đi chứ, làm cái gì mà ngồi ngẩn người ra hết vậy?

Tôi ngồi ngó bàn ăn ê hề những chén những dĩa mà thấy

ớn ngang xương. Má tôi với con Thúy cũng khều vài đũa cho có lệ rồi ngồi nhâm nhi ly nước. Chỉ có thằng Đạt là chiếu cố tận tình. Ba tôi hỏi chú Khải:

- Bên đây mấy người cựu sĩ quan có sinh hoạt gì không chú?

- Thì mấy ổng cũng có hội riêng tùy theo binh chủng, mỗi năm hội họp ba bốn lần gì đó để biểu tình ngày 30 tháng 4, hoặc để tổ chức hội chợ vào dịp Tết. Em bận bịu đi làm nên cũng không có gia nhập nên cũng không rành lắm.

- Còn về vụ trợ cấp cho người mới tới như gia đình anh chị thì sao?

- À, nếu là tị nạn, tụi Mỹ nó gọi là refugee, như mấy người vượt biên ở bên đảo sang, thì được hưởng trợ cấp trong năm đầu nhưng phải theo học chương trình huấn nghệ của họ. Còn anh chị thì vì do em bảo lãnh nên là diện *immigrant*, tức là diện di dân, không có trợ cấp gì hết!

Ba tôi há hốc mồm:

- Không có gì hết? Chú nói sao anh nghe không rõ?

- Thì không có trợ cấp chứ sao! Ngay cả tiền vé máy bay của anh chị, tụi em cũng phải đóng trước.

Má tôi chen vào:

- Hết bao nhiêu vậy chú?

Chú Khải với tay lấy lon bia, coi bộ không chú ý lắm:

- Khoảng chín trăm mấy một người.

Má tôi lẩm bẩm:

- Vậy là gần cả ngàn cho một người. Như vậy là chú đóng gần năm ngàn tiền vé máy bay cho gia đình anh chị?

Chú Khải khoát tay:

- Thì coi như anh chị đi vượt biên đóng vàng vậy mà.

Rồi chú pha trò:

- Nhưng như vậy thì coi bộ an toàn và chắc ăn hơn, phải không nào?

Từ sau khi biết được chú Khải phải tốn gần năm ngàn tiền vé máy bay, không khí trên bàn ăn bỗng trở nên khác hẳn. Tôi nhẩm tính ra khoảng mười lăm cây vàng, cả một gia tài cho một gia đình ở Việt Nam. Rồi còn việc không có trợ cấp nữa. Tiếng Anh tiếng u lại không biết. Không lẽ gia đình tôi cứ phải ăn dầm nằm dề ở nhà chú Khải sao? Để tránh cho mọi người khỏi sự ngượng ngập, chú Khải cười xuề xòa:

- Mới qua bước đầu thì ai cũng gặp khó khăn nhưng rồi đâu cũng vào đấy. Cuộc sống mà, ở đâu cũng có những khó khăn của nó, nhưng ít ra bên này mình còn cảm thấy mình có tương lai hơn. Hồi mới qua em cũng xuống tinh thần dữ lắm. Tiếng Anh thì không biết, học vấn thì chỉ có bằng tú tài một, nhiều đêm đi làm cu li chùi cầu tiêu tới ba bốn giờ sáng mới về tới nhà, thấy đời đen như mõm chó. Nhưng mình qua đây đâu phải để làm những chuyện đó đâu! Cái gì bắt đầu cũng khó. Anh chị và mấy cháu qua hơi trễ, nhưng trễ còn hơn là không bao giờ! Tụi Mỹ nó kêu là, *later better than never*! Dù gì cũng còn có tụi em!

Ba tôi cảm động:

- Cám ơn chú! Anh chị và mấy cháu không làm gánh nặng

cho gia đình cô chú đâu. Chú kiếm việc gì cho anh và mấy cháu làm, việc gì cũng được, nhà anh không sợ vất vả! Thằng Thăng đó, hồi đó cũng có đi làm thợ bánh mì một thời gian, cũng thức hôm thức khuya nhồi bột, canh lò, nướng bánh. Thằng Đạt coi nhỏ con chứ cũng khỏe lắm nha, nó ăn như tằm ăn lên, mà mình dây nên ốm nhom ốm nhách như sống sót sau trận đói Ất Dậu 1945. Phải không mấy đứa? Còn anh tuy lớn tuổi một chút, nhưng miễn người ta mướn thì mình làm. Chú thấy sao?

Chú Khải gật gù:

- Từ từ rồi tính. Anh chị mới qua cần phải nghỉ ngơi một thời gian, nhứt là cho quen với giờ giấc bên này. Thời gian đầu anh chị sẽ ngủ ngày thức đêm vì quen với giờ giấc bên nhà. Vài ba tuần nữa, anh chị sẽ học lái xe và học Anh văn trước.

Ngó về phía chúng tôi, chú tiếp:

- Mấy đứa phải rán chịu khó vài năm đầu, đi học ESL trước rồi vào college. Có thằng Vũ nó chỉ dẫn cho. Ở đời không có gì tự dưng mà có. Nhưng không phải quá khó mà mình không làm được, miễn là mình đừng cao vọng quá hay bon chen những việc vượt quá khả năng. Thôi, kể chuyện Sài Gòn cho tụi em nghe đi. Chuyện đời sống bên đây rồi từ từ anh chị sẽ biết hết mà.

Bửa ăn lại tiếp tục vui vẻ, nhưng mỗi người trong nhà tôi lại theo đuổi những ý nghĩ riêng. Tôi chợt nhớ tới những người bạn của ba tôi, những người đang chờ đợi bên nhà và sắp sửa qua đây. Liệu họ có may mắn gặp được một người thân tốt bụng như chú Khải không? Mà nói cho cùng, nếu họ có thất vọng với cuộc sống bên này đi chăng nữa, thì chắc rồi họ cũng sẽ vượt qua được. Sau bảy lăm, cuộc đổi đời làm tan hoang biết bao nhiêu gia đình vậy mà họ cũng lây lất và tồn tại, thì sá gì một vài thử thách ban đầu ở vùng đất hứa hẹn này.

Một tuần sau chú Khải mướn cho gia đình tôi một căn *apartment* riêng. Ba cha con tôi làm janitor cho một *building* ở ngay trung tâm thành phố. Công việc bắt đầu từ tám giờ tối tới gần sáu giờ sáng mới xong. Mấy hôm đầu, sáng nào má tôi cũng thoa dầu nóng cho ba tôi, mặc dù hai anh em tôi lãnh hết những công việc nặng, ổng chỉ lau chùi những bàn ghế trong văn phòng. Má tôi vừ xức dầu thoa lưng vừa cự nự:

- Cái tướng ông trói gà không chặt mà bây giờ bày đặt đi làm cu li. Hồi đó ở Việt Nam cứ tưởng qua đây ngon lắm.

Ba tôi cười hì hì:

- Ở bển thì giống như ếch ngồi đáy giếng, với được tin gì nghe phấn khởi một chút là tin sái cổ để còn lý do mà sống. Chứ tôi hỏi bà, đời sống vật chất đã khổ như vậy, nếu không có nguồn hy vọng nào cho tương lai thì làm sao người ta sống nỗi.

Má tôi xì một tiếng:

- Hồi đó thấy ông lạc quan quá đang mà tôi đâm bực. Sao, hổm nay làm đã quen chưa? Nếu thấy mệt quá kham không nổi thì nghỉ đi, tôi nói thằng Thăng kiếm việc gì đó ban ngày làm thêm đôi ba tiếng nữa.

Ba tôi nhỏm dậy:

- Đâu có được bà! Tôi làm hơi cực một chút nhưng thấy

thảnh thơi hơn bên nhà. Dù gì mình cũng còn có ích. Để tụi nó đi học ESL, biết chút ít tiếng anh rồi sau này đi học đại học kiếm cái bằng, chứ hổng lẽ bà muốn ba cha con tôi đi chùi cầu tiêu với lau toilette suốt đời hay sao?

Rồi ông quay sang tụi tôi, lớn tiếng hỏi:

- Mấy đứa ghi danh đi học ESL chưa?

Thằng Đạt nhanh miệng:

- Người ta đi học cả tuần nay rồi mà bây giờ ba mới hỏi đã ghi danh chưa.

- Tụi bây đi hồi nào mà sao tao không biết?

- Giờ đó ba còn nằm ngáy khò khò trong phòng còn biết trời trăng gì nữa. Ờ có thư của bác Tín dước Los gửi lên cho ba, hồi tối thằng Vũ có ghé đưa mà con quên đưa cho ba.

_ Đâu xé ra cho tao đọc thử. Ông này đi sau gia đình mình hai tháng nè. Thằng cha này cũng thuộc loại "lạc quan không có cơ sở" như má mày nói,

Ba tôi xé phong thư ra, ngồi đọc rồi cười từng chập. Má tôi đợi ông đọc xong mới tên tiếng hỏi:

- Ông Tín viết có gì vui mà thấy ông cứ cười mỉm chi cọp hoài vậy?

Ba tôi cười hề hề:

- Thằng cha Tín mới qua có ba tuần mà đã đi làm bốn job rồi. Việc nào thằng chả cũng nói chả không có năng khiếu. Đi cắt cỏ nhà người ta thì chỗ lồi chỗ lõm như đầu ba vá. Đi rửa chén thì mỗi đêm lam` bể cả chục cái, tiền lưởng không đủ tiền đền. Đến lúc đi bỏ báo ban đêm thì mắt quáng gà, nhà mua thì không ném báo, nhà không mua thì đem liệng trước cửa nhà người ta. Chả nói mới qua đây chưa đầy một tháng mà tóc đã bạc phơ như Ngũ Tử Tư, lại không có bạn bè than thở tán dóc uống cà phê nhàn nhã như hồi còn bên nhà. Chả nói vùng đất hứa gì lạ quá, không giống cái thiên đường mà thằng chả vẽ vời tơ tưởng trong đầu. Ờ, thằng cha có nhắc tới cha Đăng, cha trung úy một vợ tám con mà có lần cha Tín nói là ổng sẽ lãnh được một trăm hai chục cây vàng đó, bà nhớ không?

- Ờ ông Đăng chừng nào đi?

- Chắc cũng vài tháng nữa. Có lẽ tôi sẽ viết thơ về kể cho ông nghe đời sống thực tế bên này, để ổng tỉnh giấc mộng kê vàng của ổng. Đi trễ vài tháng, sống trong hy vọng được thêm vài tháng, rồi qua đây trở lại thực tế, phải không bà?

Má tôi mơ màng:

- Cũng may ông còn có chú Khải sống hết mình với gia đình mình. Không biết rồi mình sẽ trả ơn chú ấy bằng cách nào đây?

Nghe nhắc đến chú Khải, tôi mới chợt nhớ tới tối nay phải gọi cho thằng Vũ để hỏi mượn mấy cuốn sách toán lý hóa để ôn lại trước khi ghi danh đi học ở đại học cộng đồng vào mùa thu năm tới. Bỏ trường lớp gần mười năm nay rồi, tôi biết trước là mình sẽ vất vả rất nhiều. Nhưng có sao đâu, con bé lọ lem đã dự dạ tiệc xong, chuông đồng hồ nửa đêm đã điểm. Gia đình tôi và còn biết bao nhiêu gia đình khác đang đi kiếm chiếc hài làm rớt trên đường chạy vội ra chiếc xe song mã. Chuyện cổ tích nào lại không có một kết cuộc tốt đẹp. Bây giờ tôi nghĩ mình có quyền ước mơ chứ, những ước mơ nhỏ bé nằm trong vòng tay với mà tôi nghĩ mình có thể thực hiện được. Tôi sẽ trở lại trường, sẽ đi học lấy cái bằng chuyên môn, và rồi sẽ có một cuộc sống tương đối ổn định. Giấc mộng kê vàng của bác Tín hay của ba tôi cũng đâu phải là một chuyện gì kinh thiên động địa lắm đâu! Tôi nhớ ba tôi vẫn thường hay nói: "Xứ Mỹ là xứ cơ hội mà". Có đúng như vậy hay không? ...

BUỔI CHIỀU TẮT NẮNG

Ba má Dung ly dị năm Dung tám tuổi, một năm rưỡi sau thì má Dung lập gia đình lần nữa. Cuộc hôn nhân lần thứ hai này kéo dài được hơn hai năm rồi cũng chấm dứt bằng một cuộc chia tay và Dung có thêm một đứa em trai nhỏ hơn Dung tới mười tuổi. Người chồng thứ ba của má Dung là người bạn đồng nghiệp làm chung sở, sống với má Dung tương đối có hạnh phúc nhất vì chỉ được chưa đầy một năm thì ông bị tai nạn xe cộ qua đời. Dung lại có thêm một đứa em trai, không phải mang họ Nguyễn như Dung hay họ Phạm của thằng Tuấn mà là Smith, một đứa em cùng mẹ khác cha tóc vàng mắt xanh khuôn mặt bụ bẫm như búp bế.

Sau đó hình như má Dung không nghĩ tới chuyện lập gia đình nữa. Bà đem ba chị em Dung từ một tiểu bang miền đông bắc "move" về Cali ở. Má Dung làm phụ tá cho một văn phòng luật sư ở ngay tại quận Cam. Cuộc sống tưởng bình lặng nào ngờ xảy ra vụ vợ ông luật sư nổi ghen vì nghe đồn má Dung và ông luật sư tằng tịu sao đó, dĩ nhiên thì sau đó má Dung bị mất việc. Bà nhảy vào ngành địa ốc, học lấy bằng rồi mở văn phòng riêng. Nhờ tháo vát, hoạt bát, một chút nhan sắc mệnh phụ và may mắn, má Dung nhanh chóng trở thành một gương mặt quen thuộc trong giới mua bán nhà cửa của cộng đồng. Tên tuổi và hình ảnh của bà đăng đầy trên những trang quảng cáo của hầu như tất cả những tờ báo biếu ở vùng Little Saigon. Má Dung hãnh diện lắm vì tay trắng làm nên sự nghiệp, lại là single mom, không phải dựa dẫm vào "bất kỳ thằng đàn ông chết tiệt" nào cả, như lời của dì Mai, bạn thân của má Dung thường hay nói! Những thành công trong sự nghiệp cũng giúp má Dung quên đi phần nào những thiếu vắng trong đời sống tình cảm. Vả lại chung quanh bà, xã hội cũng đầy rẫy những *single parent*. Khi mà mình không có gì khác với những mẫu sống nhan nhản ngoài xã hội thì đâu có gì để ấm ức hay suy nghĩ. Nhưng đó chỉ là những suy nghĩ của Dung hồi còn nhỏ, lớn dần lên Dung mới biết cuộc sống của má Dung còn có những bộ mặt khác, hơn là một người mẹ đảm đang trong gia đình, một người đàn bà thành công ngoài xã hội.

Căn nhà mà chúng Dung đang ở nằm trong một khu khá sang trọng của thành phố. Từ đây lái xe xuống khu Việt Nam mất độ hơn nửa tiếng. Mỗi tháng một lần, má Dung chở Dung xuống đây đi chợ mua đồ khô và gia vị Việt Nam về dùng. Chỉ có Dung và má Dung còn ăn thức ăn Việt Nam, chứ thằng Tuấn và thằng Mike, ngửi thấy mùi mắm tôm mắm ruốc là hai đứa nhăn nhó, còn hơn là khỉ ăn gừng.

Trong hai đứa em, Dung thương thằng Mike hơn thằng Tuấn vì dù sao ba Dung và ba thằng Tuấn đều còn sống, mặc dù là sau khi ly dị, má Dung không nhận tiền trợ cấp nuôi dưỡng con cái, nên cũng không còn gặp mặt ba Dung và ba thằng Tuấn nữa. Người Việt Nam mình không như bọn Mỹ, sau khi ly dị vẫn coi nhau như bè bạn, còn Việt Nam mình thì coi nhau như kẻ thù. Ba của thằng Mike đã mất, thì nó có khác gì đứa nhỏ mồ côi cha. Giữa ba gương mặt Á đông, tự dưng lòi ra một đứa tóc vàng mắt xanh mà lại cùng máu mủ, nhiều khi Dung thấy nó cũng hơi lạc lõng, mặc dù là nó còn quá nhỏ để nhận ra sự khác biệt đó. Thỉnh thoảng Dung và má Dung trao đổi với nhau vài ba câu chuyện bằng tiếng Việt, thằng Mike thì tròn xoe con mắt ngó, thằng Tuấn thì nhún vai: "*Why don't you speak English?*". Mỗi ngày Dung chở thằng Mike đến trường rồi mới lái xe đi đi học, thằng Tuấn thì đi học bằng xe bus đưa rước của trường, vì trường nó nằm ở một lộ trình khác. Hôm nào Dung có lớp muộn thì thằng Mike phải đi bộ về một mình. Khác hẳn với thằng Tuấn mê những trò chơi mạnh bạo, thằng Mike nhỏ nhẹ và nhu mì như con gái. Có lẽ ảnh hưởng hồi mang thai nó sứ khỏe của má Dung không được tốt, bà cứ bệnh rề rề sau tai nạn của ba nó nên thằng Mike cũng không lớn con hơn một đứa trẻ Việt Nam trung bình bao nhiêu.

Má Dung vì bận bịu công việc làm ăn nên bà giao khoán mọi công việc nhà cho Dung. Mới hai mươi tuổi mà Dung đã là quản gia bất đất dĩ, coi sóc vườn tược, gọi người đến sửa những vật dụng linh tinh trong nhà, và kiêm luôn cả việc bếp núc. Má Dung tập cho Dung tháo vát việc nhà còn có một mục đích khác là nếu rủi sau này Dung có thất bại trong đời sống tình cảm thì Dung cũng còn có đủ ... nghị lực và tài năng để tự sống một mình, và cũng có thể chăm sóc con cái đàng hoàng như má Dung.

Không hiểu có phải vì cuộc sống lứa đôi đầy sóng gió của má Dung cứ sờ sờ trước mắt mà chẳng bao giờ Dung nghĩ đến chuyện bồ bịch trai gái. Hai mươi tuổi rồi! Hồi còn mười ba mười bốn đi học *high school* thấy tụi cùng lớp ôm nhau hôn đắm đuối trong lớp Dung đã có những cảm giác hờ hững. Hay tại Dung lãnh cảm? Hay tại Dung chưa gặp được đúng đối tượng đủ để làm mình xao xuyến? Nhiều hôm đứng soi gương Dung thấy mình cũng ... đâu đến nỗi, cộng thêm với một thân hình nẩy nở của tuổi đang lớn đủ để ... hấp dẫn cặp mắt soi mói của bọn con trai cùng trường. Thảng hoặc cũng có đôi ba tên con trai theo đuổi tán tỉnh nhưng lòng Dung cứ dửng dưng như không. Dung lấy bài vở thi cử hay công việc nhà làm niềm vui, thỉnh thoảng chở tụi thằng Tuấn thằng Mike đi chơi *game* hoặc *shopping*. Đôi khi nể tụi bạn Dung cũng có đi dự dạ vũ, sinh nhật hay đi xem văn nghệ ... cho có với người ta. Mấy đứa bạn thương chọc Dung "chưa già đã lão", cũng cũng có thể đúng như vậy lắm chứ!

Trong số những người bạn quen thường đến nhà Dung chơi có dì Mai là bạn học với má Dung ngày xưa. Dì Mai vượt biên qua Mỹ với hai người con một trai một gái, chồng còn kẹt lại trong một trại cải tạo nào đó ở miền Bắc. Hình như chồng dì Mai đã được tha về lại Sài Gòn và dì đang làm giấy tờ bảo lãnh. Cùng cô đơn như nhau nên gặp lại má Dung, hai người dễ dàng trở nên thân thiết hơn ngày xưa, mặc dù là dù sao dì Mai cũng còn một người đàn ông để mà chờ đợi và hy vọng, dù niềm hy vọng ấy có mong manh đi chăng nữa. Dung thường hỏi dì về quá khứ của má Dung khi bà còn là con gái. Dì cũng vui vẻ kể bằng cái giọng nửa úp nửa mở:

- Má mày hồi đó cũng lãng mạn lắm chứ đâu có cằn cỗi như bây giờ vậy! Mà có điều lãng mạn quá cũng không tốt con ơi

Dung muốn tìm hiểu về cuộc tình của ba má nàng, và nhứt là vì sao hai người lại bỏ nhau nên tò mò hỏi tiếp:

- Bộ ngày xưa có nhiều người theo đuổi má con lắm hả dì? Dì có quen biết với ba con không?

- Học xong lớp đệ nhị thì dì đã đi lấy chồng mất rồi còn đâu, hồi đó con gái mười bảy mười tám mà không có chỗ ngấp nghé là coi như bị ế rồi con đâu. Má mày hình như học giữa năm đệ nhất có làm đám hỏi, nhưng sau đó không có làm đám cưới cho tới lúc gặp ba mày thì phải. Tao có dám hỏi nó bao giờ đâu mà biết, hỏi lớ quớ bị nó la là lái xe jeep vô đời tư của nó thì bỏ bu!

Dung ngạc nhiên:

- Ồ vậy trước khi lấy ba con má con đã có đính hôn rồi hả dì?

Dì Mai thở dài:

- Đàn bà tuổi Dậu thường lận đận cả cuộc đời, nói gì chuyện chồng con! Mà số má mày đào hoa, chớ có người đàn bà nào không muốn một mái gia đình ấm cúng, một bờ vai để nương tựa. Bộ con tưởng ra đời thành công như má con vậy sung sướng lắm chắc? Đời sống đâu phải chỉ có tiền bạc vật chất, mai mốt con lớn lên lập gia đình rồi con sẽ hiểu!

- Bộ hồi ở Việt Nam dì không có liên lạc với má con sao?

Dì Mai thở dài xa vắng:

Hồi đó chồng dì đóng ở Pleiku nên dì đem hai đứa nhỏ lên trển ở luôn cho tới gần giải phóng mới chạy giặc vô Sài Gòn. Dễ cũng tới mười mấy năm dì mới gặp lại má mày. Nghĩ cũng tức cười, hồi đó biết nhau cũng chỉ bằng tụi bay bây giờ, tới lúc gặp lại thì con cái đã lớn chừng đó. Ngẫm trái đất này cũng tròn thiệt.

Thấy dì Mai cũng không biết gì về má Dung nên Dung ngưng không hỏi nữa. Dì Mai đươc má Dung dẫn dắt vô nghề nên có vẻ gắn bó với má Dung lắm. So ra với má Dung thì cuộc đời của dì Mai cũng ít sóng gió, lớn lên, lấy chồng rồi sinh con đẻ cái. Chồng đi tù thì ở nhà buôn bán nuôi con và tằn tiện gom góp tiền bạc dẫn con đi vượt biên.Ngay cả má Dung hay dì Mai cũng ít bao giờ đề cập đến những trống vắng mà hai bà đang phải chịu đựng, nhưng thỉnh thoảng thấy má Dung thẩn thờ ngồi nhìn xa vắng thì Dung cũng đoán hiểu phần nào. Bởi vậy cho nên Dung cảm thấy rất bằng lòng với cuộc sống hiện tại của nàng, không phải vướng bận một hình bóng nào cả, ít ra không đến nỗi nhức đầu nhức óc, hay gì gì nữa xảy ra trong tương lai mai hậu.

Một người khác cũng thường hay tới nhà Dung chơi là bác Hữu. Bác Hữu là khách mua nhà của má Dung, sau này còn giới thiệu cho má Dung bán thêm vài căn cho bạn bè bà con nên hai người đâm ra thân thiết. Từ chỗ xã giao cho tới lúc bác Hữu có thể lại nhà chơi bất kỳ lúc nào Dung cũng không để ý nữa. Bác Hữu bị vợ bỏ khi vừa qua Mỹ, bác phải đi cày hai jobs vừa bán cây xăng vừa đi cắt cỏ. Sau khi ly dị, bác gà trống nuôi đứa con trai độc nhất và trở lại trường tiếp tục học vì ngày xưa bác cũng có bằng cử nhân Anh văn, nhưng bây giờ bác học điện toán cho nó hợp thời. Bây giờ bác đang làm manager cho một hãng điện tử khá lớn, con trai bác cũng đang theo học năm cuối ở bậc đại học. Bác cứ nói đùa với má Dung là mai mốt mình làm sui gia đi. Dì Mai thì chọc, ở bên Mỹ mà ông làm như hồi tụi mình còn để chỏm, cha mẹ bày đặt hứa hôn trước.

Anh Hạnh con bác Hữu cũng có đến nhà Dung chơi vài lần. Dung nom thấy anh đạo mạo và nghiêm chỉnh như một ông cụ non mà phát chán. Anh Hạnh thường ngồi đốt thuốc lá ở phòng khách, mắt lơ đãng ngắm những bức tranh treo trong phòng, hay chúi mũi vào cuốn sách anh mang theo để đọc. Dung nghĩ, khách khứa gì tới nhà người ta chơi mà ngồi đọc sách, làm như hay chữ dữ, chắc anh nghĩ nhà Dung là cái thư viện chắc! Có bữa tò mò Dung đã lén nhìn qua cái tựa thì thấy tên một nhà văn nổi tiếng ở Mỹ, chuyên môn kể chuyện bằng một giọng, nửa hận đời, nửa tiếu lâm. Nghĩ cũng lạ, con người từ tốn và nghiêm chỉnh như anh Hạnh lại chịu được những cuốn sách châm biếm như vậy, vì ông tác giả này toàn là nhìn bề trái cuộc đời, nên cuộc đời dưới ngòi bút của ổng toàn là những gạt gẫm hay lừa đảo.

Sau này anh Hạnh có giải thích cho Dung nghe tại sao anh lại thích những cuốn sách như vậy:

- Dung biết không, tại tính anh ít nói, mà ông tác giả này toàn tả những người nói năng lưu loát, không phải bằng lối văn bóng bẩy trau chuốt, mà là thứ ngôn ngữ mình dùng hàng ngày, nên đọc thấy tự nhiên ghê lắm, đọc thấy như những nhân vật đang nói chuyện đời thường trước mặt mình. Sách của ổng bán chạy là vì gần gũi với đời thường, không triết lý cao xa, không lên mặt dạy đời".

Dung chịu, không thể có những nhận xét tỉ mỉ như vậy vì Dung lười đọc sách lắm, dĩ nhiên thỉnh thoảng cũng ghé mắt vào vài cuốn bạn bè cho mượn, nhưng phải thiệt là rảnh rỗi. Công chuyện nhà, rồi bếp núc dọn dẹp nhà cửa, rồi đưa rước hai thằng em làm Dung có cảm giác một ngày hai mươi bốn giờ ngắn ngủi quá, chẳng làm được gì cả.

Đến một hôm má Dung nhận được một tin nhắn để lại trong answering machine. Hôm nào về tới nhà Dung cũng xem qua thư từ, xong rồi check xem có ai để lại lời nhắn gì không. Giọng người đan ông để lại message nghe quen quen làm Dung thắc mă'c hết sức: *"Anh tình cờ thấy được số phone của em trên báo, định tơi chỗ em làm để gặp mặt nói chuyện nhưng chắc phải hỏi ý em trước.Dù em có muốn gặp anh hay không cũng nên gọi cho anh biết. Chúc em và ... (giọng hơi ngập ngừng) luôn vui. Số phone của anh là ... Chờ phone em. Bye"*

Buổi tối lúc má Dung về, Dung thấy bà nghe phone xong có vẻ đăm chiêu lắm. Dùng cơm xong, thay vì ngồi ở *family room* gọt cam cho thằng Mike ăn như thường lệ, bà vào phòng riêng khép cửa lại mà Dung đoán là để trả lời cú phone buổi sáng. Chừng nửa giờ sau thì dì Mai lật đật chạy qua, vừa bước vô nhà dì đã hớt ha hớt hải hỏi:

- Dung! Má đâu con?

Dung nghĩ là chắc có chuyện gì quan trọng lắm nên đưa tay chỉ vô phòng:

- Má con ở trỏng.

Lúc này má Dung cũng từ trong phòng bước ra. Thấy Dung còn đứng xớ rớ ngay cửa, bà khoác tay ra hiệu cho dì Mai, bảo có nói cho cọn Dung nghe cũng được, dù gì nó cũng lớn rồi. Dì Mai vừa cởi cái áo khoác choàng bên ngoài, vừa bộp chộp hỏi:

- "Nó" muốn cái gì hả?

Má Dung vừa trả lời dì Mai vừa như giải thích với Dung

luôn:

- Ba thằng Tuấn định gặp má có chuyện cần bàn. Má nói cần gì thì nói qua phone cũng được nhưng ổng đòi gặp mặt ...

Dì Mai cướp lời:

- Rồi mày trả lời sao?

- Em chưa nói, hẹn sẽ suy nghĩ và gọi lại trả lời ảnh sau ...

- Mà thằng chả muốn gặp lại làm gì vậy? Mày có đoán được ý thằng chả không?

Má Dung lắc đầu: Lâu lắm rồi Dung mới thấy má Dung lo lắng đăm chiêu như vậy. Ba thằng Tuấn với má Dung xa nhau cũng đã hơn mười năm, sau đó bà còn nước thêm bước nữa với ba của thằng Mike, vậy mà coi bà có vẻ bối rối dữ! Hay là tình cũ không rủ cũng đến. Dung không muốn cuộc sống của bốn mẹ con bị xáo trộn, những nghĩ nếu thằng Tuấn gặp lại ba nó cũng là một điều tốt, cũng nhưDung cũng đã từng ao ước được gặp mặt, nói chuyện với ba mình. Dì Mai gợi ý với má Dung:

- Mày vô buồng hẹn nó ngày mai gặp mặt để coi nó muốn gì. Tao ở ngoài bếp bắt phone nghe để thử coi ý nó ra sao.

Má Dung vô phòng gọi phone trong khi dì Mai đứng ở nhà bếp, cầm phone ép vào tai, gương mặt căng thẳng nh dây đờn sắp đứt. Dung nhìn những nét thay đổi trên gường mặt dì Mai để đoán xem cuộc nói chuyện ra sao. Hy vọng không có gì quang trọng. Biết đâu ba thằng Tuấn chỉ muốn gặp nó để dẫn đi chơi như trong phim bọn Mỹ hay làm: người cha ly dị ban đêm rón rén vô phòng con đắp lại tấm mền xô lệch để ... biểu lộ tình cảm?

Suốt buổi học sáng hôm sau đầu óc Dung cứ lẩn quẩn về buổi hẹn trưa nay của má Dung và ba thằng Tuấn. Dung không dám gọi ra văn phòng của bà để hỏi kết quả, nhưng chắc chắn tối nay dì Mai cũng tạt qua nhà và Dung sẽ được nghe kể.

Khoảng hơn sáu giờ chiều, Dung nghe tiếng cửa garage kéo lên cùng tiếng dì Mai vừa nói vừa bước vô nhà:

- Bộ hết chuyện rồi sao mà bày đặt ba cái trò hiếu nghĩa đó.

Gặp Dung đang đứng có vẻ ngóng chuyện, dì Mai quay qua giải thích:

- Ba thằng Tuấn đó, viện cớ là bà nội nó mới qua, mà thằng Tuấn lại là cháuddi'ch tôn nên muốn mượn đỡ nó vài tháng vì bà già bị ung thư nên muốn bả thấy có cháu mà vui vẻ trước khi mất. Tại sao người ta chỉ ích kỷ nghĩ tới mình không vậy? Bao nhiêu năm nay nó đã quen sống như vậy, bây giờ bắt thằng nhỏ về sống với ba nó, bộ không nghĩ gì đến thằng nhỏ sao?

Má Dung lên tiếng:

- Chị nói nhỏ tiếng một chút, chuyện chưa tới đâu lỡ thằng Tuấn nó hỏi lung tung thì kẹt nữa.

Rồi quay sang Dung, bà hỏi:

- Còn con thấy sao, Dung?

Dung chưa kịp trả lời thì dì Mai đã nhanh nhảu:

- Còn trăng với sao gì nữa! Từ chối phắt cho nó khỏe người! Tao không chịu được cái tánh nhũn nhặn của mày. Hơi đâu mà gánh việc vào thân!

Dì Mai có cái lý của dì, nhưng Dung, Dung hiểu vì sao má Dung lại phân vân như vậy. Những công chuyện làm ăn mua bán bà giải quyết nhanh chóng gọn lẹ, nhưng lần này thì khác. Nói gì thì nó, má Dung và ba thằng Tuấn cũng đã từng là vợ chồng. Vả lại Dung thấy yêu cầu của ba thằng Tuấn cũng đâu có gì quá đang. Dung nghĩ má Dung sẵn sàng cho thằng Tuấn về ở với ba nó và bà nội nó một thời gian, nhưng liệu thằng Tuấn có chịu không thì lại là chuyện khác. Tuấn mới có mười tuổi, nó còn quá nhỏ để hiểu những chuyện phức tạp của người lớn. Vả lại từ trước tới nay, cả Dung và thằng Tuấn đều không bao giờ hỏ má Dung về ba của hai đứa. Trong nhà chỉ còn chưng hình của ba thằng Mike vì trong ba người chồng của má Dung, chỉ có mình ba thằng Mike "bị bắt buộc" phải xa má Dung trong lúc hai người còn đang hạnh phúc. Còn ba Dung và ba thằng Tuấn, trước khi chia tay đã có một thời gian dài gấu ó cắng đắng đủ chuyện. Người Việt mình không giống như bọn Mỹ, hễ ly dị rồi thì coi nhau như kẻ thù bất cộng đái thiên, nếu có phải đụng mặt nhau ở ngoài đường thì hững hờ như người xa lạ, đó là chưa kể nếu có thể chém nhau mà không phải ngồi tù dám cũng có người dám làm. Hay bớt dao búa hơn một chút thì bắt đầu đi nói xấu chồng cũ hay vợ cũ của mình, cũng là một cách biện minh: tôi tốt lắm nhưng vì chồng tôi hay vợ tôi tệ quá nên mới bỏ nhau.

Vừa lúc đó thì bác Hữu đến chơi. Bao lâu nay Dung để ý thấy Bác Hữu có vẻ có cảm tình với má Dung nhưng không dám nói. Có lẽ bác sợ nếu nói ra rủi mà má Dung không chịu thì hai người sẽ trở nên ngượng ngùng, bác sẽ mất đi một chỗ lui tới dù gì cũng có không khí gia đình hơn cái apartment hai phòng của bác. Bác Hữu đâu biết chuyện gì đang xảyy ra, tay bác cầm một gói thịt quay, vừa bước vô nhà bác vừa nói:

- Dung đâu? Hấp bánh hỏi chưa? Chà thịt quay mới ra lò ăn nóng ngon hết biết!

Rồi thấy cả má Dung, dì Mai và Dung đứng xớ rớ gần cửa garage, bác Hữu hỏi:

- Ủa, mấy người cũng vừa về đó sao? Thôi đi rửa tay rồi đi ăn nóng cho ngon.

Má Dung đưa mắt ngó dì Mai ngầm hỏi có nên hỏi ý kiến bác Hữu không. Dì Mai gật đầu. Lâu nay dì cũng có vẻ muốn má Dung và bác Hữu rổ rá cạp lại nên dì hy vọng bác Hữu sẽ cản không cho má Dung tiếp xúc với những gì thuộc về quá khứ.

Bữa ăn tối hôm đó diễn ra nhanh chóng vì chỉ có bác Hữu, thằng Tuấn, và thằng Mike hưởng ứng. Bác Hữu thấy ai cũng có vẻ uể oải, đoán là có chuyện nên bác kín đáo hỏi má Dung:

- Có chuyện gì vậy? Nói cho anh nghe được không?

Dung thấy có lẽ nên đứng dậy dọn dẹp để má Dung có thể tâm sự thoải mái nên hối thằng Tuấn với thằng Mike vào phòng làm homework rồi lo thu dọn chén dĩa. Dì Mai cũng cáo từ ra về, ra tới cửa dì còn dặn nhỏ má Dung:

- Tối nhớ gọi phone kể cho tao biết.

Những gì má Dung và bác Hữu trao đổi ngoài phòng khách Dung không được biết, nhưng sau bữa đó thằng Tuấn được ba nó dẫn về thăm bà nội nó hai ngày cuối tuần. Má Dung có giải thích với Dung:

- Bác Hữu nói cũng đúng. Lá rồi phải rụng về cội, sau này nếu thằng Tuấn thích ở với ba nó, chắc má cũng sẽ đồng ý.

Miễn là thỉnh thoảng nó về thăm nhà là đủ!

Nhưng mọi việc không đơn giản như vậy. ba thằng Tuấn chỉ mượn cớ để có thể liên lạc lại được với má Dung. Hôm thằng Tuấn ở nhà bà nội nó về, Dung lôi nó vô phòng hỏi:

- Mày về nhà bà nội mày chơi có vui không?

- I *have no idea! But tháts OK!*

- Thằng quỉ, trả lời đàng hoàng coi. Mày có đi đâu chơi không?

- Ổng mua cho em nhiều đồ chơi lắm nhưng em ở đẳng hết rồi. Còn má ổng ngồi ngó em hoài. Bả nói tiếng khó nghe lắm, có khi em nghe bả hỏi, em không hiểu nên không biết trả lời sao.

Thằng Tuấn chỉ nghe được tiếngt Việt, dĩ nhiên với những chữ đơn giản, còn bắt nó nói thì nó rặn mọ từng chữ coi mòi khổ sở lắm! Dẫn thằng Tuấn đi chơi được vài cái cuối tuần, ba thằng Tuấn bắt đầu mời má Dung đi ăn tối. Dì Mai lúc biết chuyện này đã nhảy dựng lên như thể dì đã đoán trước hậu ý không mấy tốt đẹp này:

- Thấy không, tao đã nói mà! Ngay từ hồi đầu mày cứ từ chối ngay là xong, để dây dưa nó tưởng mày còn tinh cảm với nó!

Nói như chị vậy thì dễ dàng quá rồi! Bộ chị tưởng đang đóng phim hay ca cả lương chắc mà mình muốn làm gì thì làm. Còn con cái nó trông vô đấy chớ bộ.

- Rồi mày hẹn đi ăn dinner với nó hả?

- Đâu có! Em nói em bận công chuyện, vả lại cũng không

muốn đi vì không muốn ảnh hiểu lầm. Em có nói chuyện gì đã qua thì cho qua luôn đi, níu kéo lại cũng đâu ích lợi gì, cang làm cho đôi bên khó xử.

Dì Mai gật gù có vẻ hài lòng:

- Nãy giờ có câu này mày nói nghe được!

Má Dung thở dài:

- Em biết tính ảnh quá mà! Ảnh nói thì có gì đâu, vợ chồng nếu không còn ăn ở với nhau thì cũng nên coi nhau như những người bạn. Một bửa ăn tối thì có gì quá đáng! Nếu em ngại thì dẫn thằng Tuấn theo, hay dẫn theo cả ba đứa cũng được!

Dì Mai hứ một tiếng:

- Dẫn cái con khỉ khô! Chưa chi đã giở mòi chủ gia đình. Tao mà như mày tao xách dép vả vào mặt nó cho bõ ghét.

- Ảnh có nói gì thì em cũng không có đi đâu.

Dì Mai bỗng nảy ra ý kiến:

- Hay là mời anh Hữu đi với mày, gián tiếp nói cho ba thằng Tuấn biết là mày cũng đã có nơi có chỗ rồi.

- Làm như vậy có kỳ không? Tự dưng lôi anh Hữu vô chuyện này, lỡ anh hiểu lầm ...

Dì Mai cười hóm hỉnh:

- Một công hai chuyện mà lại. Mày cứ hỏi thử, nếu được thì tốt, còn không thì mình tính kế khác.

Hôm ăn ở nhà hàng đồ biển do lời mời của ba thằng Tuấn, cùng đi với gia đình Dung còn có bác Hữu nữa. Bác Hữu bận bộ veston màu xám tro, thắt cà vạt đỏ màu rượu chát nom trẻ ra cả mười tuổi. Bác tỏ vẻ ân cần săn sóc má Dung một cách đặc biệt, không biết có phải là muốn đóng kịch cho ba thằng Tuấn thấy, hay chính bác cũng muốn vậy, mà Dung thấy hai người thiệt xứng đôi hết sức! Ba thằng Tuấn thì phương phi hơn bác Hữu, cười nói luôn miệng, cố làm ra vẻ tự nhiên nhưng Dung có cảm giác gượng gạo sao đó. Má Dung ngồi giữa bàn tiệc tự dưng có hai người đàn ông ân cần chăm sóc đâm ra lúng túng thấy rõ.

Hôm ấy sau khi ở nhà hàng ra, sau khi đưa Dung và thằng Mike về nhà, hai người còn đi đâu chơi tới khuya mới về. Thằng Tuấn thì theo ba nó về nhà chơi với bà nội. Dung nằm trong phòng chờ cửa tới lúc ngủ quên lúc nào không biết. Đêm nay Dung cứ thấy má Dung cười tủm tỉ một mình hoài, chắc bà mắc cỡ. Ai bảo người lớn tuổi không có tình yêu? Nhưng má Dung cũng đâu có già bao nhiêu, bà mới ngoài bốn mươi chứ mấy. Tự dưng Dung nghĩ, giá mà má Dung bước đi thêm bước nữa với bác Hữu, biết đâu cuộc sống chung này sẽ mang lại cho bà hạnh phúc thật sự sau nhiều năm vất vả tìm kiếm? Một người đàn bà có sự nghiệp đâu hẳn là đã có hạnh phúc như có lần dì Mai đã từng nói. Sự xuất hiện đột ngột của ba thằng Tuấn đã vô tình thúc đẩy má Dung và bác Hữu tới gần nhau hơn.

Giữa lúc mọi chuyện đang diễn ra tốt đẹp thì lại thêm một tin vui nữa là anh Hạnh định cưới vợ. Hôm bác Hữu tới nhà báo tin, Dung thấy bác ngập ngừng làm như anh Hạnh là bồ cũ của Dung không bằng, làm Dung thấy vừa tội nghiệp vừa buồn cười. Từ trước tới giờ Dung chỉ coi anh Hạnh như một người anh không hơn không kém, và về phía anh Hạnh chắc cũng vậy. Chỉ có bác Hữu là mong đôi trẻ sớm nên duyên cầm sắt! Vợ sắp cưới của anh Hạnh nghe nói còn hiền hơn ảnh nữa.Hai người này mà lấy nhau chắc cửa nhà sẽ yên ắng lắm vì đâu có ai nói với ai câu nào. Hay là biết đâu họ chỉ hiền với nhau thôi, còn khi đối mặt nhau họ sẽ có bao nhiêu điều muốn nói. Mấy ông nhà văn đã chả từng bảo, khi yêu nhau con người ta có biết bao nhiêu điều để trách móc, để tâm sự, để giận hờn đó sao!

Rồi anh Hạnh sẽ làm đám cưới, bác Hữu với má Dung sẽ chính thức chung sống, chồng dì Mai ở Việt Nam cũng sắp qua. Những người lớn chung quanh Dung đều có đôi có cặp, ngó lại mình cu ki có một mình Dung cũng hơi tủi thân chút xíu. Bước qua tuổi hai mươi rồi mà Dung vẫn là "cánh hoa cô lẻ". Tụi bạn thường nói: "Mày là khúc gỗ chứ hoa gì, dù chỉa là ...cánh hoa thời loạn"! Có đứa còn châm chọc: "Chắc nó sợ nó sẽ là .. hoa lạc giữa rừng gươm, nên chẳng thà làm gỗ đá coi bộ đỡ đau hơn"! Mỗi lần như vậy Dung chỉ biết cười trừ, biết đâu mình thuộc loại ế ẩm nên chẳng ma nào thèm ngó. Nhưng tận trong thâm tâm, ngó thấy những thằng con trai nay chạy theo cô này, mai chạy theo cô khác, Dung cũng không khỏi ngán ngẩm. Ngày hôm nay nói rằng anh sẽ vì em mà chết liền lập tức, ngày hôm sau đã thấy chở cô khác đi nhảy đầm, bát phố. Dung không muốn mình trở thành một thứ thiêu thân như vậy. Cuộc sống hiện tại của Dung có vẻ hơi buồn tẻ, nhưng miễn là Dung vui vẻ chấp nhận, còn vị "hoàng tử trong mơ" chắc còn đâu đó trên trái đất này mà Dung chưa có dịp gặp đó thôi.

Gần tới ngày đám cưới của anh Hạnh coi bộ gia đình Dung cũng bận rộn dữ. Má Dung lo lắng như chính con trai mình đi hỏi vợ vậy. Nhiều hôm ngồi ở bàn ăn nghe má Dung tính toán chuyện này chuyện nọ, bác Hữu vừa nhìn với cặp mắt vừa biết ơn vừa trìu mến. Anh Hạnh chạy tới chạy lui, người ngọm hốc hác thấy rõ. Má Dung phải dặn:

- Nè, lo quá tới bữa đám cưới xấu như ma lem con vợ nó hổng thèm lấy thì đừng có chạy về nhà khóc với ba đó nghen.

- Đâu đến nỗi vậy dì! Mà điều có chạy về ba con cũng hổng có chứa đâu!

Bác Hữu gật gù:

- Thằng này từngày sắp lấy vợ ăn nói lưu loát hẳn ra.

Má Dung ngó bác Hữu:

- Thì cũng như anh vậy chứ khác gì!

Mọi việc chuẩn bị xong xuôi còn độ một tuần trước đám cưới thì xảy ra chuyện. Theo kế hoạch thì bác Hữu và má Dung sẽ đứng làm chủ hôn bên đàng trai. Nhưng ba vợ tương lai của anh Hạnh không đồng ý, vì nghe đồn má tôi đã từng có ba đời chồng, vả má Dung cũng chưa là gì của anh Hạnh, nên đề nghị bác Hữu tìm một người bà con trong họ đi cùng cho đầy đủ lễ nghi! Bên phía vợ anh Hạnh chỉ vịn vào lý do dị đoan chứ đâu dám nói chuyện đạo đức tiết hạnh vì sợ làm mất lòng bác Hữu. Chỉ kẹt là bác Hữu đứng chính giữa không biết phải giải quyết ra sao. Nói thẳng với má Dung không được vì sẽ làm má Dung buồn lòng. Vả lại đám cưới này má Dung là người bỏ nhiều công sức nhất, bây giờ chỉ được mời với tư cách một người khách tới dự coi sao được. Còn nếu bác Hữu đi chung với một người đàn bà nào khác đứng chủ hôn chắc má Dung tủi thân lắm. Chuyện này chỉ có mỗi Dung bà dì Mai biết thôi. Dung dự định hôm đám cưới sẽ giả vờ bịnh thập tử nhứt sanh bắt má Dung ở nhà, đám cưới sẽ vẫn diễn ra bình thường mà sự vắng mặt của má Dung một cách hợp lý như vậy sẽ làm bác Hữu đỡ khó xử. Nhưng làm sao giả bịnh thập tử nhứt sanh đây? Rủi má Dung kêu xe cứu thương lại là vỡ nợ. Trời ơi đám cưới của ai đâu mà khiến Dung lại lo bấn xúc xích như vầy. Cả bác Hữu cũng vậy!

Đang giữa lúc còn chưa biết tính sao thì đùng một cái, vợ cũ của bác Hữu lù xù xuấ hiện đòi dự đám cưới con trai mình. Không biết có phải trùng hợp hay không mà những bóng ma quá khứ của má Dung và bác Hữu rủ nhau trở về. Lần trước sự xuất hiện rồi rút lui lặng lẽ của ba thằng Tuấn dù sao cũng không xảy ra điều gì đáng tiếc. Nhưng lần này thì không biết sẽ xảy ra chuyện gì nữa đây.

Hôm Dung chở hoa đến nhà bác Hữu để anh Hạnh trang trí xe hoa thì gặp má anh đang to tiếng ở phòng khách. Lỡ bước vô nhà bằng cửa sau nên Dung đành đứng im chịu trận, vô tình nghe được hai người đang cãi nhau. Giọng của người đàn bà mà Dung đoán là má anh Hạnh có vẻ quả quyết:

- Dù trên giấy tờ tôi và anh không còn chung sống với nhau nhưng ai cũng biết tôi là má thằng Hạnh. Đám cưới nó tôi phải đi dự với tư cách mẹ chú rể, chủ hôn bên nhà trai.

Tiếng bác Hữu run vì giận:

- Hồi xưa bà bỏ nó đi bà có nghĩ đến tư cách gì không?

- Chuyện quá khứ tôi không muốn nhắc đến. Tôi đến để nói cho ông biết là tôi sẽ đi dự đám cưới thằng Hạnh vì tôi là má của nó.

- Cả đời nó chỉ có một ngày vui. Chắc bà không muốn thấy con trai mình phải khó xử chớ?

- Bởi vì đời người có một lần nên tôi phải đi dự. Có gì đâu

mà khó xử. Tôi là má nó, tôi đi dự đám cưới của nó là điều hợp lý hợp lẽ.

- Nhưng bên nhà gái họ có biết bà là ai!

- Họ không biết thì tôi nói cho họ biết dù tôi với anh không còn chung sống với nhau nhưng vì hạnh phúc của con mà tôi phải dẹp tự ái và sĩ diện cá nhân để đứng cùng anh chung vui với nó. Có điều gì khuất tất cần phải che dấu! Anh cũng chưa có vợ con mà tôi cũng còn ở một mình mà.

Bác Hữu buột miệng:

- Vậy chứ bà không còn ở chung với thằng kép trẻ của bà à?

Tiếng má anh Hạnh hơi đứt quãng:

- Anh ... dám? Ờ mà thôi, tôi không bàn cãi với anh nữa. Lát nữa thằng Hạnh về, tôi sẽ gọi phone nói chuyện với nó.

Dung nghe tiếng bước chân đi vội và tiếng cửa đóng cái rầm. Đợ khoảng năm phút sau Dung mới bước vô phòng khách thì thấy bác Hữu đang ngồi ở sofa hút thuốc. Thấy Dung bước vào, bác nhỏm người dậy:

- Dung đó hả? Qua hồi nào vậy con?

Dung cố giữ giọng tự nhiên:

- Dạ con đem hoa qua cho anh Hạnh trang trí xe hoa. Anh Hạnh đi đâu rồi hả bác?

- Nó ghé lấy đồ cưới một chút rồi về. Mà má con về chưa?

- Dạ má con hồi nãy gọi phone nói khi về sẽ ghé nhà bác, có cả dì Mai nữa, để bày trái cây trên bàn thờ.

Rồi ngó thấy căn phòng đã giăng đèn kết hoa, Dung buột miệng khen:

- Anh Hạnh trang trí phòng khách đẹp quá hả bác?

Bác Hữu chắc còn đang bận suy nghĩ chuyện xảy ra lúc nãy nên hờ hững đáp:

- Nó phải xin nghỉ cả tuần nay để lo ba cái vụ lẩm ca lẩm cẩm này. Tụi bạn nó cũng xúm lại giúp một tay đó chứ.

Bác chép miệng thêm:

- Cũng may bác chỉ có một thằng con trai, chứ nếu có mười đứa mà lo một chục cái đám cưới như vầy chắc mau già lắm.

Dung định nói: *"Thì bác cũng đâu còn trẻ trung gì nữa"* nhưng thấy hơi hỗn nên thôi. Bác Hữu hỏi:

- Con uống nước gì không? Vô tủ lạnh lấy đi, bác phải gọi phone một chút.

Dung chợt nhớ còn phải đi rước thằng Mike nên đứng dậy cáo từ.

Tối hôm đó cả nhà Dung tụ tập ở nha` bác Hữu để bàn về việc rước dâu ngày mai Lúc bác Hữu nó với má Dung về việc má anh Hạnh đòi dự đám cưới, gương mặt bác coi khổ sở hết sức:

- Liên này, hồi trưa má thằng Hạnh có ghé đây đòi đi dự đám cưới của nó, em thấy sao?

Má Dung hơi khựng nhưng sợ bác Hữu khó xử nên làm bộ bình thản nói:

- Ủa bộ mấy năm nay chỉ cũng ở quanh quẩn ở đây à? Sao

không thấy anh nhắc?

Bác Hữu ngập ngừng:

- Anh cũng không biết tính sao nữa nên định hỏi ý kiến của em coi sao.

Má Dung sắp xếp lại mấy thứ trái cây trên mâm cho đỡ lúng túng:

- Chỉ muốn sao? Đi dự đám cưới thằng Hạnh thì càng vui chớ sao!

- Ý của bả là muốn ... đứng chủ hôn với anh bên đàng trai. Nghĩa là anh với bả sẽ sang nhà gái với tư cách vợ ... mà không, với tư cách ba má của thằng Hạnh.

- Thì anh với chỉ đứng chủ hôn là hợp lý lắm rồi! Bộ sợ em buồn hả ? - Má Dung cười - Em với chị Mai với con Dung sẽ tới, như khách đi dự, không sao đâu, anh đừng lo. Mà thằng Hạnh biết chưa?

- Nó biết hồi chiều nay nhưng không có ý kiến, nói là để tùy anh tính sao cũng được. - Giọng bác Hữu đột nhiên nhỏ lại, chắc bác xúc động - Liên này, cám ơn em!

Má Dung lặng lẽ gật đầu rồi cúi xuống làm việc tiếp. Mỗi lần bối rối má Dung thường kiếm cái gì đó để làm để người khác khỏi biết. Dung biết má Dung buồn lắm! Cái đám cưới này bà đã lo biết bao nhiêu chuyện, áo đi dự bà đã phải đi lựa mấy tuần liền mới chọn được mẫu áo và màu sắc như ý thích, vậy mà rồi cuối cùng lại thấy bác Hữu đi cùng với người vợ cũ làm chủ hôn. Nhưng cũng may là nhờ có vụ này mà bác Hữu đỡ phải giải thích việc bên nhà vợ anh Hạnh không đồng ý cho bà đứng chủ hôn trong buổi lễ. Ôi tại sao lại phải lệ thuộc vô những tập tục kỳ cục như vậy. Đám cưới thì điều quan trọng là cô dâu chú rể thương yêu nhau và chung sống với nhau hạnh phúc là đầy đủ rồi, tại sao lại đem những chuyện sĩ diện và tự ái cá nhân ra để làm khó nhau?

Để tránh cho bác Hữu khỏi ngượng, má Dung quyết định chỉ đi dự tiệc cưới vào buổi tối ở nhà hàng, còn lễ rước dâu và làm lễ ở nhà thờ thì má Dung ở nhà. Dung cũng muốn đi dự từ sáng nhưng thấy má Dung ở nhà một mình cũng tội nên Dung quyết định ở nhà, trò chuyện với bà cho vui. Lúc Dung bận thử cái áo đầm màu xanh, bà ngó Dung hơi sửng sốt:

- Thấy con lớn như vậy má mới biết mình già! Chừng nào lấy chồng để má còn lo chứ!

Dung biết má Dung vẫn còn nghĩ tới vụ đám cưới nên an ủi bà:

- Mai mốt con dẫn "kép" về nhà má không được la con là *"cái đồ con nít quỷ, mới nứt mắt đã bày đặt yêu đương"* đó nghen.

Má Dung bật cười:

- Hồi đó bằng tuổi con má đã có chồng rồi. Bộ con tưởng con còn nhỏ nhít gì sao? Ngày xưa ở Việt Nam dưới quê con gái mười bốn mười lăm đã lập gia đình, nhiều khi lấy chồng mà cũng hổng biết vì sao mình lấy. Con gái lớn lên thì phải đi lấy chồng, cũng như phải ăn phải thở để sống vậy.

- Vậy mà sao họ lại chung sống với nhau được vậy má?

- Thì tại hoàn cảnh xã hội, lấy chồng tốt thì sướng tấm thân, còn khổ thì cắn răng mà chịu. Giống như anh chị em trong nhà, mình đâu có quyền chọn lựa. Nếu lỡ khổ thì đổ thừa tại số mệnh bắt mình phải vậy. Rồi chỉ trông chờ vào con cái. Người Việt mình có tánh hy sinh, nhưng mà hồi xưa kìa, chứ bây giờ cũng thay đổi nhiều rồi. Tụi thằng Tuấn và thằng Mike rồi cũng sẽ như bọn Mỹ, nhưng biết làm sao được.

Dung rút cổ lại:

- Nếu lấy chồng khổ quá thì con thà ở vá sướng hơn.

Má Dung lắc đầu:

- Mày thì chỉ có cái miệng!

Buổi tối theo ý của má Dung, cả nhà tới dự trể cả tiếng đồng hồ. Nhưng đám cưới nào cũng xài giờ dây thun nên lúc cả nhà tới nơi thì cô dâu chú rể vẫn còn đứng trước cửa chào quan khách. Dung thấy một người đàn bà trang điểm hơi lòe loẹt đứng bên cạnh bác Hữu, miệng toét ra cười phô nguyên hàm răng trắng bóng một cách giả tạo. Dì Mai cũng thoáng thấy liền chồm vai nói nhỏ với má Dung:

- "Nó" kìa!

Má Dung nói nhỏ:

- Đừng làm cho người ta để ý, kỳ lắm.

Rồi cả nhà tiến lại phía cô dâu chú rể chúc mừng. bác Hữu chỉ khẽ cúi đầu chào má Dung mà cặp mắt hết sức bối rối. Vợ anh Hạnh mặc áo cưới màu hồng coi sang và đẹp như mấy cô model ôm chầm lấy má Dung:

- Dì Liên sao hồi sáng không đi rước dâu làm tụi con đợi gần chết.

- Dì có nó với bác Hữu rồi mà. Nhưng bây giờ đi dự tiệc cũng được vậy.

Má Dung pha trò:

- Đi nhà thờ với rước dâu không có đồ ăn, chứ còn đi dự tiệc có ăn uống linh đình làm sao dì bỏ được.

Má anh Hạnh hình như biết được mối quan hệ của bác Hữu với má Dung nên nhích lại gần bác Hữu hơn, cố tình để bàn tay lên cánh tay của bác Hữu ra chiều âu yếm:

- Cám ơn chị đã đến dự đám cưới hai cháu.

Rồi ngó sang Dung, bà tiếp:

- Chà con gái lớn của chị đây hả? Có chồng con gì chưa? Mai mốt tụi mình thành ông bà nội ngoại hết rồi còn gì.

Rồi bà cười hô hố một mình, sau câu pha trò mà bà cho là rất có duyên. Thiệt là trơ trẽn. Dung nghe bà nhấn mạnh mấy chữ "ông bà nội ngoại", làm như ngụ ý nói má Dung già rồi, bày đặt lấy chồng lấy vợ làm chi nữa. Má Dung cũng cười phụ họa:

- Ở đây không có bán trầu, chớ không để mấy mụ già tụi mình nhai tỏm tẻm chắc là vui lắm.

Dì Mai có vẻ hưởng ứng câu nói móc trả đũa của má Dung, dì ré lên cười. Cả nhà kéo vào bên trong. Dung không quên ngoái đầu lại thấy bác Hữu dòm theo có vẻ ấm ức lắm. Nếu không kẹt đứng chào hỏi quan khách chắc bác đã chạy theo má Dung nói vài câu rồi. Suốt bữa tiệc Dung thấy má Dung cố làm ra vẻ bình thường, nhưng thỉnh thoảng Dung lại thoáng thấy bà nhìn trộm sang bàn bác Hữu, cặp mắt buồn vu vơ. Chỉ có bà má anh Hạnh cố tình làm những cử chỉ âu yếm không đúng lúc, nhìn thiệt ngứa con mắt. Dì Mai cứ cách khoảng năm phút là lại lên tiếng cằn nhằn:

- Mày xem nó kìa, má chồng gì mà õng a õng ẹo y như gái bán ba vậy. Thứ này ở Sài Gòn tao mướn du đãng đánh ghen cho bõ ghét.

- Nói gì nghe ghê vậy chị! Tại bả cố tình chọc tức anh Hữu mà. Mình càng` khó chịu thì bả càng làm tới. Cứ tỉnh bơ như không cho bả càng tức lộn ruột.

- Mày coi vậy mà thâm hơn tao. Cái miệng tao tía lia như vậy chứ có dám làm gì ai đâu mày ơi. Thì nói cho đỡ tức vậy mà.

Lúc cô dâu chú rể đi từng bàn chào khách, má tôi tế nhị đi vào phòng vệ sinh rửa tay. Bác Hữu không thấy má Dung ngồi ở bàn tiệc, cúi xuống hỏi nhỏ Dung:

- Má đâu rồi Dung?

- Má con mới vô *restroom* rửa tay.

Lúc má Dung trở ra thì cô dâu chú rể đang cắt bánh cưới. Má Dung nói với dì Mai:

- Thôi mình về trước đi. Chút nữa mất công chào hỏi làm anh Hữu khó xử nữa. Em ra lấy xe trước, chị với Dung chờ em trước cửa nhà hàng.

Tối hôm đó má Dung đưa Dung về nhà trước rồi chở dì Mai về. Lúc bước xuống xe má Dung còn dặn với theo:

- Con đi ngủ trước đi khỏi chờ của má! Chắc má về trễ một chút. Coi thằng Mike với thằng Tuấn ngủ chưa, nói tụi nó đi ngủ chứ đừng có thức khua coi ti-vi.

Dung gật đầu rồi bước vào nhà. Như vậy cũng xong. Đêm nay không có chuyện gì đáng tiếc xảy ra. Má Dung có vẻ thông cảm với bác Hữu lắm nhưng trong bụng có giận gì bác Hữu thì làm sao Dung biết được. Mà chắc cũng có chút đỉnh. Đàn bà đâu có rộng lượng, đâu có ... chợt từ bi bất ngờ như vậy. Dung bước vô nhà thấy đèn phòng ngủ của hai đứa em đã tắt nên yên chí vào phòng tắm rửa mặt. Nghĩ tới ngày mai chúa nhựt không có bài vở gì cả, Dung thấy khỏe khoắn gì đâu.

Nằm trên giường Dung cứ trằn trọc hoài không ngủ được vì đầu óc còn bận nghĩ tới chuyện má Dung sẽ lấy chồng lần nữa. Người ta bảo nhứt quá tam, nếu má tôi làm đám cưới lần này nữa là lần thứ tư. Liệu má Dung rồi có hạnh phúc với bác Hữu không? Làm sao mà đoán được chuyện gì sẽ xảy ra trong tương lai!

Tới gần nửa đêm, Dung nghe tiếng bấm chuông liên tục, có vẻ gấp rút lắm. Chắc Dung quên vặn đèn cửa trước nên má Dung không thấy đường mở khóa. Ờ mà tại sao má Dung không đi ngõ garage. Dung vừa thắc mắc vừa khoác vội cái áo choàng chạy xuống lầu, ngó ra cửa xem ai bấm chuông. Gương mặt đỏ gay của bác Hữu hiện ra ở cửa làm Dung lật đật mở khóa. Không kịp đợi Dung tránh ra, bác Hữu đã chồm vô nhà, miệng gọi:

- Liên đâu? Liên đâu?

Dung nghe mùi rượu nồng nặc từ miệng bác Hữu. Và dáng dấp bác còn thảm não hơn. Hồi nãy bác tươm tất lịch sự trong bộ đồ vest đứng chào hai họ, bây giờ thì tóc tai rối bù, chiếc cà vạt thắt lỏng lẻo và tay áo bên xắn bên không trông y hệt như một người nghiện rượu hạng nặng. Bác bước loạng choạng như muốn té làm Dung phải chạy lại đỡ bác ngồi xuống ghế. Bác Hữu vẫn còn lẩm bẩm:

- Mình làm đám cưới nha Liên ...

Dung ngó vô mắt bác. Cặp mắt đục và đỏ ngầu có những tia máu coi dữ quá. Bác Hữu đột ngột nắm lấy tay tôi:

- Liên, nghe anh nói, vợ anh sẽ không ...

Chưa kịp nghe bác Hữu nói dứt lời Dung đã ráng kéo tay mình ra khỏi bàn tay của bác Hữu, miệng lắp bắp:

- Con là Dung mà bác Hữu! Má con chút nữa mới về. Buông con ra!

Vừa nói Dung vừa lấy hết sức để đẩy bác Hữu ra, nhưng cả người bác Hữu nặng chình chịch như một tảng đá. Dung định bụng vùng lên chạy rồi sẽ lấy một thau nước lạnh tạt cho bác tỉnh. Nhưng bác cứ ôm ghì lấy Dung, mùi rượu và hơi thở nặng nhọc cứ ở sát bên má. Tới lúc bác Hữu định áp môi vào má Dung thì Dung lấy hết sức bình sanh xô bác ra. Dung nghe một tiếng rầm và đầu bác Hữu va vào cái bàn kiếng trong phòng khách. Cùng với tiếng rú thất thanh của bác Hữu là tiếng bước chân của thằng Tuấn và thằng Mike chạy từ trên lầu xuống. Chắc tụi nó đang mơ màng ngủ, nghe thấy tiếng xô xát ở dưới nhà nên lật đật chạy xuống. Dung thấy máu chảy từ phía đầu bác Hữu, còn bác thì nằm bất động. Không biết phải làm gì nữa, Dung bưng mặt khóc nức nở.

Bác Hữu mất ngay đêm đó trong bệnh viện, còn Dung sau đó cũng không phải ra hầu tòa vì bác sĩ khám thấy có hơi rượu trong người bác Hữu nên Dung được tha bổng vì tự vệ. Vợ chồng anh Hạnh phải hủy bỏ chuyến trăng mật để lo đám tang cho bác Hữu. Còn Dung và má Dung sau đó cứ lặng lẽ như hai cái bóng. Dung hễ không nghĩ tới thì thôi, mỗi lần nhớ lại cái đêm hôm ấy thì tay chân Dung lạnh ngắt, mặt mày xanh lét, cơ thê/ cứ run lên bần bật như lò xo. Bác sĩ bảo, cần phải có thời gian, hy vọng Dung sẽ dần dần thuyên giảm.

Chỉ chưa đầy một tháng mà má Dung già xọm hẳn đi. Cuộc đời của má Dung đã quá nhiều trắc trở, đến lúc tưởng là có thể tìm được một nơi chốn yên ổn để dừng chân thì Dung lại bước vô gây thêm một sóng gió khác nữa. Có hay chăng trong cuộc đời này cái gọi là định mệnh? Rồi cuộc đời Dung sẽ ra sao, có giống như má Dung thăng trầm tới cuối đời mà vẫn còn cô độc? Dung đã cố tình không muốn mình dẫm lên những dấu chân của má Dung, nhưng liệu cái mong muốn và dè chừng của Dung có thay đổi được gì hay không? Hay cuộ cđời nghiệt ngã sẽ xô đẩy Dung vào những nguy hiểm mà Dung không hề biết trước? Dung đứng tì vào thành cửa sổ ngó xuống con đường yên ả trong khu nhà trước mặt. Cuộc sống ngoài kia yên ả và thanh bình quá, nhưng ai mà biết trước được cái gì sẽ chờ đợi mình đâu ...

CŨNG MỘT CHUYỆN TÌNH

Mỗi lần nghe câu hát *"Nên năm hăm mốt tuổi Tôi đi vào quân đội Mà lòng thì chưa hề yêu ai"*, Hoành thường cười chua chát một mình. Hăm mươi mốt tuổi mà chưa hề yêu ai thì có đáng gì đâu phải ngậm ngùi ai oán dữ vậy! Năm nay Hoành đã xấp xỉ bốn mươi mà đã có mảnh tình thơ dại nào vắt vai đâu! Nói theo kiểu bạn bè chế giễu là Hoành thuộc loại dậy thì muộn.

Xét cho cùng thì cũng có một đôi lần trái tim Hoành cũng thổn thức vì một vài hình bóng nào đó, nhưng trăm lần như một, hễ Hoàng có ý định tiến nhanh tiến mạnh thì đối tượng đã vội vàng biến mất như bóng chim tăm cá. Có vài người quen thấy Hoành cứ thất tình kinh niên như bộ đội bị bệnh sốt rét, bèn đề nghị Hoàng bỏ ra vài chục bạc đăng báo kết bạn tâm thư, cái kiểu như chư một lần yêu đã hơn chục lần dang dở. Hoành làm bộ gạt phắt đi, ra vẻ ta đây đâu có thèm ba cái trò tầm thường cải lương đó, nhưng mặt khác lại ra bưu điện mướn cái hộp thư rồi thảo những dòng lâm ly bi đát gửi đi các báo.

Hoành không muốn những người quen biết thấy tên tuổi và địa chỉ của mình đăng nhan nhản trên báo, trong cái mục không lấy gì đáng hãnh diện cho lắm. Và nội dung của những lời rao cũng làm Hoành khổ sở không ít. Nếu cứ nhái theo những gì mà thiên hạ vẫn thường đăng thì coi bộ tầm thường quá, mà viết huỵch toẹt ra thì biết đâu trong số những người quen tinh ý nhận ra thì chỉ có nước dọn đi xứ khác mần ăn. Cuối cùng thì Hoành đành phải dung hòa cả hai, nghĩa là vẫn nhái theo cách thiên hạ thường viết *"Thích đọc sách và đi du lịch"*, mặc dù là từ hồi định cư ở Mỹ Hoành chưa đi đâu ra khỏi Cali, và báo biếu thì tuần nào đi chợ Việt Nam Hoành cũng khuân về hàng đống, dù chỉ để coi quảng cáo và đọc mục tử vi! Hoành tự nhủ, ở trên đời này thiên hạ gạt gẫm nhau cũng nhiều, một vài hàng tô vẽ đánh bóng bóng cho mình thì có chết ai đâu. Thêm vào cái khoảng phải ghi i*ncome* cũng gay go. Ở Mỹ này thiên hạ thực tế, không còn cái kiểu một túp lều tranh hai quả tim vàng nhìn nhau chết đói. Bằng cấp thì Hoành không có, ngoài cái bằng lái xe, nhưng lương của Hoành đang làm đủ để nuôi ... một người rưỡi. Và bởi vì không có địa vị gì trong xã hội nên Hoành rất đồng ý với cái quan niệm sống trong xã hội Mỹ: nghề gì cũng là nghề, cắt cỏ, làm móng tay, hay dọn dẹp nhà cửa, miễn kiếm tiền lương thiện là được. Suy nghĩ mãi, cuối cùng Hoành cũng đành chắc lưỡi phán đại một câu chung chung: nghề nghiệp vững chắc. Thiệt tình thì Hoành cũng không nói ngoa. Cái nghề đi phân phối giường tủ bàn ghế cho mấy cái tiệm furniture quanh vùng Little Saigon này, ngoài số lương căn bản tuy không nhiều nhặn gì mỗi tháng, Hoành còn được thêm tiền hoa hồng chủ tiệm chia, tuy chẳng bao nhiêu nhưng có còn hơn không, *có còn hơn không thà như giọt mưa rớt trên tượng đá*!

Về mặt đối tượng, Hoành giới hạn số tuổi từ hai mươi lăm cho tới ba mươi lạ, dĩ nhiên càng trẻ càng tốt nhưng Hoành cũng tự lượng sức mình không đủ sức để chịu đựng những cái õng ẹo bất thường của tuổi mới lớn, vả lại nếu rủi có tiến xa sau này thì sức lực đâu Hoành chịu cho thấu bên cạnh một người vợ tuổi xuân đang còn phơi phới. Một điều cũng hơi tủi thân là nếu run rủi Hoành gặp một người phụ nữ ở tuổi trên dưới ba mươi thì chắc thế nào cũng trải qua một hai đời chồng, hay dăm ba mối tình lẻ tẻ. Hoành cũng phải đành ôm nỗi sầu "*Anh biết yêu lần đầu mà em đã yêu lần sau*" chứ biết còn chọn lựa nào hơn?

Một tháng sau, ngoài những tờ báo biếu ở địa phương mà mỗi lần đăng chỉ tốn chưa tới năm đồng bạc, Hoành còn cẩn thận gửi đi những tờ báo lớn để mẫu rao kết bạn của mình có "tầm vóc quốc tế", đồng loạt xuất hiện bức tâm thư chiêu thê của Hoành. Hoành hồi hộp đợi chờ xem phản ứng của những người quen coi có ai phát hiện ra không, nhưng hình như tất cả đều phẳng lặng như tờ. Chuyện đời thì bao giờ cũng vậy, những gì liên quan đến mình đều trở nên vĩ đại, mà đối với những người chung quanh thì nào có đáng gì đâu.

Mỗi chiều thứ hai tư sáu, trên đường về nhà Hoành đều tạt ngang bưu điện để xem có con nhạn nào lạc vô hộp thư của mình không. Đời sống có thêm một chút hồi hộp hy vọng cũng thi vị chán! Qua tới tháng thứ hai thì Hoành nhận được hai lá thư hồi âm. Lá thư đầu của một thiếu phụ nào đó ở tuốt bên Canada, chỗ mà nàng mô tả là quanh năm tuyết phủ trắng xóa thành ra tâm hồn nàng cô đơn quạnh quẽ, và dĩ nhiên cần một người bạn để tâm sự sớm hôm, nếu cần ôm ấp để quên đi cái cái lạnh giá ngoài song cửa thì nàng cũng sẵn sàng. Nội dung lá thư chỉ để lộ ra một lý do duy nhứt là muốn Hoành làm hôn thú để đưa nàng sang Cali, tiểu bang mà mỗi tháng tiền trợ cấp cho ba mẹ con lên tới hơn ngàn bạc mà chả phải cần thuế má gì cả. Hoành xếp lá thư để vào ngăn tủ rồi không thèm để ý gì đến nó nữa cả. Thứ nhất Hoành không muốn mình trở thành một phương tiện hợp pháp để người ta có thể lợi dụng. Thứ hai Hoành chịu chắp nối với góa phụ hay phụ nữ đã ly dị chồng thì đã là một hy sinh "vô bờ bến" rồi, đằng này lại có hai đứa con riêng rồi lại mang tiếng là bố ghẻ, nghe sao mà não nề quá. Lá thư thứ hai gửi từ một trại tị nạn bên Thái, nhờ Hoành đứng ra bảo lãnh vì đã ở đảo hơn ba năm. Lúc đó Mỹ chỉ cho bảo lãnh thân nhân ruột thịt từ các trại sang, còn diện bạn bè chắc còn lâu mới được cứu xét. Mà tuổi của Hoành thì không cho phép chờ đợi nữa, thành ra Hoành chỉ còn cách viết một lá thư an ủi gửi đi. Qua tới tháng thứ ba Hoành nhận được thêm một lá thư nữa, của một tên nào đó thất nghiệp nằm nhà không có việc gì làm, giả làm con gái viết thư làm quen, nét chữ cua bò mà xưng em này em nọ, đọc mà muốn nổi gai ốc!

Hơn một tháng trời thấp thỏm hy vọng, để rồi cuối cùng mọi chuyện lại "trôi vào lãng quên", Hoành càng thấy chán. Nhiều lúc đi làm về, bước vô căn phòng ngổn ngang quần áo, báo chí, lon bia, đồ gạt tàn thuốc, dăm ba vỏ băng nhạc, Hoành thấy thèm có một người đàn bà đứng tựa cửa chờ mình, bước vào nhà nghe tiếng con nít khóc, đời sống này sẽ thi vị biết bao nhiêu! Có lần Hoàng đem ý nghĩ đó nói với Dụng, thằng bạn thân duy nhất bên Việt Nam mà Hoành gặp lại ở Mỹ, thì Dụng cười hô hố trả lời:

- Chỉ có mấy thằng điên mới mơ ước những của nợ đó.

Mày xem tao có sung sướng gì đâu. Thôi ráng sống cho trọn đời "*trinh nam*" của mày đi, biết đâu lúc chết chả được lên đàng.

Dụng sang Mỹ trước Hoành được một năm. Lúc đi chỉ có hai vợ chồng và một đứa con gái còn ẵm ngửa. Vậy mà vài năm sau gặp lại nó đã làm cha của bốn nhóc, vợ lại đang mang bầu ì ạch. Hai vợ chồng ngoài tiền trợ cấp, còn làm thêm bánh trái bỏ cho các chợ Việt Nam trong vùng, buổi sáng Dụng còn dậy sớm đi bỏ báo nữa. Hai vợ chồng cùng một đống con nít với biết bao nhiêu chuyện phải làm, vậy mà Dụng vẫn còn đủ sức lực và thì giờ để làm chuyện đó, bằng cớ là cách khoảng chưa đầy năm lại có thêm một nhân khẩu trong gia đình. Sau đứa thứ hai thì tới gần năm rưỡi sau sau vợ Dụng mới sanh, mà lần này lại sanh đôi, thành ra đâu cũng hoàn đấy. Bạn bè thường chọc Dụng là thằng này ghê thật, tính toán từng chút, cứ cách một năm là phải thêm một đứa con, mà vì lỡ trễ một năm rưỡi nên nó bắt vợ nó sinh đôi, thành ra cuối cùng còn lời nữa! Thêm một đứa con ngoài kế hoạch là thêm một mối lo, không biết là lời ở chỗ nào Dụng vừa phải dậy sớm đi bỏ báo từ hai giờ khuya, sáng bảnh mắt thì.phải đi giao hàng cho các chợ, tối thì ngồi luyện phim bộ với vợ nữa thành ra Dụng mất ngủ kinh niên, ngồi đâu hắn cũng ngáy được. Chở vợ đi chợ thì Dụng bỏ mặc vợ muốn mua gì thì mua, hắn nằm khèo trong xe ở khu *parking* ngủ ngon lành. Buổi tối lúc xem phim bộ, mắc cho trên ti--vi đang tới những đoạn đại hiệp ác chiến với đại ma đầu, hay những đoạn tình yêu tay ba tay bốn đang tới hồi trắc trở, Dụng vẫn gối đầu trên đùi vợ, ke chảy dài ra hai bên mép.

Hoành vẫn thường nói với Dụng, "Mày đã có một gia đình êm ấm nên đối với mày cái chữ mái ấm nó tầm thường quá, còn đối với những kẻ cu ki một mình như tao thì chỉ thèm được như mày, có chết cũng ... nhắm mắt"! Thỉnh thoảng vì sợ cảnh cô đơn, Hoành thường lái xe qua nhà Dụng ở chơi suốt cả buổi chiều. Có khi cả bốn đứa con của Dụng đều la khóc cùng một lúc, đứa khát sữa, đứa thay tả, đứa chạy chơi trong phòng khách va đầu vào tường sưng một cục, đứa đòi trèo lên bếp phá, Hoành cũng lăng xăng dỗ đứa này, bế đứa kia, còn Dụng vừa uống bia, vừa hút thuốc, coi như mọi chuyện *"ne pas"*. Hắn nói: "Tao bây giờ đâm ra chai đá với tiếng con nít khóc, không còn những ... xao xuyến như ngày xưa nữa". Nghe con nít khóc mà xao xuyến, hoặc nói như ông Lam Phương. *"Đêm về nghe con khóc vui triền miên"*, trên đời này chắc chỉ có Hoành hay những người đang ngóng cổ cò mong vợ như hắn.

Nhưng nếu cuộc đời cứ lặng lẽ trôi qua như vậy thì đâu còn gì để nói! Một ngày kia, trời chẳng phụ lòng người, có một bóng giai nhân xuất hiện. Nàng là bạn của vợ Dụng, từ miền Đông sang Cali nghỉ mát. Thật ra thì Hảo, tên của người con gái, vừa bị tình phụ. Nếu còn ở trong nước chắc nàng đã uốn dăm ba vĩ Optalidon búa bổ đầu người để trốn khỏi cuộc đời ô trọc đầy lừa dối này. Nhưng ở Mỹ ngu sao mà đi tự tử! Trên đời này con có thiếu gì đàn ông, đâu phải chị có mình Tân, bồ của Hảo. Nghĩ vậy nên Hảo khăn gói sang Cali đổi gió, hy vọng kiếm được một tên bạn trai mới, nếu đẹp trai và nhiều tiền hơn Tân sẽ xách qua miền đông dằn mặt Tân một lần cho bõ ghét!

Hảo và Tân quen nhau từ những ngày còn ở đảo, cuộc sống chung đụng tạm bợ ở trại tị nạn đâu có gì vui ngoài những cuộc tình hối hả chụp giựt yêu quên ngày quên tháng. Tân đã có một vợ hai con nhưng chỉ đi vượt biên một mình vì không có đủ tiền dắt theo cả gia đình. Ngày đi Tân đã hùng hổ tuyên bố: "Qua đó, anh sẽ bảo lãnh mẹ con em sang ngay". Còn Hảo thì đi vượt biên với người yêu, nhưng chàng đã bị lạc từ hồi lên thuyền lớn. Thế là *"hai tâm hồn hoang lạnh"* gặp gỡ nhau! Vì cả vợ của Tân và bồ của Hảo còn lận đận bên nhà nên cả hai đều không áy áy *"Phải chi em đừng có chồng Và anh không là riêng ai"!* Cả chàng và nàng đều đã ... yên bề gia súc mà vẫn cứ đeo dính với nhau như sam, làm như nếu không cặp với nhau, không nay người này mai người nọ thì không đúng nghĩa là đang ở Mỹ, là lạc hậu so với xã hội!

Hảo và Tân cặp với nhau được gần một năm thì cả hai đều lên đường định cư. Cũng may cả hai đều được đi Mỹ, chứ không phải đi hai nước khác nhau. Hảo có bà chị ruột bải lãnh về Virginia, còn Tân được nhà thờ Tinh Lành bảo trợ về Houston miền nắng ấm. Nhưng tình cũ không rủ cũng đến, đi cắt cỏ được vài tháng, dành dụm được gần ngàn bạc, Tân sắm một chiếc xe cũ chuẩn vị hướng về miền đông xây tổ ấm. Tới lúc cả Tân và Hảo đều chưa kịp chán nhau cho đúng "mốt" thì đùng một cái, Tân nhận được thư vợ từ đảo gửi sang hồ hởi báo tin mẹ con nàng đã vượt biên bình an, đang ở đảo Pulau Bidong, và giục Tân làm giấy bảo lãnh gửi sang đảo cho mẹ con nàng trình phái đoàn để đi phỏng vấn định cư.Hảo cho phép Tân được chọn lựa, hoặc là tiếp tục chung sống với nàng như chưa có chuyện gì xảy ra, hoặc là cuốn gói đi theo tiếng gọi của người vợ cũ. Thằng đàn ông nào cũng vậy, sau những cuộc tình qua đường chớp nhoáng chán chê rồi thì cũng quay đầu về chốn cũ, huống gì Tân đã có hai đứa con với người vợ cũ, vài ba năm rong chơi bồng bột như thế cũng đẻ làm cho trang tình sử của đời Tân thêm một ít màu sắc, như vậy cũng quá đủ! Thế là Hảo đùng đùng xách gói bỏ qua Cali, hành trang mang theo là một trái tim rách nát đang ... rướm máu!

Hôm Hảo tới Cali, Dụng lại phải đưa Vân, vợ Dụng, đi nhà thương sanh đứa thứ năm nên Dụng nhờ Hoành ra phi trường rước Hảo dùm. Đưa vợ ra xe đi sanh, Dụng nghe vợ cằn nhằn:

- Mai mốt là không cho ông *đụng* tới tui nữa. Năm đứa con đủ rồi, bên đây người ta chỉ có một hay hai đứa con thôi. Sanh nhiều quá lấy gì mà nuôi.

Dụng lăng xăng mở cửa xe cho vợ, cười hề hề:

- Trời sanh voi sanh cỏ, hơi đâu mà em lo. Vả lại con cái là quà tặng của Thượng Đế ban phát cho con người, hổng lấy cũng uổng!

Vân trừng mắt:

- Ông nói thì hay lắm, thử đau đẻ một lần như tui đi rồi biết thế nào là quà tặng thế nào là ơn phước, thế nào là voi, thế nào là cỏ!

Hoành chào hai vợ chồng rồi lái xe thẳng ra phi trường. Buổi sáng Hoành đã cẩn them xem hình của Hảo trước, vả lại chuyến bay xuống tới quận Cam chỉ có hơn hai chục người, nên Hoành đã nhận ngay ra Hảo khi nàng còn đang lóng ngóng kiếm vợ chồng Dụng. Ở ngoài Hảo trông có nét hơn trong ảnh. Nhìn chung thì Hảo không đẹp lắm, trên gương mặt chỉ nổi bật đôi mắt lúc nào cũng ươn ướt như sắp khóc, hồi còn bên nhà thầy bói chả từng bảo vì cặp mắt :hồ thu" này mà số Hảo sẽ lận đận vì tình là gì. Hoành thầm cám ơn Vân đã đi đẻ đúng lúc, để Hoành có cớ đi rước Hảo một cách danh chính ngôn thuận mà không ngượng ngập gì cả, mà còn được tiếng là người tốt bụng. Hoành tiến lại phía Hảo, tay cầm tấm hình, cố dọn một nụ cười thật tươi:

- Cô Hảo phải không? Tối qua Vân chuyển bụng nên sáng nay thằng Dụng phải chở vợ nó đi sanh rồi, nó nhờ tôi ra đây rước cô! Tôi tên Hoành, hân hạnh được biết cô!

Còn đang lóng ngóng kiếm vợ chồng Dụng, bỗng thấy Hoành đi tới, Hảo đưa mắt kín đáo quan sát để phỏng đoán xem Hoành thuộc loại nào. Hảo hơi thất vọng vì nom bề ngoài Hoành có vẻ xuề xòa quá. Ra phi trường đón Hảo, dù gì cũng là một phụ nữ chưa quen biết, mà coi bộ Hoành không có chuẩn bị gì cả. Chiếc quần jeans bạc màu cộng với cái áo khoác màu rêu mà có lẽ từ hồi mua tới giờ Hoành chưa giặt lần nào làm cho Hảo cảm thấy "phút đầu gặp anh tinh tú chẳng quay cuồng chút nào cả". Sửa lại cái quai xách trên vai, Hảo hỏi:

- Vân sanh rồi hả? Hôm qua mới nói chuyện phone, nó nói còn hơn tuần nửa kia mà!

- Hồi sáng Dụng gọo phone báo cho tôi biết. Chắc giờ này tụi nó còn ở trong nhà thương, mấy đứa nhỏ phải nhờ bà hàng xóm coi giùm. À mà cô còn hành lý gì không?

- Tôi còn hai cái va li với một cái xách tay nữa.

Hoành đề nghị:

Vậy là mình đi lấy hành lý xong về nhà xem Dụng có gọi về không. Hay là cô muốn vô thẳng bệnh viện thăm Vân?

Hảo lắc đầu:

- Tôi bay gần nửa ngày mới tới đây. Anh cho tôi về nhà tắm rửa nghỉ ngơi một chút!

Hoành cười to:

- Ờ đúng rồi há. Tôi thật vô tình quá.

Lúc hai người ra xe Hảo càng thất vọng hơn nữa. Chiếc xe Pinto cà tàng của Hoành càng chứng tỏ Hoành không có một chút chuẩn bị gì cả, Bao nhiêu là rác rên quăng đầy trong xe. Ngay cả chỗ Hảo ngồi còn cả cái hộp pizza mà chắc tuần rồi Hoành ăn xong dụt bừa ra đó. Và lỉnh kỉnh bao nhiêu thứ khác như giấy quảng cáo, báo biếu, thùng đồ nghề sửa xe ... Hòanh vất lung tung ở ghế sau. Xe chạy ngang khu thương mại Việt Nam, Hoành gợi chuyện:

- Cô Hảo mới sang Cali lần đầu tiên hả? Bên miền đông chắc là không tấp nập đông vui nhiều người Việt như bên này.

- Hồi mới tới Mỹ, Hảo co′ ghé phi trường Los để đổi chuyến bay, nhưng tới Quận Cam Santa Ana thì chưa.

Rồi nhìn thấy trên đường phố toàm dân Á châu chạy trên những chiếc xe đời mới lộng lẫy, nàng thắc mắc:

- Bộ dân Việt Nam ở đây làm ăn khấm khá lắm hay sao mà thấy toàn chạy trên xe chiến không vậy?

Hoành cười:

- Cái đó cũng tùy người. Như chiếc xe tôi đang chạy nếu đem đi bán vài chục bạc chắc cũng không có người mua. Mua về để trồng hành chứ để làm gì bây giờ. Tôi có thằng bạn mua một chiếc xe sport xấp xỉ ba chục ngàn, nội tiền trả góp hàng tháng cộng với tiền bảo hiểm bắt nó phải cày hai lớp mới đủ trả. Có tối đậu xe ở ngoài parking trong khu chúng cư sợ tụi ăn cắp đập kiếng xe lấy máy cassette, nó phải ôm sleeping bag ra ngoài xe nằm ngủ, coi chừng xe còn hơn coi chừng vợ nữa! Nghĩ cũng buồn cười, khi không gánh việc vô mình. Thì mỗi người một ý thích!

Cả Hoành và Hảo đều bật cười vui vẻ. Buổi gặp gỡ đầu tiên có vẻ cũng tự nhiên. Hảo thấy Hoàng "cũng tạm", không đến nỗi khô khốc như bề ngoài xuề xòa của gã. Còn Hoành thì dè dặt hơn, kinh nghiệm đau thương trong những lần tán tỉnh trước vẫn còn in sâu trong tâm trí, lần này nếu có ngỏ lời, thì Hoành phải chắc là mình nắm được phần thắng thì hắn mới làm.

Những bận bịu sau đó trong gia đình Dụng càng tạo cho hai người có nhiều cơ hội gần gũi nhau hơn. Ông bà mình đã chẳng từng thanh "*cực như nuôi đàn bà đẻ*" là gì! Cũng may, Vân sinh lần này là lần thứ tư, nàng đã quá quen với những kiêng cữ này nọ. Dù không nói ra cả Hoành và Hảo đều mong Vân cứ nằm ì ra đó, để Hoành có cớ chạy sang nhà Dụng, để "xem tụi nhỏ có cần gì không". Dĩ nhiên là mấy đứa con của Dụng thì đâu có gì đặc biệt để Hoành phải quan tâm ưu ái như vậy. Dĩ nhiên là Hảo cũng cảm nhận được điều đó. Nhưng nàng đang chờ đợi Tân hồi tâm chuyển ý, phone gọi nàng trở về. Chưa chắc là hảo đã chịu quay về với Tân, nhưng tự ái khiến nàng muốn Tân xuống nước năn nỉ mình. Thái độ ỡm ờ của Hoành như vậy lại hóa hay. Hảo không muốn, ít ra là lúc này, có liền một người khác thay thế Tân vì rủi tránh vỏ dưa lại gặp vỏ dừa thì lại càng khổ hơn.

Hai tuần lễ sau, một buổi tối lúc Dụng và Hoành ra chợ

mua thức ăn, Hảo vừa lúi húi dọn chén bát, vừa bảo Vân:

- Có lẽ tuần tới tao về lại Virginia.

Vân la lên:

- Bộ mày định xách đít về năn nỉ ỉ ôi lão Tân của mày chắc? Vợ con người ta sắp sang, mày con bám lão ấy làm gì? Vả lại, lão cũng đâu có tình nghĩa gì cho cam. Cả tháng trời nay lão có gọi cho mày cú phone nào đâu?

Hảo chống chế:

- Tao về vì công chuyện làm ăn, chứ chuyện tình cảm tao đã gạt qua một bên rồi. Chính tao đã dứt khoát bỏ đi mà. Giờ hổng lẽ tự mò về kiếm lão cho lão lên chưn chắc?

- Mày về đó lửa gần rơm rồi kết cuộc cũng chẳng tốt đẹp gì. Thôi ở đây luôn đi, ở đây có khối công việc cho mày làm. Còn đàn ông thì nhiều như ... rắc, mày chỉ cần quơ tay ra là túm được cả khối thằng.

Chợt nghĩ tới Hoành cũng đang cu ki một mình, Vân đề nghị:

- Mày thấy anh Hoành ra sao? Nếu chịu tao nói anh Dụng làm mai cho. Bảo đảm hổng có bầu đoàn thê tử lủ khủ như lão Tân của mày đâu!

Hảo cười gượng:

- Giọng điệu của mày nghe sao giống má tao quá. Tao đâu có phải gái già ế ẩm đâu mà làm gì phải gấp rút như vậy, bỏ người này chụp người khác!

Vân phân bua:

- Vấn đề không phải là ế hay không ế. Nhưng mày cũng có tuổi rồi, đâu còn hơ hớ như con gái mười tám đôi mươi mà kén cá chọn canh, mà mày cần kiếm một chỗ nương tựa. Mày cứ lông bông hoài, tới lúc xuân thì đi qua thì có ma nó thèm rước. Mày xem, tao với mày cùng tuổi mà tướng tá thân hình của mày cũng còn bắt mắt lắm, bỏ ra cũng còn khối thằng mê! Chứ mày dòm lại tao xem, y như một con lợn xề, tao dòm tao trong gương tao còn thấy chán! Rồi chồng con lủ kha lủ khủ, nội hầu hạ phục dịch cha con ổng cũng đã hết ngày hết giờ, còn đâu giờ chăm sóc cho mình!

Hảo an ủi:

- Mày nói thế chứ cái câu "*Ra đường thiếp hãy còn son Về nhà thiếp đã năm con cùng chàng*" đem áp dụng cho mày cũng còn đúng lắm chứ bộ!

- Còn son với chả còn son thì cũng chả có má nào thèm dòm! Thôi dẹp chuyện của tao sang một bên. Bây giờ mày kiếm tạm một công chuyện nào đó để làm. Còn vụ anh Hoành để tao nói anh Dụng dò ý xem sao, mày đồng ý không?

Hảo nhún vai:

- Ở lại đây thì cũng được. Nhưng còn chuyện ông Hoành thì tao không thấy hứng thú. Thôi mày vào coi em bé đi. Hình như tao nghe tiếng nó khóc.

Vân đứng lên:

- Vậy là trên căn bản mày đồng ý với tao. Còn chuyện sau này nó nên cơm cháo gì hay không thì còn tùy duyên nợ của mày với ông ấy. Hổng ngờ là có lúc tao đi vác cái ngu thứ nhứt vào người!

Còn lại một mình trong phòng ăn, Hảo nao ngán nhìn bếp núc la liệt nào chén đũa. Rồi còn những chai sữa, lon thức ăn em bé, đồ chơi con nít, nằm lăn lóc mỗi nơi một món. Vân không có thì giờ chăm sóc lấy mình, còn đâu thì giờ mà dọn dẹp nhà cửa. Cô đơn như Hảo nhiều lúc cũng cảm thấy buồn nẫu ruột nẫu gan, mà có gia đình như Vân với những bận rộn con cái đầu bù tóc rối cả ngày lẫn đêm cũng chán. Mà biết đâu bận bịu như Vân vậy không có thì giờ mà suy nghĩ vẩn vơ như Hảo nữa. Hảo dự định ngày mai sẽ bắt đầu đi kiếm việc làm, dù gì cũng phải ở lại đây một thời gian, không lẽ cứ nằm nhà phụ Vân giữ con và làm việc nhà, ăn bám Vân coi sao đặng. Hảo muốn thay đổi không khí, ít ra là tìm được chút gì khuây khỏa.

Hai hôm sau Hảo tìm được việc làm trong tiệm cho thuê video gần khu Phước Lộc Thọ. Vì Hảo chưa có xe và vì tiện đường đi nên Hoành ra tay nghĩa hiệp, tình nguyện đưa rước Hảo mỗi ngày. Đã vậy mỗi lần giao hàng gần chỗ Hảo làm Hoành đều tạt vào "nói chuyện cho vui". Những câu chuyện đưa đẩy hàng ngày không làm cho quan hệ của hai người gần gũi thêm một chút nào cả. Hảo thì dĩ nhiên không muốn tỏ vẻ săn sóc Hoành, còn Hoành thì mắc bệnh rụt rè nên cũng chưa dám ngỏ lời gì cả. Tình trạng "*tình trong như đã mặt ngoài còn e*" của cả Hoành và Hảo làm Vân rất ngứa mắt. Nàng bàn với Dụng:

- Thiệt có lúc em muốn cho hai người uống rượu sai khướt rồi mình bỏ vô phòng như chàng Điệp bị bỏ vô phòng con Thúy Liễu. Lúc tỉnh dậy gạo đã nấu thành cơm thì chắc hai người họ sẽ tính chuyện lấy nhau.

Dụng cười hềnh hệch:

- Em làm như hồi thời Bảo Đại còn bận quần xà lỏn hay sao mà bày đặt nói chuyện lễ giáo trinh tiết! Bây giờ gạo có thổi thành cơm cháy thì thiên hạ vẫn cứ tỉnh bơ coi như pha. Để rồi em coi, từ từ rồi đâu sẽ vào đó. Thằng Hoành nó đâu có phải là thái giám đâu mà không biết rung động.

- Có điều ảnh ế vợ lâu quá rồi biết đâu chừng đã bị lãnh cảm với đàn bà cũng nên?

- Em cứ lo bò trắng răng. Bộ chưa có vợ là chưa biết làm ba cái chuyện đó à? Bỏ ra vài chục bạc xuống downtown kiếm mấy cái tiệm massage là xong hết.

Vân đưa tay dứ trước mặt Dụng:

- A, không đánh mà khai. Bộ mấy chuyện đó anh cũng có đi hay sao mà coi bộ rành rẽ quá vậy?

Dụng lắc đầu chịu thua:

- Em tính xem thì giờ đâu nữa mà anh còn nghĩ tới mấy chuyện đó. Đi nhậu nghe mấy thằng cha bạn nhậu nổ thì về kể cho em nghe cho vui vậy mà.

Vân hứ lên một tiếng rồi ngún nguẩy đi vào phòng. Nàng dự định tối nay phải nói với Hảo tấn công Hoành mới được, bây giờ nam nữ bình đẳng, người nào tán trước cũng được chứ sao. Nghĩ tới cảnh Hảo cầm bó bông đưa cho Hoành miệng nói: “Gả cho em nha!” như mấy cảnh trong phim bộ của Tàu, Vân mỉm cười một mình.

Nhưng lúc Vân chưa kịp thực hiện ý định tốt đẹp của mình thì Hoành đã ra mặt tỏ tình với Hảo. Tuy không nắm chắc phần thắng trong tay như Hoành đã tự nhủ lòng, nhưng gã cũng nhen nhúm nhiều hy vọng. Một vài lần gã mời Hảo đi chơi, đi ăn tiệm, hặc mua tặng Hảo một vài món quà nhỏ, Hảo đều đồng ý một cách vui vẻ. Nếu quả thật Hảo không có cảm tình với Hoành thì chắc chắn nàng đã từ chối khéo. Buổi sáng Hoành phone cho Hảo ở chỗ làm:

- Hảo đó hả? Chiều nay mấy giờ về vậy? Anh định mời Hảo đi ăn tối.

- Thì cũng tám giờ như mọi khi? Ủa, hôm này dịp gì mà anh mời Hảo đi ăn tối vậy?

- Để tối mới cho Hảo biết.

- Vậy có cần đi chợ gì không? Để trưa Hảo đi mua rồi anh tạt qua tiệm lấy.

- Thôi khỏi. Anh mời Hảo đi ăn tiệm mà, nấu nướng làm gì cho mất thì giờ. Vậy nha, khoảng hơn bảy giờ anh ghé.

- Anh phải chở Hảo về nhà thay đồ trang điểm chút đỉnh chứ. Hảo mang chài mang lưới như con ăn mày vậy mà đi đâu.

- Không sao đâu. Nhưng anh không muốn vợ chồng Dụng biết mình *go out dinner*.

Hảo nghĩ bụng, anh chàng này bắt đầu tấn công rồi đây. Nhưng nàng giả bộ ngây thơ:

- Sao anh không mời Vân với anh Dụng đi ăn chung cho vui?

- Tụi nó thì dịp khác anh mời tại nhà. Con cái lủ khủ chắc tụi nó cũng không có hứng đi đâu.

- Vậy cũng được, nhưng anh phải hứa là phải có gì đặc biệt Hảo mới chịu đi đó.

Tiếng Hoành cười trong phone:

- Dĩ nhiên. Thôi chiều gặp. Bye.

Cái "đặc biệt" mà Hoành hứa nói cho Hảo biết chẳng qua hôm đó là đúng bốn năm Hoàn tới Mỹ. Đợi tới sinh nhật của Hoành thì lâu quá, mà như vậy thì có vẻ màu mè cải lương. Hoành cũng hay bày đặt làm chuyện này chuyện kia mà trong bụng cứ sợ người ta cho mình là cải lương hay rởm đời. Hoành dự định sẽ mời Hảo dùng cơm tối ở một nhà hàng Ý ngoài bãi biển. Khung cảnh không sang trọng quá mà cũng không ồn ào sô bồ sô bộn quá, rất tiện cho Hoành ngỏ lời. Dù được hay không cũng phải nói ra một lần.

Nhưng có một điều mà Hoành không bao giờ ngờ được là sau khi Hoành cúp phone với Hảo thì Tân đột nhiên xuất hiện trước cửa tiệm video. Tân sang Cali đuợc hơn một tuần cốt ý chỉ đi kiếm Hảo.Sau nhiều đêm *"nằm vắt tay lên trán"* cân nhắc thiệt hơn, Tân đã thấy mình ngu dại để mất Hảo . Tân chung sống với Hảo không có hôn thê hôn thú, trước mặt pháp luật như hai người share phòng, việc bảo lãnh cho vợ con Tân sang không bị trở ngại gì cả. Tân dự định sẽ lo giấy tờ bảo lãnh vợ con sang đây cho trọn tình trọn nghĩa, rồi gã sẽ ôm thuyền sang bến khác. Giữa vợ Tân và Hảo, dĩ nhiên thằng đui cũng sẽ chọn Hảo, Tân có đui đâu mà lại "lạc lối về" như vậy. Tân dự định đi kiếm Hảo, nói cho Hảo biết ý định của mình rồi Kim Kiều lại tái hợp. Đà bà là chúa nhẹ dạ, Tân nghĩ mình ỉ ôi năn nỉ một hồi Hảo sẽ xiêu lòng. Vả lại lúc Hảo bỏ Tan đi thì tình cảm của hai người đâu có gì sứt mẻ.

Lúc bỏ phone của Hoành xuống rồi ngẩn lên thấy Tân, cả Hảo và Tân đều ngẩn người ra một lúc. Cũng may lúc đó còn sớn nên tiệm chưa có ai. Tân kêu lên:

- Hảo! Em qua đây sao không nói cho anh biết? Cả số phoen cũng không để lại. Em có biết là anh kiếm em vất vả lắm không? Anh bỏ cả công ăn chuyện làm, từ bên đó sang đây ..

Hảo đã lấy lại bình tĩnh, nàng cố giữ giọng cho khỏi run:

- Anh còn đi kiếm tôi mà làm gì? Anh lo giấy tờ bảo lãnh cho vợ con anh đi.

Tân khẩn khoản:

- Em vẫn còn giận anh? Chuyện đâu còn có đó. Em rảnh không? Mình kiếm chỗ nào ngồi xuống nói chuyện.

- Tôi đang làm việc. Và lại giữa anh và tôi đâu còn chuyện gì đâu để nói. Hồi ở Vitginia anh đã quyết định chờ đợi vợ con anh sang kia mà!

- Lúc đó anh còn đang bối rối chưa biết tính sao. Bây giờ anh nghĩ kỹ rồi, anh sẽ bảo lãnh vợ con anh sang đây cho tròn bổn phận. Sau đó anh ly dị vợ anh đường ai nấy đi. Rồi anh sẽ làm hôn thú để chung sống hợp pháp với em.

Hảo lắc đầu:

- Tôi không muốn mang tiếng là giựt chồng người khác. Ở Mỹ này đàn ông rẻ như bèo, đâu cần anh thương hại. Anh cứ lo chuyện vợ con của anh trước đi, xong rồi hãy tới đây kiếm tôi.

Thấy Hảo đã chịu nhượng bộ chút đỉnh, giọng nói bớt gắt gỏng, Tan không bỏ lỡ cơ hội:

- Nếu em đồng ý thì tụi mình vẫn chung sống như ngày xưa. Chừng nào vợ anh sang, anh sẽ tiến hành thủ tục ly dị, rồi làm hôn thú với em. Chẳng lẽ em không hiểu lòng anh

Hảo giận dỗi:

- Nếu anh còn thương tôi thì đâu đợi đến hơn hai tháng anh mới bay qua đây kiếm tôi?

- Anh có lại nhà bà chị em hỏi thăm mà bả đâu có thèm tiếp, anh cũng có đi hỏi thăm những người quen mà họ cũng đâu có biết.

Hảo bắt bẻ:

- Xứ này tuy rộng nhưng nếu muốn kiếm tôi cũng đâu có khó. Tôi có trốn nơi thâm sâu cùng cốc nào đâu mà anh nói là khó kiếm.

- Anh đoán là em sang Cali nên bỏ hết công ăn chuyện làm sang tìm em. Cả tuần nay cứ lang thang hết khu phố này đến khu phố khác. Cũng may trời không phụ lòng người. Cuối cùng rồi anh cũng tìm gặp em!

Hảo bật cười:

- Anh mà cũng có lòng nữa à? Em tưởng anh sẽ nói: "*Cuối cùng là tình bơ vơ*" chứ ...

- Mình thu xếp về lại Virginia nghen em! Hay em muốn ở lại đây cũng được. Anh biết anh có lỗi nên mọi chuyện để em quyết định, anh sẽ làm theo hết!

Hảo thấy tự ái được vuốt ve đôi chút, vì cuối cùng Tân đã đích thân sang đây nhận lỗi cùng nàng, nhưng chợt nhớ ra Hoành và buổi hen tối nay. Nàng cảm thấy bối rối không biết sử xự ra sao. Một bên là "*hai năm tình lận đận*", một bên là tình sắp chớm nở. Nàng chưa biết có nên trở lại với Tân hay không, hay lại gieo vào lòng Tân niềm hy vọng thì sau này càng thêm rắc rối. Hảo lấy cớ còn đang trong giờ làm việc nên đuổi khéo Tân đi để nàng có thêm thì giờ suy nghĩ tìm cách giải quyết:

- Thôi anh về đi, tối gọi phone nói chuyện với em sau. Đây là số phone nhà nhỏ bạn của em mà em đang ở tạm. Ờ mà thôi, cho anh số phone chỗ anh ở đi, tối rảnh em sẽ gọi.

Nàng sợ khi Tân gọi đến, Vân sẽ bảo nàng đi ăn tối với Hoành thì hỏng chuyện. Ai bảo đàn bà không biết bắt cá hai tay? Nhưng Tân quá sốt sắng:

- Anh không có chuyện gì để làm bây giờ cả. Anh qua bên kia gi ly cà phê đợi em xong việc rồi tụi mình đi ăn tối luôn. Hai tháng rồi không gặp em, giờ đợi em một ngày thì đã sao?

- ANh ngồi bên bển thì tâm trí ở đâu mà em làm việc! Thôi anh đi đâu chơi đi, khoảng năm giờ ghé lại rước em.

Tân đồng ý, bước ra khỏi tiệm còn quay lại nháy mắt nhìn Hảo, Hảo ngó theo với cặp mắt tuy không buồn như *"đôi mắt u uẩn chiều tiễn đưa"* mà lại bối rối. Nàng không biết phải từ chối Hoành cách nào đây? Cáo bệnh chăng? Không được, vì Hoành sẽ lật đật chạy lại xem Hảo bớt chưa. Bận công chuyện chăng? Chuyện gì quan trọng dữ vậy, để mai làm cũng được mà. Thật ra Hảo cũng còn nặng tình với Tân lắm. Thấy Tân bỏ cả công ăn chuyện làm sang đây để kiếm mình, Hảo thấy cũng đủ để tha thứ cái tội dám mon men trở về với vợ cũ của Tân. Còn Hoành thì Hảo chỉ mới có cảm tình thôi, chưa chắc gì đã tâm đầu ý hợp mà tính chuyện lâu dài. Yêu Hoành thì gia đình chắc rồi sẽ yên ổn, sẽ con đàn cháu đống như vợ chồng Dụng và Vân, cuộc đời sẽ buồn như đêm ba mươi. Với

Tân thì cuộc sống chắc sẽ sóng gió nhiều hơn, nhưng càng trắc trở thì tình yêu sẽ càng thi vị vì đã được thử thách! Hảo quyết định sẽ không nói một lời nào với Hoành cả để Hoành muốn nghĩ sao thì nghĩ. Đằng nào thì cũng chả nên cơm cháo gì, thôi thì đừng gieo vào lòng Tân một chút hy vọng nào cả, dù là một hy vọng cuối đường hầm, hay cho Hoành một phút huy hoàng rồi chợt tắt!

Chiều hôm đó Hảo thu xếp một mớ hành trang rồi theo Tân "trở về cố quện", mặc cho Vân vừa đấm vừa thoa, vừa vỗ về năn nỉ vừa cảnh cáo răn đe "vợ lão Tân sang tạt át xít thì mày có thành Cẩm Nhung cũng không ai thương hại". Đàn bà khi yêu đâm ra mù quáng, trời gầm cũng không nhả, nói gì đến một vài lời khuyên bảo như nước trôi đầu vịt của Vân! Chỉ tội nghiệp Hoành, tối hôm dó ôm một bó hoa hồng đỏ thắm, đứng trước cửa tiệm Hảo làm, thẫn thờ như vừa bị mất sổ gạo. Đã bảo: *"Đường vào tình yêu có trăm lần vui có vạn lần buồn"* mà. Nhưng Hoanh đã bước vào con đường yêu bao nhiêu lần rồi mà chỉ toàn chuốc lấy thất bại chua cay chứ có vui vẻ gì đâu.

Buông mình xuống nêm xe, Hoành không biết sẽ lái xe đi đâu cho hết buổi tối hôm nay. Từ máy cassette một bài hát quen thuộc vọng ra văng vẳng: *"Em chợt đến chợt đi anh vẫn biết Trời chợt mưa chợt nắng bởi vì đâu ..."* Chưa bao giờ Hoành lại thấy đàn bà đáng căm thù hơn lúc này. Rồi thì cũng kết thúc một chuyện tình. Hoành tự nhủ lòng từ nay sẽ không thèm để ý tới một ngườ con gái nào nữa cả, đợi cho cơ thể thật thánh thiện rồi sẽ xuống tóc quy y! Cuộc đời ô trọc này có chi mà vương vấn!

NƠI KHÔNG CÓ MÙA XUÂN

Trong đám bạn cùng lớp Vân thân với Phương Nam nhất. có lẽ tánh ý của hai đứa có nhiều điểm trái ngược nhau.

Khi mà mình không tìm được người cùng ý thích để chơi thì chơi với người khác tính ý cũng có nhiều điều thú vị lắm chớ. Trong lúc Vân rụt rè nhút nhát, một con mèo thình lình phóng ngang chân hay một con thằn lằn bò trên trần nhà rủi rớt trúng người cũng làm Vân ré lên thất thanh thì Phương Nam lại ngổ ngáo như con trai. Phương Nam có thể cột hai vạt áo để chơi u trước cổng trường, hay vật đám bạn xuống đất rồi trèo lên đấm thình thịch cùng với tiếng cười giòn tan thì Vân chỉ biết đứng nhìn ngao ngán và dĩ nhiên, hơi khâm phục chút đỉnh. Phương Nam có giải thích là tại ngày xưa lúc sanh Phương Nam, trên Phương Nam đã có ba bà chị, lúc đẻ Phương Nam ra thấy không có ... trái ớt hiểm nên ba má Phương Nam quyết định cho Phương Nam ăn bận như con trai. Thét rồi Phương Nam lậm tính ... đực rựa lúc nào không hay, y như cái tên tiền định "Nam" do ba má đặt. Nhiều lúc Phương Nam dỗ dành Vân y như một người anh dỗ dành một người e gái bé bỏng làm Vân cũng phải phì cười.

Đã vậy thôi đâu, hoàn cảnh nhà Phương Nam với nhà Vân lại có nhiều dị biệt. Ba Phương Nam làm trung tá ở bộ tổng tham mưu. Ngày nào cũng có xe jeep đưa bốn chị em Phương Nam tới trường. Mấy bà chị Phương Nam tới sớm để ... ăn hàng, còn Phương Nam tới sớm để chơi u, chơi nhảy dây hoặc đánh vũ cầu. Nhà Vân ở trong khu Bàn Cờ, gần chợ Vườn Chuối. Nếu có trốn quân dịch thì cứ chạy vào khu Bàn Cờ thì có trăm ngõ để chạy. Chẳng vậy mà số nhà của Vân có tới bốn, năm cái "sur" đó sao. Má Vân may đồ trẻ em bỏ mối cho mấy chợ, còn ba Vân, hình như hai người ly thân từ hồi Vân hai, ba tuổi gì đo lận. Những hình ảnh về ba Vân đối với Vân nhạt nhòa và méo mó nhiều lắm vì hồi đó Vân còn quá nhỏ. Nhưng chẳng bao giờ Vân và chị Thu của Vân đề cập đến ba Vân trong câu chuyện hàng ngày vì má Vân có vẻ không thích. Thỉnh thoảng tan trường thấy bạn bè có ba đến rước, Vân cũng cảm thấy tủi thân chú đỉnh nhưng rồi cũng quen, vì nếu không thay đổi được thì mình đành phải chấp nhận vậy. Chị Thu lớn hơn Vân cả mười tuổi nên dưới mắt chỉ, Vân chỉ là một đứa con nít không hơn không kém. Chị Thu có thế giới riêng của chị, đi học về buổi tối chị Thu đi kem tư gia, ít khi nào chị em Vân tâm sự với nhau về chuyện gì. Cũng may đến trường, Vân còn có Phương Nam, còn có những ngỗ ngịch của Phương Nam mà cằn nhằn, còn có tính cứng rắn của Phương Nam để mà Vân nhõng nhẽo.

Cho đến một hôm, Vân khám phá ra phần nào cái thế giới kỳ bí của chị Thu. Hôm ấy tan trường về, đạp xe tới đầu xóm vân đã thấy ba bốn chiếc xe của cảnh sát đậu ngay trước ngõ.

Hàng xóm đang bu quanh nhà Vân, hình như bên trong cảnh sát đang lục lọi tìm kiếm gì đó. Lúc Vân lách được đám con nít trước cửa để bước vô nhà, thì thấy má Vân đang ngồi cạnh bàn máy may, mặt cắt không còn chút máu. Còn chị Thu đứng lầm lì ở cửa nhà bếp. sau này Vân mới biết là chị Thu có trong tổ chức sinh viên ở trường chuyên môn tổ chức xuống đường phá rối trật tự trị an nên cảnh sát tới nhà lục soát để xem có tài liệu gì không. Chị Thu bị bắt cùng với khoảng năm người bạn nữa, bị câu lưu để điều tra ở bót cảnh sát tới một tuần sau mới được thả về.

Tối hôm đó, Vân nghe má Vân khóc với chị Thu:

- Một mình ba mày đã làm cho tao khổ quá rồi, giờ còn thêm mày nữa thì làm sao tao sống đây?

Giọng chị Thu gay gắt:

- Má làm gì mà quýnh lên dữ vậy? Con đâu có làm gì đâu! Tại cảnh sát họ hiểu lầm thôi mà!

Má Vân nói qua nước mắt:

- Không có lửa làm sao có khói? Mày liệu mà lo học hành rồi lấy chồng như người ta! Con gái lớn mà cứ nhông nhông ngoài đường làm những chuyện như vậy không nên đâu! Mày có thương tao, thương em mày thì mày phải biết suy nghĩ chớ!

Sau hôm đó hình như chị Thu có vẻ dè dặt hơn, đi về đúng giờ hơn trước, nhưng có trời mà biết chị Thu đang toan tính cái gì trong đầu. Phương Nam cho Vân biết là ở trương Khoa Học, người ta đang đồn ầm lên là chị Thu là Việt Cộng nằm vùng, hình như móc nối với ba Vân thì phải. Lúc này Vân mới té ngửa ra là tại sao ba má Vân bỏ nhau, nhưng chỉ biết vậy thôi chứ đời nào Vân dám hỏi thẳng má Vân, nhất là từ sau cái vụ chị Thu bị cảnh sát bắt.

Từ khi xảy ra vụ chị Thu bị bắt, Vân mới bắt đầu để ý xem chị Thu ưa làm gì, và thỉnh thoảng hỏi xa gần má Vân chuyện của ba Vân nữa. Thiệt tình mà nói thì Vân không có cảm tình với ba Vân lắm, mà làm sao Vân có được khi ba Vân đã ly thân với má vân từ khi Vân còn quá nhỏ, một kỷ niệm, một ý thích, hay thậm chí một tấm hình của ba Vân cũng bị má Vân dấu nhẹm. Vân lục lọi ở đáy kẹt các va li trong nhà, mở tung những túi những xách dấu trong kẹt tủ cũng không thấy. Vậy thì chỉ có cách để ý chị Thu, nếu quả lời đồn đãi trong trường Khoa Học mà Phương Nam nghe được là đúng, nghĩ là chị Thu có liên lạc với ba Vân. Nhưng cũng vô ích mà thôi vì ngày đó chị Thu sinh hoạt trong hội sinh viên ở trường, nếu có biểu tình xách động đòi Mỹ cuốn gói về nước thì cũng là do những bàn tay bí mật điều khiển mà thôi.

Cuối tuần Vân thường lên nhà Phương Nam chơi, căn biệt thự xinh xắn nằm trên đường Hiền Vương, gần ngã tư Pasteur. Vân thích đứng trên lan can nhìn xuống đường phố ngắm xe cộ qua lại. Cả một con đường với hai hàng cây xanh mướt mắt tạo cho Vân cái cảm giác êm ả, hơn là khu xóm lao động Bàn Cờ nơi mẹ con Vân đang ở. Vườn nhà Phương Nam trồng hoa nhiều hơn cây ăn trái, chỉ có một cây mận sọc sum sê quả mà Vân và Phương Nam thường trèo lên hái rồi dầm với nước mắm đường ăn suốt cả buổi chiều. Phương Nam trèo cây thoăn thoắt, còn Vân đứng ở dưới cầm cái rổ đựng cho Phương Nam ném xuống. Ăn chán, Vân và Phương Nam kéo xuống bếp lục đồ ăn trong tủ lạnh. Má của Phương Nam cũng dễ chịu, bà bày Vân làm bánh làm mứt rồi chép miệng:

- Cái con Nam thì chẳng bao giờ ghé mắt tới những chuyện này. Ăn thì nó ăn nhiều nhứt nhà, mà hễ nói tới chuyện bếp núc là nó rút đầu rút cổ. Mai mốt chắc có ma rước nó!

Phương Nam cười hì hì:

- Thì mai mốt con đi lấy ... đầu bếp. Mà đầu bếp nấu ăn ngon thường là người Tàu, về tới nhà nó có kêu ba má là ngộ với nị thì đừng có đổ thừa con.

Má Phương Nam cười:

- Tàu nào mà chịu lấy mày, tào lao thì có!

Phương Nam vừa chạy lên lầu vừa nói vọng xuống:

- Hơi đâu mà lo má ơi! Trời sanh voi sanh cỏ mà!

Vân tới nhà Phương Nam chơi thường xuyên nên má Phương Nam coi Vân như con cái trong nhà. Bữa nào về trong giỏ xe đạp của Vân cũng đầy ắp bánh trái, nếu không cũng là món nọ món kia mà má Phương Nam nói là "của ngườ quen tặng ở nhà xài không hết".

Cuộc sống của Vân đang bình lặn: mỗi ngày cắp sách đến trường, buổi chiều chở má Vân đi các chợ bỏ hàng hay thu tiền, cuối tuần vân thường lên nhà Phương Nam chơi hay ngược lại, hoặc hai đứa đạp xe đi vòng vòng Sài Gòn chơi. Ngó thấy mấy đứa con nít trong xóm Vân chạy chơi huỳnh huỵch ngoài ngõ, Phương Nam thường ao ước, phải chi mà Phương Nam ở cái xóm như vậy, Phương Nam sẽ làm ... chúa đảng con nít. C'ai gì chớ đánh đáo, bắn ná, uýnh lộn ... vốn là nghề của nàng! Vân cãi:

- Vậy chứ làm giặc trong trường trong lớp chưa đủ hay sao

mà mày còn muốn gây họa ở xóm nữa? Nói cho mày biết, con nít ở đây mất dậy lắm đó, thêm người lớn cũng ít ai biết điều thành ra mỗi lần bị mắng vốn là rùm beng cả xóm, lớp con nít la, lớp người lớn chửi lộn muốn điên cái đầu.

Phương Nam chu môi:

Ở trường có mấy mụ giám thị mặt như cú vọ giỡn không đã. Lạng quạng mấy bả gửi thư về mời phụ huynh là má tao cằn nhằn đến nhức xương. Còn cái vụ trị lũ con nít thì cógi` khó, mày thị uy thì tụi nó phải sợ là cái chắc!

Vân nhún vai:

- Giọng điệu của mày giống tiểu thuyết của Duyên Anh quá!

Lúc Vân chưa kịp tìm hiểu thêm về những hoạt động của chị Thu hay tìm ra tung tích của ba Vân thì đùng một cái, Sài gòn "giải phóng". Có ai đó đã nói là sau cuộc đổi đời tháng tư bảy lăm nhà nào cũng có ít nhiều mất mát thay đổi. Vân không ngờ là giữa một xóm lao động đang nhốn nháo buồn nhiều hơn vui thì ba Vân đột ngột trở về.

Làm sao Vân quên được cái giây phút ngỡ ngàng khi ba Vân, trong bộ quần áo bộ đội lạ mắt, chân mang dép râu, bước vô nhà. Có một thoáng im lặng nào đó, nhưng mới nhìn thấy ông là linh cảm cho Vân biết đó là ba của mình. Hay tại ba Vân có cặp mắt của chị Thu, lúc nào cũng có vẻ như cười mà không phải là cười, ẩn dấu những suy tư của mình sau đuôi mắt. Ba Vân đứng ngay cửa, cố giữ giọng tự nhiên:

- Ba mẹ con không nhận ra anh à? Thu đã lớn chừng đó rồi đó hả? Còn Vân nữa, y như lúc Vân còn nhỏ.

Cả má Vân và chị Thu cũng đứng ngẩn người ra như Vân, và ở bên ngoài cửa sổ thì khỏi nói, người lớn con nít bu đầy để coi "cái ông bộ đội lại nhà thím Hạnh để làm gì".

Sau khi nguồn tin được truyền ra là ba Vân ở "trỏng" ra, cả xóm bắt đầu xì xầm: "Hèn gì, dân nằm vùng mà! Nhớ hồi đó có lần cảnh sát lại xét nhà không?", "Mấy ổng hồi đó nghi ai là trúng phong phóc!", "Ê nói nhỏ thôi, bộ muốn ở tù hay sao mà cái miệng ong óng lên như vẩy", "Còn lâu mới sợ, có cái đếch gì đâu nữa mà sợ!"

Về thăm nhà được một đêm, hình như tối hôm đó ba má Vân nói chuyện với nhau tới rất khuya. Ý ba Vân muốn gia đình dọn về một căn nhà khác do mấy người di tản bỏ lại, còn má Vân thì không muốn vì ở đâu quen đó. Nhưng có một điều thầm kín mà ba Vân không biết là vì cuộc hội ngộ đoàn tụ bất ngờ quá làm cả má Vân, chị Thu, và Vân đều không biết làm sao cho đúng. Nhờ có ba Vân về nên vân mới biết ngày xưa tại sao ba má Vân bỏ nhau. Chẳng phải vì hai ông bà không còn thương yêu nhau nữa, mà chỉ vì ba Vân hoạt động cho "mấy ổng" nên hai người mới bất đồng ý kiến. Cũng như bất cứ người đàn bà bình thường nào khác, má Vân chỉ mong muốn có một gia đình đầm ấm và hạnh phúc, trong khi ba Vân thì muốn "hy sinh cho lý tưởng". Và rồi bây giờ ba Vân trở về. Má Vân vì không muốn thấy ba Vân "áo gấm về làng" mà tái hợp, hóa chẳng lẽ ngày xưa vì sợ bắt bớ tù đày mà má Vân bỏ ba Vân hay sao? Chị Thu thì khỏi nói, vui ra mặt. Ít ra những hoạt động của chị ngày xưa bây giờ cũng có người ủng hộ và được kết quả trông thấy.

Sau lần đó, ba Vân còn trở về nhà thêm đôi ba lần nữa, bảo rằng vợ chồng con cái đã xa nhau hơn mười năm, giờ mọi việc đã thay đổi, ông bỏ vào bưng thời gian qua chỉ với mục đích mưu cầu hạnh phúc cho gia đình, nếu má Vân còn từ chối không muốn trở về thì những chia cách trở nên vô nghĩa. Vậy là má Vân bằng lòng dọn ra khỏi xóm Bàn Cờ về một căn nhà tiếp thu rất khang trang trên đường Phan Đình Phùng.

Vân không biết là mình nên buồn hay nên vui nữa. Cái xóm lao động con nít cởi truồng tắm mưa chạy nhong nhong từ đầu ngõ tới cuối xóm, người lớn chửi lộn tối ngày sáng đêm, dùng toàn lời lẽ và ngôn từ nghe qua là phát rùng mình, dù gì cũng là nơi Vân sống qua thời con nít. Tuy rằng có những lúc lại nhà Phương Nam chơi, đứng trên ban công nhìn xuống đường Vân đã từng ao ước có một căn nhà riêng tư như vậy, thế mà giờ đây được dọn vào căn nhà mới, lòng Vân cảm thấy nhiều hụt hẫng hơn là háo hức! Có lẽ sự trở về của ba Vân quá đột ngột! Có lẽ cuộc sống của xã hội chung quanh có quá nhiều thay đổi! Hay là chắc từ nhỏ tới lớn, Vân đã tự coi mình là một đứa "ngụy", bây giờ tự dưng có một người cha "cách mạng", hỏi sao Vân bình thường cho được! Nhưng nói gì thì nói, trong lòng Vân cũng cảm thấy vui vui vì ít ra bây giờ Vân cũng có một gia đình đầy đủ cha mẹ đàng hoàng như mọi người. Ôi sao mà phức tạp cho những ngổn ngang trong suy nghĩ trong lòng Vân.

Trong lúc nhà vân có nhiều thay đổi như vậy thì ở gia đình Phương Nam sự thay đổi càng khủng khiếp hơn. Ba Phương Nam bị đi cải tạo từ giữa tháng sáu, căn biệt thự đã bị phường khóm mượn làm Ủy Ban Nhân Dân Phường. Cả nhà năm mẹ con bị dọn lên tầng trên cùng, ngày trước là phòng ngủ của mấy chị em, chờ ngày đi kinh tế mới. Chị bếp, bác làm vườn đều đã nghỉ làm để về quê làm ruộng. Riêng anh tài xế cấp bậc trung sĩ, đi học tập ba ngày rồi đổi nghề đạp xích lô, thỉnh thoảng có tạt qua nhà vì *"trung tá trước khi đi tù dặn em thỉnh thoảng tạt qua nhà xem bà và mấy cô có cần gì thì giúp"*! Má Phương Nam cang thay đổi nhiều hơn. Bỏ qua những nét tiều tụy hốc hác của những ngày đầu lo lắng, bà bắt đầu lăn ra ngoài xã hội, làm việc trong hội phụ nữ, học đan tre, làm vệ sinh đường phố ... Hình ảnh một người đàn bà nhu mì ưa bếp núc, lo chăm sóc chồng con bỗng một sớm một chiều trở nên một phụ nữ ham mê hoạt động xã hội làm Vân ngạc nhiên. Lẽ ra má Vân mới "nên" trở thành như vậy, chứ còn má Phương Nam, làm sao bà có thể phấn khởi và hồ hởi như vậy được? Cách mạng về, má Vân gặp lại người chồng xa cách, lẽ ra bà phải vui mừng đón nhận cuộc sống mới chứ! Nhưng không, bà có vẻ đăm chiêu hơn trước. Má vân vẫn lấy mối đồ` may cho các chợ mặc dù ba Vn có giới thiệu cho bà một công việc gì đó ở phường. Cuộc sống của ba má Vân có vẻ như một món đồ sứ bị vết nứt lâu ngày, giờ có lấy băng keo dán lại cũng phải nhẹ tay giữ gìn, không khéo nó lại bể nữa. Vết nứt vẫn còn đó, thành ra hai người rất ít tranh cãi với nhau. Hễ phật ý điều gì là một người yên lặng là người kia cũng đoán biết. Sự đối xử dè dặt quá đáng của hai người làm vân cảm thấy có cái gì đó gượng gạo không ổn. Vân nhớ ngày xưa ba má Phương Nam đối xử với nhau đâu có như vậy. Hai ông bà đùa giỡn với nhau như những cặp vợ chồng son mới cưới. Hôm nào đi làm về trễ, bị gặng hỏi thì ông sẽ vui vẻ trả lời : *"Thì lâu lâu phải ghé thăm nhà bà nhỏ, lâu quá cũng nhớ"* má Phương Nam nguýt dài một cái nhưng miệng thì mĩm cười, nụ cười bao dung của một người đàn bà hạnh phúc.

Sự thay đổi ở Phương Nam càng làm cho vân ngạc nhiên nhiều hơn nữa. Trước 75, với tính phóng khoáng và mạnh dạn, Phương Nam được bầu là trưởng lớp. Giờ trở lại trường,

Phương Nam chỉ huy một đám bạn sinh hoạt hội đoàn gì đó. Cũng như má Phương Nam đang có những hoạt động tích cực ở phường nhà, Phương Nam ở trường bỗng trở thành một nhân vật hoạt động sôi nổi, mặc dù bị mỉa mai là "thứ cách mạng ba mươi". Lần đầu tiên gặp lại Phương Nam trong trường, thấy Phương Nam quàng khăn đỏ, trán đẫm mồ hôi vì mới chạy đâu đó về, Vân chỉ khẽ cười chào. Phương Nam cũng nở với Vân một nụ cười mà sao Vân thấy gượng gạo quá. Phương Nam lên tiếng:

- Chiều nay Nam ở lại họp tới sáu giờ lận. Nếu Vân không bận, ở lại họp cho vui.

Vân ngạc nhiên vì lần đầu tiên nghe Phương Nam xưng tên với mình. Hồi đó tới nhau nói chuyện với nhau, Phương Nam và Vân cứ mày tao mi tớ loạn xà ngầu. Vân ngó xuống đất, tránh cho Phương Nam cái nhìn bối rối:

- Chiều tao phải về nhà nấu cơm, chắc ở lại trường không được!

Phương Nam hờ hững:

- Vậy hả. Thôi để thứ bảy cũng được. Bây giờ Nam phải lên văn phòng đoàn lấy mấy cái biểu ngữ đem treo.

Rồi Phương Nam bỏ Vân đi về phía cuối hành lang. Vân đứng dựa vào tường ngó theo cái dáng thân quen đó. Ôi, ngày xưa gặp nhau, hai đứa chia xẻ từng miếng xoài miếng cóc, nói chuyên cà kê dê ngỗng vui biết bao nhiêu. Bây giờ gặp lại, đáng lẽ có bao nhiêu chuyện để kể, thì Phương Nam Rủ Vân ... đi họp! Lẽ ra người sốt sắng tích cực phải là Vân vì dù gì Vân cũng thuộc gia đình cách mạng, Vân có đầy đủ lý do chính đáng để yêu thích cuộc sống mới, để lao vào hoạt động công tác, xuống đường mít ting hội họp chào mừng. Thế nhưng Vân vẫn đứng bên lề cuộc sống, hững hờ và dửng dưng với tất cả biến động ngoài xã hội. Tại sao trong một sớm một chiều gia đình Phương Nam lại thay đổi một trăm tám chục độ như vậy? Chẳng lẽ việc ba Phương Nam đi tù không làm cho Phương Nam bất mãn chế độ một chút gì sao? Và hình như chị hai Phương Nam còn tình nguyện đi thanh niên xung phong. Hay là Phương Nam đã giác ngộ cách mạng? Hay là Phương Nam nhìn thấy đằng sau những biểu ngữ giăng đầy đường phố và những lời kêu gọi rỉ rả trên những cái loa giăng mắc tận hang cùng ngõ hẻ một điều gì đó tốt đẹp thật sự? Vân chịu không hiểu nổi.

Rồi cuộc sống cứ thầm lặng trôi qua. Ba Vân thỉnh thoảng bưng về khi thì cái ti-vi, khi thì giàn máy hát. Nếu má Vân có giương mắt ra ý hỏi thì ba Vân ngập ngừng giải thích:

- Ờ thì của cơ quan không xài nên đem về cho mấy mẹ con có cái dùng.

Vân ít khi nào nói chuyện với ba Vân lâu, và những câu chuyện dính dáng tới chính chị chính em thì lại càng không có. Có lần vô tình nghe ba Vân thuyết giảng về những giác ngộ cách mạng với một số người lạ mặt tới thăm, Vân nghe na ná y như những gì thầy dạy chính trị ở trường giảng. Lạ một điều là ba vân không bao giờ bắt vân phải sinh hoạt đội đoàn gì cả. Ông ra ngoài làm và nói những gì Vân không biết, nhưng khi về tới nhà không bao giờ ông mở miệng nói chuyện cách mạng với mẹ con Vân. Nhiều lúc Vân chạnh nghĩ, giá mà Phương Nam có một người cha cách mạng như Vân vậy chắc Phương Nam vui lắm, vì có nhiều dịp để học hỏi mà hoạt động trong trường.

Phương Nam bây giờ gần như thoát ly gia đình, ăn ở trong trường từ sáng cho tới tối. Hình như Phương Nam tới trường là để hội họp, mít ting, trình diễn văn nghệ hơn là để học hành. Khoảng cách giữa vân và Phương Nam ngày càng xa hơn, nhưng biết làm sao hơn được. Vân có thể chấp nhận một đứa bạn gái có tính nết con trai, ham những trò chơi mạnh bạo, nhưng ít ra Phương Nam vẫn còn những tính con gái như ăn quà vặt, tâm sự vụn vặt kể lể cho nhau nghe năm này tháng nọ không hết, chứ Vân không thể có một người bạn ưa đứng trước đám đông giơ tay múa chân kêu gọi những khẩu hiệu rỗng tuếch. Cách nói chuyện ăn bận của Phương Nam mới càng kinh khủng hơn. Nhiều lúc nhìn Phương Nam, Vân cứ tưởng gặp một nữ cán bộ từ trong bưng ra, mở miệng ra thì một điều đồng chí hai điều đồng chí, nghe mà nổi da gà. Thôi thì mỗi đứa một cách suy nghĩ và một cuộc sống riêng tư, bất quá thì Vân cũng chỉ tiếc là mình mất một người bạn thân, thế thôi. Vân và Phương Nam vẫn đụng mặt nhau trong lớp mỗi ngày, nhưng hình như xa lạ lắm. Có một cái gì đó vô hình ngăn cách hai đứa. Nhiều lúc Vân muốn gặp riêng Phương Nam để hỏi chuyện, nhưng Vân ngại ngùng, sợ Phương Nam lên lớp mình là "phản động" thì còn gì não nùng hơn.

Đã vậy ở nhà Vân lại xảy ra chuyện. Ba Vân đang làm ở Ủy ban Nhân dân Thành phố bị chuyển qua bộ Giáo dục. Bữa cơm tối đó ba Vân báo tin cho má vân biết với giọng hằn học:

- Tụi nó chuyển lần lần tụi ngoài Bắc vô. Lần này anh bị chuyển qua bộ Giáo dục, chắc kỳ tới đổi qua sở Vệ sinh!

Má Vân làm như không để ý, vừa xới cơm vừa nói:

- Ở đâu thì cũng đi làm thôi, cũng ăn ngày hai bữa chớ có làm vương làm tướng gì đâu!

Ba Vân bỗng gắt lên:

- Giọng điệu của bà sao mà giống tụi nó quá: Chỗ nào cũng là công tác cách mạng! Nếu chỗ nào cũng như nhau sao không chuyển tụi ngoài Bắc vô mấy chỗ đó mà lại chuyển tôi? Phe cánh hết!

Tối hôm đó ba má Vân cãi nhau một trận gần tới sáng. Vân nằm trong phòng nghe tiếng được tiếng mất tới gần sáng mới thiếp đi. Ba Vân nói má Vân không biết khuến khích nâng đỡ chồng mà còn có vẻ đắc thắng khi thấy ba vân bị hạ tầng công tác như vậy. Má Vân nói tất cả mọi chuyện nếu có xảy ra đều là do sự quyết định và chọn lựa của ba Vân, bây giờ ba Vân không được quyền trách cứ ai hết. Xã hội có mục ruỗng thối nát thì cũng là do ba Vân đánh đổi mười mấy năm hoạt động để có được. Tự dưng Vân nghĩ đến căn nhà mình đang ở, đồ đạc mình đang dùng, và ngay cả thức ăn mình ăn thường ngày. Có phải những gia đình như gia đình Phương Nam phải mất hầu như tất cả hay những gia đình bỏ chạy từ tháng Tư Bảy Lăm bỏ lại toàn bộ nhà cửa cho những gia đình có công với cách mạng như gia đình Vân vào thay đổi chủ.Bây giờ đây quyền lợi hơi bị lung lay thì trên gương mặt ba Vân đã có những nét cau có gắt gỏng. Hóa ra trong suốt bao nhiêu năm trời ba vân đi làm cách mạng cũng chỉ để cho riêng cá nhân và gia đình hưởng những cái thuộc về tài sản người khác, trong lúc đó cuộc sống ngoài xã hội càng ngày càng đi xuống. Phải chi Phương Nam hiểu được những rạn nứt xảy ra trong một gia đình "có công với cách mạng" như gia đình Vân chắc Phương Nam sẽ đỡ cuồng nhiệt hơn. Vân cũng không biết mình phải xử sự làm sao cho đúng nữa!

Từ hôm ấy trở đi không khí trong gia đình Vân bỗn trở

nên nặng nề khó thở. Lại thêm chị Thu sắp lập gia đình. Anh rể vân ngày xưa học chung với chị Thu, cũng xuống đường biểu tình biểu tiếc, hồi tháng tư cũng chạy ra đường reo hò chiến thắng. Nhưng sau đó dần dần anh cảm thấy lạc lõng vì những gì anh nghĩ và thấy có vẻ trái ngược nhau. Anh mở một lớp dạy vẽ, thời buổi chạy gạo từng bữa, mấy ai quan tâm đến nghệ thuật. Anh vẽ tranh đem đi bán chả ai mua. Đi vẽ bảng hiệu cũng không ai thuê vì làm gì có chuyện cửa hàng tư nhân mà cần bảng hiệu. Sau đó anh dẹp đồ nghề xin đi vẽ guốc Đakao, ít ra cũng thuộc loại lao động sản xuất, khỏi bị phư`ng khóm để ý. Chị Thu nhờ lý lịch tốt nên xin được làm ở bưu điện. Bây giờ chị Thu có vẻ an phận hơn hồi xưa. Hai anh chị mua được căn nhà nhỏ lợp tôn ở Khánh Hội, nhờ tiền tích lũy của má Vân. Căn nhà mùa mưa dột tứ tung, mùa nắng thì nóng như lò bánh mì, vậy mà hình như hai người rất có hạnh phúc. Cái hạnh phúc đơn giản cỏn con mỗi cuối tuần hai vợ chồng đèo nhau trên xe đạp ra bến Bạch Đằng ngồi hóng gió. Thỉnh thoảng chị Thu về thăm nhà được má Vân dấm dúi khi thì vài chục đồng khi thì ít ký gạo làm Vân không khỏi bùi ngùi cho cuộc sống tương lai sau này của mình.

Riêng ba Vân thì sau khi bị đổi qua bộ Giáo dục, ông có vẻ vui hơn vì hình như ở đó ... kiếm ăn được. Vân cũng chỉ đoán được qua những việc như ba Vân thay đổi đồ dùng trong nhà, sắm thêm chiếc Honda để đi làm cho tiện ... Má Vân không may đồ trẻ em nữ vì vải vóc khan hiếm, bà vô tổ hợp may của phường để làm công tác quần chúng, như lời ba Vân vẫn thường nói.

Cho tới một hôm, cũng vào một buổi chiều Vân tan học về như ngày chị Thu bị cảnh sát bắt về tội hoạt động chíng trị chống chính quyền, trước của nhà Vân có một xe công an đậu. Ba Vân đã bị bắt từ sáng trên bộ Giáo dục vì tội nhận tiền hối lộ điều động côn tác, và công an tới nhà Vân để tuyên bố thu hồi căn nhà mà nhà nước đã cấp phát cho gia đình Vân. Mọi việc diễn ra trong lặng lẽ, không có còi hụ, không có con nít đứng xem lố nhố như ngày xưa. Cả má Vân và Vân đều bình thản. Họ gia hạn cho mẹ con Vân hai mươi bốn tiếng, chỉ được mang quần áo và vật dụng cá nhân, còn tất cả những thứ khác đều bị sung công! Buổi chiều mẹ con Vân dọn sang nhà chị Thu bên Khánh Hội ở tạm rồi sáng hôm sau vào thăm ba Vân. Cùng bị bắt với ba Vân còn có hai người bạn thân nữa, là những người đã rủ ông vô bưng hoạt động ngày xưa. Ba Vân nói nhỏ với má Vân:

- Thì ra mình cũng chỉ là một thứ tép riu, một thứ chanh đã bị vắt hết nước! Em về ở tạm nhà vợ chồng Thu, đợi chừng nào anh ra rồi tính.

Má Vân không nói gì, chỉ lấy khăn chậm nước mắt, còn Vân thì nghẹ lời không biết phải nói gì nữa. Vân không thấy giận hờn ba mình mà chỉ thấy tội nghiệp ông thôi. Có lẽ đúng như ba Vân nói, chung quanh Vân biết bao nhiêu trường hợp hối lộ tham nhũng xảy ra nhan nhản mà họ vẫn bình an vì có bóng mát che đỡ. Còn như ba Vân, hơn mười năm trời hy sinh vì một chút lợi lộc nho nhỏ trong đời sống mà phải lãnh chịu một kết quả thảm hại như vậy! Không biết rồi ba Vân sẽ nghĩ sao!

Trở lại trường sau hai hôm nghỉ học, Vân còn đó nhận thêm một tin động trời nữa: cả nhà Phương Nam đã vượt biên. Mấy hôm đầu Vân cứ ngỡ ngàng không biết tại sao gia đình nó cứ thay đổi như chong chóng vậy. Nhưng một tháng sau, khi nhận được thư của Phương Nam gửi từ đảo Bidong của Mã Lai thì Vân mới thực sự hiểu hết người bạn thân duy nhứt của mình:

" ... Vân thương, chắc mày ngạc nhiên lắm khi nhận được thơ của tao. Lẽ ra thì tao đã kiếm cơ hội nói cho mày rõ như rồi tao sợ. Chẳng phải tao ngại mày sẽ tố cáo tao, nhưng mà tao phải cố gắng lắm mới giữ được như vậy.

Ngay từ hồi ba tao đi học tập, má tao và chị em tao đã quyết định làm mọi việc thật tốt theo lệnh họ để ba tao sớm trở về. Tất cả mọi việc làm của má tao và của chị em tao trong thời gian qua chỉ với một mục đích duy nhất là tạo thêm cơ hội cho người ta có thể thả ba tao về sớm. Nhưng rồi mọi cố gắng của ba tao đều vô ích! Bởi vì ba tao cứ bị chuyển trại lần lần càng ngày càng xa cách tụi tao. Trước đây hai tháng, có một người bạn thân ở cùng trại với ba tao ngoài Vĩnh Phú ghé nhà báo cho má tao biết là ba tao đã kiệt sức vì bệnh và đã mất ngoài đó. Một điều trớ trêu là trước đó nhà tao vừa nhân được giấy thăm nuôi và má con tao đang gom góp những thứ trong nhà còn bán được để má tao ra Bắc thăm ba tao một chuyến. Từ ngày giải phóng tụi tao đã sống không bằng bộ mặt thật của chính mình bởi vì tụi tao còn hy vọng một ngày nào đó được đoàn tụ với ba tao. Giờ thì niềm hy vọng đó đã tắt ngủm. Tụi tao còn luyến tiếc gì nữa mà ở lại.

Chú Tám đóng ghe đưa người ta đi nên cho gia đình tao đi ké. Qua đây rồi tụi tao sẽ làm lại cuộc đời, sẽ tự hứa với ba tao là sẽ xứng đáng làm những đứa con ngoan của ổng. Những hoạt động của tao ngày xưa đã chẳng mang lại cho tao một kết quả nào như tao đã lầm tưởng. Tao nhớ lại thời gian đã qua như một quá khứ điên rồ của mình. Tao không tiếc gì cả, chỉ tiếc một điều là không nói sớm cho mày biết để mày khỏi hiểu lầm tao! Vả lại, dù gì mày cũng còn có thể có một đời sống tương đối dễ thở. Còn tụi tao,mãi

mãi rồi cái dấu ấn lý lịch sẽ không làm cho chị em tao ngóc đầu lên nổi! Nhưng cần gì hả mày? Ở một xã hội mà người ta đối xử với nhau bằng lừa đảo gạt gẫm thì còn hy vọng gì cho ngày mai? Tao chỉ cầu mong mày hiểu được tao, và nếu mày còn ở lại bên ấy, hy vọng mày sẽ tìm thấy một chút không khí nào đó để thở, cho dù hiếm hoi đi chăng nữa. Tao cũng thấy mình hơi ngây thơ khi tạo một cuộc sống sôi nổi tích cực để rồi cuối cùng được gì? Nhưng có lẽ tao sẽ không bao giờ quên được những ngày tháng đó, nó sẽ giúp tao yêu quý thêm những gì tao có được sau này, khi mà tao sẽ được nói và làm những gì tao nghĩ, không như những con rối bị người ta giựt dây ở phía sau sân khấu.

Nãy giờ tao viết lung tung quá phải không? Tận đáy lòng tao, tao vẫn nghĩ rồi mày sẽ hiểu tao, và rồi tụi mình vẫn là những đứa bạn thân của nhau, của ngày nào tao trèo lên cây mận hái những chùm mận sọc ném xuống cho mày. Những kỷ niệm của ngày xưa, đâu ai có thể bôi xóa được, nếu mình vẫn còn trân trọng giữ gìn trong ký ức, phải không Vân? ..."

Vân xếp lá thư của Phương Nam bỏ vào trong ngăn kéo. Căn gác xép nhà chị Thu nóng hừng hực như đổ lửa làm vân nhớ tới căn nhà nhỏ của mình ở khu xóm Bàn Cờ, nhớ cả căn nhà xinh xắn ở đường Phan Đình Phùng gia đình Vân dọn vào ở vài năm, cả ngôi biệt thự nhà Phương Nam, sau này đi ngang thấy cái bảng Ủy ban Nhân Dân Phường đỏ chói. Bây giờ không biết Phương nam đang làm gì ở cái đảo Bidong nào đó ở Mã lai. Rồi Phương Nam sẽ định cư ở đâu? Mỹ, Pháp, Úc hay Canada hay bất cứ vùng đất nào đó trên trái đất này sẽ không quá nghiệt ngã như chính Phương Nam phải chịu đựng trên quê hương mình. Nghĩ tới cảnh ba Phương Nam bị tù đày đến kiệt sức mà chết, đến cái dáng thảm não của ba Vân sáng nay khi mẹ con vân vào thăm, Vân mới chạnh nghĩ, hay là ở đây cũng không có chỗ cho Vân, cũng như Phương Nam. Dù gì thì Vân cũng còn phải ở lại đây, để chứng kiến thêm những tang thương và những điều nghịc lý, như đã từng thấy trong mấy năm qua. Cầu mong cho Phương Nam tìm được hạnh phúc cho dù Phương Nam không còn được hít thở bầu không khí thân thương của quê hương mình. Còn Vân, giữa cuộc sống mà Phương Nam có quyền chói bỏ, không biết rồi Vân sẽ còn lạc lõng và ngơ ngác cho tới bao giờ ...

CÁNH CỔNG TRƯỜNG ĐÃ KHÉP

Thi rớt đại học Sư Phạm, Hạnh được chuyển sang trường trung học chuyên nghiệp với học trình kéo dài hai năm và nếu tốt nghiệp sẽ ra trường với mảnh bằng cán sự. Hôm nhận được giấy báo trúng tuyển của trường trung học Tài Chính và Kế Toán, Hạnh không biết là mình nên buồn hay vui nữa! Ở vào thời buổi học tài thi ... lý lịch này, được trúng tuyển vào một trường học, dù chỉ là trường trung học chuyên nghiệp, cũng là một điều mơ ước vượt quá tầm tay với của nhiều người. Nói chi đâu xa, con Diễm bạn học của Hạnh, học xuất sắc từ hồi Đệ thất, năm nào cũng lãnh phần thưởng danh dự toàn trường trước "giải phóng", cũng nộp đơn thi Sư Phạm như Hạnh vậy mà rồi có thấy trường nào gửi giấy báo gọi đi học đâu! THấy con Diễm ủ rũ chạy tới chạy lui nhà mấy đứa bạn để hỏi kết quả, con Hằng, một đứa bạo mồm bạo miệng nhất trong lớp, an ủi:

- Thôi mày ơi, bây giờ "sâu bọ lên làm người", mày học hết lớp mười hai, đậu được cái bằng tốt nghiệp phổ thông cũng là đã may phước lắm rồi. Mấy trường đại học đâu có bao nhiêu ghế, phải nhường chỗ cho con cái cán bộ với bộ đội chuyển ngành nữa chứ, còn lâu mới tới lũ con ngụy có nợ máu với nhân dân như mình.

Con Diễm nói như khóc:

- Hôm bữa thi tao làm bài cẩn thận lắm. Đọc lại ba bốn lần trước khi đem nộp. Trước hôm đi thi tao còn cúng nải chuối, khấn ông bà là nếu thi đậu tao sẽ ăn chay trường một tháng!

Hạnh cười rũ:

- Mặt mũi mày coi cũng sáng sủa lắm mà sao duy tâm dữ vậy em?

Con Hằng tiếp tục vỗ về:

- Tao thì cũng thi rớt lạch bạch như mày vậy mà mày có thấy tao buồn chút xíu nào cho ... bà bắn. Cũng mày là bây giờ thi rớt tao còn có cớ đổ thừa tại lý lịch cho lương tâm đỡ cắn rứt, chứ như hồi xưa thì tao biết đổ thừa ai đi?

Nó ngừng lại một chút, nhấp giọng rồi nói tiếp:

- Mà tao hổng hiểu sao mày lại u não dữ vậy hổng biết! Ông Tú Xương chả từng bảo: "*Cái học ngày nay đã hỏng rồi*" hay sao? Nếu mày thi đậu thì bất quá được học bổng sinh viên mười tám đồng một tháng cộng với mười sáu ký gạo, kể luôn bo bo với bột mì, hổng bằng một bữa tao đi bán thuốc tây ngoài chợ trời với bà chị tao.

Hạnh cũng thở dài:

- Đành rằng đi học bây giờ chán thấy bà, nhưng chẳng thà mình bỏ trường mà đi vượt biên như con Tú còn đỡ tức. Đằng này, đi thi mà rớt vì lý lịch thì thi cử làm quái gì nữa! Cứ lựa đại mấy người có công với cách mạng bỏ vô trường cho gọn, khỏi để những người như con Diễm phải hy vọng. Tao nói thiệt, học giỏi cỡ con Diễm mà còn rớt thì chắc chẳng còn đứa nào có tư cách đậu nữa.

Con Diễm cất tiếng, giọng sũng nước mắt:

- Con Hoa, con lão Tùng hiệu phó đậu Y, mới có giấy báo hôm qua!

Con Hằng nhún vai:

- Mày nói con Hoa Bắc kỳ đó hả? Trời đất, nói hổng phải khoe chứ nó học dỡ như hạch, còn tê, hơn tao nữa. Con Hoa mà sau này có tốt nghiệp ra trường đi làm bác sĩ thì tao nếu có bệnh thập tử nhất sinh chẳng thà nằm nhà uống rễ cây mà may ra còn kéo dài cuộc sống được dăm bữa nửa tháng mà trăn trối với người nhà, chứ vô bệnh viện mà lọt vô tay nó chắc đi đoàn tụ ông bà ngay lập tức!

Hạnh phụ họa:

- Còn nếu bệnh nhẹ không chết thì cũng mag thương tật suốt đời, phải không Hằng?

Con Hằng gật gù:

- Chứ còn gì nữa! Rồi tụi bây chống mắt lên mà coi, tao nói không có sai đâu. Năm ba năm nữa nó ra trường thế nào cũng gây ra án mạng!

Con Diễm lúc này mới nở một nụ cười gượng gạo, dòm như mếu:

- Mày cứ giỏi bôi bác người ta, lý lịch nó tốt như vậy, lại là đoàn viên, thi rớt mới là chuyện lạ.

Con Hằng thêm vô:

- Mai mốt lão Tùng hiệu phó có đi bán muối, trên mộ bia của thằng chả, tao đề nghị khắc: "*Đây nơi yên nghỉ ngàn thu của giáo viên Bùi Văn Tùng, thân sinh của bác sĩ Bùi thị Mỹ Hoa, bác sĩ tốt nghiệp Đại học Y Dược, chuyên trị các bệnh sán lãi, mạch lươn, phong tình, giang mai, hột soài, mồng gà ... Giờ làm việc 24 trên 24, phục vụ nhân dân bất kể ngày đêm không hề mỏi mệt ...*"

Nói chưa dứt câu con Hằng đã bò lăn ra sàn nhà cười hô hố. Hạnh cũng mong được đáo để và vô tư như nó, để thấy cuộc đời này còn chút ít niềm vui. Con Diễm chắc không đến nỗi ngây thơ mà không biết vì sao mình thi rớt, nhưng lúc nộp đơn thi chắc nó cũng nhen nhúm một vài tia hy vọng. Đành rằng ba nó đang đi cải tao, nhưng biết đâu với bài thi xuất sắc, biết đâu nó sẽ được "ơn trên" đoái hoài đến chăng? Bây giờ thì kết quả đã rõ ràng như một với một là hai, trong ba đứa, chỉ có mình Hạnh được may mắn chui vào trường trung học chuyên nghiệp, chắc nhờ cái lý lịch "lao động nghèo thành thị" tương đối trong sạch, không dính líu tới ngụy quân ngụy quyền. Con Hằng chẳng tha thiết gì với trường lớp, chuyện thi cử đậu rớt đối với nó không có ký lô nào hết, nhưng với con Diễm thì khác. Nhìn dáng điệu ủ rũ của nó, cộng với giọng nói uất nghẹn như khóc, Hạnh mới nghiệm ra trên cuộc đời này, có những cái thiệt tầm thường mà không phải hễ mình mong muốn là được.

Đại Học Sư Phạm, với điểm số đậu thấp nhất trong các trường đại học ở thành phố, vậy mà cũng không có chỗ cho con Diễm chen chân thì nói gì đến những trường Đại học khác. Nghề giáo bây giờ vốn là nghề bạc bẽo, vì không "sản xuất ra được của cải vật chất cho xã hội", vốn dĩ là ngành nghề mà đứa học sinh nào cũng chê. Cái thời hoàng kim của Nho học, cái thời mà thầy cô là một hình tượng cao quý đã lùi vào bóng tối. Mấy bà giáo già ở trường Hạnh hồi trước 75 hét ra lửa, học sinh đi ngang cũng hổng dám thở mạnh, cứ lấm la lấm lét không bao giờ dám nhìn thẳng mặt, vậy mà bây giờ vào giờ ra chơi mấy bả cũng xuống căng-tin, chỗ bán thức ăn cho học sinh, bày ra những món quà sáng bán kiếm thêm tiền phụ trội bù đắp vào số lương chết đói của giáo viên. Thấy mấy bả đon đả mời học sinh mua xôi bắp y như những bà bán hàng rong lành nghề, làm Hạnh không khỏi ái ngại cho thiên chức nhà giáo ở xứ mình. Vậy mà trớ trêu làm sao, mấy đứa trong bọn Hạnh đứa nào cũng nộp đơn thi Sư phạm. Giữa mấy đứa mù, chọn ra một đứa chột, vậy mà còn bị chê lên chê xuống như gái già hết thì, nói gì đến được để mắt tới!

Hôm đầu tiên tới lớp, sau bốn giờ đồng hồ bồi dưỡng chính trị cho học sinh mới vào trường đầu năm học, tụi Hạnh phải ở lại để nghe con nhỏ phó trưởng lớp phụ trách đời sống thông báo về lương bổng và tiêu chuẩn nhu yếu phẩm:

- Báo cáo để anh chị phấn khởi, năm nay tiêu chuẩn học bổng của mỗi học sinh tăng lên bốn đồng, tức là hai mươi hai đồng cho mấy anh nam và hai mươi hai đồng rưỡi cho mấy chị nữ. Sở dĩ có sự khác biệt năm mươi xu này là vì tiền vệ sinh phí.

Một tên con trai ở cuối lớp giơ tay phát biểu:

- Tôi không đồng ý. Tiền vệ sinh phí là tiền gì vậy? Con trai tụi tôi cũng đi ... cầu, nói sxin lỗi mấy chị, tụi tôi cũng tốn tiền mua giấy toilette, tại sao lại lãnh ít hơn năm mươi xu?

Vài tiếng cười nổi lên làm con nhỏ lớp phó đỏ mặt, còn chưa biết trả lời sao thì một tên khác, ngồi ở hàng ghế phía trên, kéo đứa bạn mới phát biểu ngồi xuống, nói thì thầm nhưng cũng đủ cho cả lớp nghe từng chữ một:

- Tưởng mày thắc mắc chuyện gì. Tiền vệ sinh phí là tiền "đó đó", mày làm gì có mà đòi năm chục xu?

Tên phát biểu vẫn còn ngơ ngác:

- Tiền "đó đó" là tiền gì ?

Thằng bạn phải chồm xuống nói nhỏ vào tai:

- Đồ ngu như heo! Tiền Châu Du hộc máu mỗi tháng mà mày bày đặt xin thêm. Ở nếu mà mày có tao tình nguyện đưa luôn tiền học bổng của tao cho mày luôn!

- Mua băng vệ sinh thì nói mẹ là mua băng vệ sinh, bày đặt vệ sinh phí với vệ sinh phiếc, bố ai mà đoán cho được!

Hạnh nghe hai tên phá lên cười nham nhở, trong lúc con nhỏ phó trưởng lớp làm như không nghe thấy gì hết, vẫn tiếp tục:

- Tiêu chuẩn lương thực mỗi tháng mà mười sáu ký, có thể là bo bo, mị hay gạo do phòng lương thực quận cung cấp. Ngoài ra sẽ có nước mắm mỗi người nửa xị, kem đánh răng hai người một hộp ... Mấy anh chị theo dõi bảng phân phối lương thực treo gần văn phòng công đoàn, nhưng mỗi tháng tôi sẽ lấy tạm tiền học bổng ra đóng trước rồi trừ lại sau. Có ai có thắc mắc gì không?

Được tới những nửa xị nước mắm và nửa hộp kem đánh răng mỗi tháng, cộng với hai mươi hai đồng rưỡi tiền học bổng, chưa kể mười sáu ký gạo, hèn gì muốn đậu vào phải lựa lọc lý lịch, Lý luận như vậy lô gic quá rồi còn gì! Con Hằng muốn mua được những thứ ấy, phải dang nắng dầm mưa ngoài chợ trời, trốn chui trốn nhủi bọn công an kinh tế rượt đuổi, lại phải sang tay giành giựt mối lái, trăm bề cực khổ! Hạnh chỉ phải đến trường, ngồi nghe giảng dăm bài học chính trị, mắt lơ đãng nhìn ra những hàng cây ngoài khung cửa mà "mộng ngoài cửa lớp". Chỉ có con Diễm, bây giờ đi học đan tre với má nó, ngồi cặm cụi cả ngày với mớ tre nứa đan giỏ xuất khẩu mà tiếc nuối giấc mộng trở thành cô giáo đứng trên bục giảng dạy học trò từ hồi tấm bé.

Hạnh đi học buổi sáng, trừ những bữa phải lao động đột xuất hay có những buổi giảng chính trị cho toàn trường thì phải ở lại cả buổi chiều. Buổi trưa mang theo cơm bỏ trong lon guigoz ngồi nhai trệu trạo dưới bóng cây trong sân trường, xong rồi chui vào lớp kiếm một cái ghế nào đó nằm nghỉ lưng. Chiều về phải lo chuyện cơm nước vì má Hạnh bận đi bán. Bà đón những chuyến xe đò chở súp lơ, rau cải từ Đà Lạt về bỏ mối cho bạn hàng sáng hôm sau. Thỉnh thoảng trúng mối cà phê hoặc trà Bảo Lộc, thì hôm đó bữa cơm ở nhà có thêm một dĩa thịt ba rọi kho, lều bều những mỡ. Ba Hạnh trước 75 là giáo sư ở một trường tư thục, bị thất nghiệp mấy năm đầu giải phóng vì dạy trường tư là tiếp tay cho tay sai đế quốc bóc lột con em lao động không có đủ tiêu chuẩn vào trường công, nơi dành riêng cho "con ông cháu cha"! Việt Cộng mà, nói kiểu nào lại chẳng được! Sau này vì thiếu giáo viên, ba Hạnh được mời đi dạy lại ở một trường phổ thông cấp hai gần nhà. Đi dạy cho có công ăn việc làm với người ta, dù gì cũng là công nhân viên nhà nước để khỏi bị phường khóm để ý, chứ lương của ông, nói theo kiểu má Hạnh, "không đủ tiền cà phê thuốc lá", nói gì đến nuôi vợ nuôi con. Cũng may, nhà Hạnh cũng neo người, chỉ có bốn miệng ăn, ba má Hạnh, Hạnh và thằng Quân, thằng em kế thua Hạnh một tuổi.

Thằng Quân đang học lớp mười hai ở trường lê Hồng Phong, trước 75 là trường PetrKy'. Cổng trường này ngày xưa có khắc hai hàng chữ Nho với tàng cây phượng vĩ mỗi mùa hè nở hoa đỏ ối trông vừa trang nghiêm vừa rêu phong cổ kính vừa thơ mộng. Hai câu chữ Nho này thằng Quân bảo thầy Sử Địa giải thích cho tụi nó là: "*Khổng Mạnh Cương Thường Tu Khắc Cốt, Âu Tây Khoa Học Yếu Minh Tâm*", đó cũng là phương châm đào tạo học sinh của trường, dĩ nhiên là trước 75. Sau này ban Giám Hiệu mới gồm những ông bà lạ hoắc lớp ở trong bưng bò ra lớp ở Ngoài Bắc chạy vào, đứng nắm nghía hai hàng chữ Nho thấy có vẻ Trung Quốc quá, bèn làm một màn sáng kiến tối kiến, đổi thành hai câu thơ "chó cắn" của bác Hồ "Đoàn kết đoàn kết đại đoàn kết Thành công thành côn đại thành công"!

Năm nay thằng Quân đã mười tám tuổi, cái tuổi mà ở dưới quê dám đã có vợ con đùm đề, thì thằng Quân em Hạnh hãy còn trẻ người non dạ lắm! Trời mưa nó còn bận quần xả lỏn ở trần chạy đá banh với lũ con nít cùng xóm. Nhớ hồi mười hai mười ba tuổi, tối đã biết để ý tới bề ngoài của mình, chăm chút mái tóc, đi đứng điệu hạnh nhẹ nhàng thì, trời ạ, thằng Quân buổi tối ngủ còn đái dầm. Nó nằm ngủ trên gác xép, ngay phía trên đầu giường của Hạnh ở dưới nhà. Một buổi tối, trong lúc Hạnh còn đang say nồng trong giấc điệp, chợt mơ thấy những giọt nước rơi long tong trên đầu mùng, rớt tõm vào ngay giữa trán. Hạnh cứ tưởng trời mưa nhà bị dột nên yên tâm nằm mơ tiếp, nhưng một cảm giác nong nóng cộng thêm mùi khai bốc lên nồng nặc làm Hạnh té ngửa nhận ra thủ phạm đích thị là thằng em quý báu của mình chứ không có nhà dột gì ráo! Tung mền dậy, Hạnh hét toáng lên là có đứa đái dầm, làm cu cậu mắc cỡ gần cả tháng, mỗi lần đụng mặt Hạnh là lảng đi chỗ khác liền lập tức.

Hạnh phân bua với má Hạnh:

- Con đang ngủ ngon lành thì nước rơi lõm bõm trên trán. Cũng may con ngủ không có há miệng, chứ nếu không nó mà rớt vô trúng miệng chắc bị ... á khẩu suốt đời.

Má Hạnh còn đang ngái ngủ, bà lầu bầu:

Mày làm cái gì mà nửa đêm nửa hôm dựng đầu cả nhà dậy như bị ... hiếp dâm vậy hả? Em nó có lỡ đái dầm một chút, mày ong ỏng cái miệng như vậy, rủi hàng xóm láng giềng nghe được nó mắc cỡ, tội nghiệp!

Hạnh ú ớ tức cành hông. Quan tòa chẳng những đã không buộc tội bị cáo, mà còn quay sang dũa nguyên cáo nữa. Ba má Hạnh đều thuộc loại trọng nam khinh nữ, lúc nào cũng bênh vực thằng Quân, sớm muộn gì nó cũng ... hư, tới lúc đó có hối cũng không kịp.

Theo lời má Hạnh kể lại thì Hạnh ghét thằng Quân từ hồi nó mới đẻ lận. Lúc má Hạnh bồng nó từ nhà bảo sanh về, hồi đó Hạnh vừa giáp năm chứ bao nhiêu, thấy má Hạnh cứ cả ngày săn sóc nó, hết dỗ cho nó ngủ, rồi bồng ẵm nó trên tay, bỏ Hạnh lủi thủi một mình nên Hạnh ... ghen! Lợi dụng những lúc nó nằm ngo ngoe trên giường có một mình, Hạnh liền xà lại, nhéo một cái cho bõ ghét! Đó là chuyện do má Hạnh kể lại, Hạnh cũng bán tín bán nghi, không biết có đúng hay không, hổng lẽ Hạnh lại tiểu nhân dữ vậy sao? Nhưng nếu có thật đi chăng nữa thì Hạnh cũng không chịu trách nhiệm, vì hồi đó

Hạnh còn nhỏ quá mà, còn ngây thơ khờ dại có biết gì đâu!

Thằng Quân ít bao giờ nói chuyện với Hạnh quá năm phút. Má Hạnh nói tại vì tụi Hạnh khắc khẩu. Hình như mỗi lần nó tự động đến tìm Hạnh là y như rằng có chuyện nhờ vả hay xin xỏ. Con Hằng cũng có "thằng" anh lớn hơn nó một tuổi, cũng gây lộn với nó hà rầm, không khác gì giữa Hạnh với thằng Quân. Nó kể cho Hạnh nghe, thằng anh của nó cũng bày đặt có đào, mượn của nó hai chục đồng dẫn đào đi coi xi nê với ăn đậu đỏ bánh lọt với bò bía bưu điện cả năm rồi không thấy trả. Đó là chưa kể mượn lặt vặt năm ba đồng mua thuốc hút mà vì nó lu bu quá nên quên đòi. Tụi Hạnh đi đến kết luận: "Bọn con trai mới lớn không có sòng phẳng, đừng bao giờ để chúng nó lợi dụng tình cảm ruột thịt mà móc hầu bao của mình ra, có ngày phá sản"

Con Diễm ngồi nghe tụi Hạnh bàn tán, nó ngán ngẩm lắc đầu:

- Nghe tụi bây tính toán mà tao chán ngán cho nhân tình thế thái, coi đồng tiền như cái bánh xe!

Con Hằng hùng hổ:

- Không tíng toán sao được mậy! Đồng tiền liền khúc ruột, để cho thằng anh tao xài nó còn nghĩ mình khờ nữa.. Vậy mà tao hổng hiểu sao thằng chả cũng có đào tụi mày ạ, con nhỏ dòm coi cũng đẹp gái lắm chớ bộ giỡn sao, hổng biết con mắt nó có bị bồ lệch ăn không?

Hạnh cười khúc khích:

- Thôi đi "má", mày vừa vừa thôi, mày làm quá thằng anh mày nó đăng nhựt trình từ mày bây giờ!

Thằng Quân mỗi lần muốn xin tiền Hạnh, thường là để mua thuốc hút, bao giờ nó cũng xàng qua xàng lại trước mặt Hạnh, đợi Hạnh ngứa con mắt lên tiếng hỏi thì nó mới nhập đề. Có nhiều bữa nó lạng qua lạng lại trước mặt Hạnh cả mười phút mà Hạnh cứ làm bộ như không thấy, giả đò chúi mũi vô quyển sách học làm nhưddang học bài, khiến nó chịu hết nổi phải lên tiếng:

- Còn tiền không? Cho mượn hai đồng mua Hoa Mai hút coi! "Vả" từ hồi trưa tới giờ rồi!

Chị em Hạnh nói chuyện không có xưng hô chị em hay mày tao hay tên, mà cứ nói trống không như vậy, ai muốn hiểu sao đó thì hiểu. Hạnh làm bộ ngây thơ:

- Mượn hay là xin? Mày làm gì có tiền trả mà bày đặt mượn?

- Cho thì cho đại đi, bày đặt rắc rối. Bà cang ngày càng khó tính giống má đó nha!

- Tao giống má chứ hổng lẽ giống mày? Nói chuyện nghe trớt quớt!

Nói vậy chứ Hạnh cũng với tay lấy cái giỏ xách tìm cái bóp, móc ra hai đồng cho nó. Thấy tiền hai con mắt nó sáng rỡ, bèn kèo nài thêm:

- Cho luôn ba đồng luôn đi! Hai đồng có ba điếu, ba đồng tới năm điếu lận.

Hạnh xì một tiếng:

- Hút nhiều chỉ tổ ho lao chứ ích lợi gì! Mày là cái thứ được voi đòi tiên. Mới xin có hai đồng mà bây giờ đã lên tới ...

Nhưng thằng Quân có thèm nghe Hạnh cằn nhằn đâu. Nó chụp lấy ba đồng trên tay Hạnh, phóng như bay ra đầu xóm, để mua thuốc. Lớn tồng ngồng cái đầu mà loi choi như con nít! Nếu không phải nó bị bể tiếng, cộng thêm vài cọng râu mọc lủa tủa dưới cằm, chẳng bao giờ Hạnh nghĩ thằng em của mình đã bước vào tuổi dậy thì! Vài ba năm nữa, nếu nó có dẫn con nhỏ nào về xin ba má Hạnh làm đám cưới, chắc Hạnh sẽ ngả ra bất tỉnh nhân sự chứ chẳng chơi.

Một điều mà cả nhà Hạnh đều công nhận là thằng Quân thông minh ... gấp đôi Hạnh lận! Tưởng đem so sánh với ai, chứ đem so sánh với, một đứa từ nhỏ đã quan niệm *lấy cần cù bù ngu dốt* thì còn gì để nói nữa. Thằng Quân ít bao giờ để ý tới bài vở trong lớp, vậy mà nó cứ lên lớp đều đều. Thì giờ của nó phần lớn là tụ tập với lũ bạn cùng xóm, ban ngày thì đá banh, ban đêm thì xách guitar đờn ca hát xướng. Có những lúc nửa đêm thức giấc, nghe tiếng đàn classic của thằng Quân vọng từ gác xép xuống, Hạnh cũng không khỏi bâng khuâng tự hỏi lòng, thằng em trai của mình chắc cũng có chút tâm hồn nghệ sĩ, chứ nếu không sao mà tiếng đàn của nó lại nghe du dương và thổn thức đến như vậy.

Năm nay thằng Quân nộp đơn thi Bách Khoa, tức là trường Phú thọ ngày xưa. Ngày xưa nghe nói mấy ông kỹ sư ra trường ở Phú Thọ "ngầu" lắm, nhưng ba Hạnh nói mấy thầy giỏi đã vượt biên gần hết, chỉ còn một số ít, cộng thêm một số giảng viên ở ngoài Bắc chuyển vô, thêm một vài sinh viên giỏi được giữ lại trường phụ giảng, nên trường Bách Khoa bây giờ chỉ có tiếng mà không có miếng. Năm nay coi bộ nó siêng học hơn mọi năm, có những đêm thấy nó chong đèn ngồi học bài, má Hạnh đi ra đi vào, nhìn âu yếm.

Mùa hè năm đó Hạnh vừa kết thúc một năm học với hơn nửa chương trình là những bài giảng chính trị và họp hành lao động, chế độ cần những cán bộ "hồng hơn chuyên" mà, thì thằng Quân thi tốt nghiê.p phổ thông xong và chuẩn bị ôn thi tháng cuối để thi vào đại học. Tình hình biên giới phía bắc và phía tây nam, giáp ranh với Kampuchia đã bắt đầu nhen nhúm nhiều rối rắm. Những đợt lùng bắt nghĩa vụ quân sự nổ ra khắp các phường, các quận trong thành phố. Những bài ca quân hành ra rả trên radio. Những tin tức chiến sự nghe lén trên đài VOA, BBC không khỏi làm cho ba má Hạnh lo sợ. Thằng Quân năm nay đúng mười tám tuổi, lớ quớ là bị phường gọi đi nghĩa vụ quân sự thì còn gì là tương lai. Ba Hạnh hy vọng nó thi đậu đại học thì sẽ xin xỏ cho nó hoãn vì lý do học vấn. Má Hạnh nhiều đêm than vắn thở dài, ước gì có năm ba cây vàng lo cho thằng Quân vượt biên thì may ra mới trút bỏ được niềm âu lo đang canh cánh trong lòng. Nhiều đêm ngồi ngó thằng Quân ngồi ôm cây đàn, tay cầm cái phím đồi mồi mà một người anh truyền nghề đờn cho nó tặng trước lúc vượt biên, đôi mắt nhìn xa vắng, Hạnh không biết nó đang suy nghĩ cái gì trong đầu . Có những đêm, ngó lên gác, thấy nó còn chong đèn ngồi học bài, Hạnh leo lên gợi chuyện:

- Mày ôn bài hết chưa mà ngồi ôm đàn vậy? Năm nay nghe nói thi khó hơn mọi năm đó nha.

Nó nhìn Hạnh cười:

- Khó gì mà khó bà. Chắc cũng như mọi năm thôi. Sợ là sợ mình không phải gia đình cách mạng, lại càng không phải đoàn viên đoàn cục gì ráo, trình độ chính trị "ăn trắng mặc trơn" như vậy, hổng biết có thi đậu nữa không đây!

- Tao đã nói rồi, mày không chịu sinh hoạt gì trong trường hết. Tao là con gái, có thi rớt thì đi theo má buôn bán cũng được. Mày ráng sinh hoạt lấy cái đối tượng đoàn kèm vô lý lịch. Thời buổi này đâu phải chỉ học giỏi là đủ đâu. Con Diễm bạn tao, học giỏi nhứt lớp, mà năm ngoái thi rớt cái bịch, nó khóc đúng một tháng, hai con mắt sưng vù như hai trứng hột vịt lộn!

- Đối tượng đoàn gì bà! Tui mà đeo khăn quàng đỏ đi họp hành la lối khẩu hiệu là có ngày trời xập. Nếu có "Ác cảm đảng" với "đối thủ đoàn" thì tui vô!

Hạnh phì cười:

- Mày phản động vừa vừa thôi, người ta nghe được bị bắt đi cải tạo nói sao xui. Còn tiền mua thuốc hút không? Cái mặt mày nghe tới tiền là tươi tỉnh liền. Hút ít thôi, đêm nào cũng nghe mày ôm ngực ho sù sụ như ho lao thời kỳ cuối.

Thằng Quần gãi đầu:

- Không bao giờ bà cho tiền tu mà cho một cách yêm thắm nhẹ nhàng. Thế nào cũng kèm theo vài câu mắng mỏ thị uy!

Hạnh dúi vào tay nó mười đồng cắc ca cắc củm tiền chở cả tuần nay để dành được, rồi bước xuống nhà. Má Hạnh nói đúng, tuy có ưa gây gổ với nó nhưng Hạnh cũng thương nó lắm chứ bộ, nhà có hai chị em, không thương nó thì Hạnh còn biết thương ai ?!

Giữa tháng bảy, thằng Quân đi thi vô đại học. Nhưng đầu tháng tám, khi còn đang nằm nhà đợi kết quả, thường sẽ công bố trước tháng chín để kịp bắt đầu năm học mới, thì thằng Quân có tên trúng tuyển nghĩa vụ quận sự của phường! Đúng là, *rồi tin dữ đi mau và tin cưới theo sau*! Hôm thằng bộ đội làm ở phường đội đem giấy báo tới nhà, má Hạnh khiếu nại:

- Con tôi đang chờ kết quả thi đại học mà. Chưa chi mà kêu nó đi nghĩa vụ ngang xương như vậy sao được?

Thằng bộ đội mặt non choẹt, ú a ú ớ:

- Bác có thắc mắc gì thì xách tờ giấy này lên phường, lên quận mà hỏi. Danh sách họ gởi xuống, tụi cháu chỉ có việc thông báo mà thôi.

Má Hạnh cũng chưa chịu thua:

- Nhưng mấy cậu cũng phải tùy hoàn cảnh chớ. Thằng con tôi thi đại học chưa biết kết quả ra sao, nếu nó đậu phải cho nó đi học chớ! Chừng nào rớt hẵng hay .

Thằng bộ đội ngắt lời:

- Đậu đại học đi bộ đội cũng được chớ sao. Đi ba năm về khỏi cần thi lại, nhà nước có chế độ đã ngộ bộ đội phục viên mà.

Thấy má Hạnh giằng co qua lại với thằng bộ đội ngoài cửa, ba Hạnh bước ra kéo bà vào, không quên quay lại nói với nó:

- Cảm ơn "đồng chí", để tôi lên phường hỏi thăm tình hình coi sao

Đợi thằng bộ đội đạp xe đi rồi, ba Hạnh mới quay sang má Hạnh, gắt nhỏ:

- Thằng đó là thứ tép riu có biết cái gì đâu mà hơi đâu bà tốn nước miếng. Để tui vô phường xin hoãn một hai tháng cho thằng Quân đợi kết quả thi đại học coi họ có cứu xét không.

Ba Hạnh sau đó chạy lên tận Thành đoàn khiếu nại, nhưng đi tới đâu cũng bị lắc đầu nguầy nguậy. Đã vậy ông còn bất đắc dĩ phải nghe giảng cho hàng chục bài chính trị, nào là "tình hình đất nước", nào là "nghĩa vụ thanh niên" ... Má Hạnh bàn với ba Hạnh gởi thằng Quân ở nhà người quen của má Hạnh ở Hóc Môn, đợi khi nào tình hình êm rồi về. Nhưng như vậy cũng không được, vì thằng Quân đã bị cắt hộ khẩu, về nhà ở không được, lớ quớ bị tụi công an phường bắt về tội trốn nghĩa vụ quân sự thì chắc bị đi cải tạo mút mùa lệ thủy.

Chỉ có tờ giấy báo trúng tuyển nghĩa vụ quân sự của thằng Quân nhỏ bằng bàn tay, in trên loại giấy vàng úa nấu đi nấu lại cả chục lần mà làm cho không khí gia đình Hạnh nặng chình chịch. Ba Hạnh vò đầu bứt tai vì bất lực không sao can thiệp được cho thằng Quân khỏi đi, hay ít ra là đợi một tháng nữa, chờ kết quả thi đại học. Má Hạnh thì thở dài sượt sượt, chạy tới chạy lui nhờ người quen kiếm đường cho thằng Quân đi vượt biên. Dạo ấy muốn đi bán chính thức phải đóng cả mười hai cây cho một đầu người, đi chui thì rẻ hơn, chỉ có nửa giá, nhưng ra bãi có bị công an bắt thì tiền mất tật mang ráng chịu. Cũng có những nơi tổ chức rẻ hơn, chỉ có hai ba cây, nhưng của rẻ là của ôi, mười vụ là hết tám vụ lường gạt. Một cây vàng đối với gia đình Hạnh lúc ấy là cả một gia tài, đào đâu ra năm ba cây mà lo cho thằng Quân? Rốt cuộc rồi ba má cũng đành phải gạt nước mắt cho nó đi bộ đội, hy vọng Trời Phật độ trì nó sẽ sẽ bằng an, nếu có phải bị đưa qua Kampuchia làm ngĩa vụ quốc tế! Và nếu quả như nhà nước giữ đúng lời hứa, thì ba năm sau nó sẽ quay về, sẽ được vào đại học, sẽ lại đá banh cùng với lũ con nít trong xóm, và mỗi đêm ôm đàn guitar, gảy những bản nhạc cổ điển mà nó ưa thích trên gác xép!

Đêm cuối cùng trước hôm lên đường đi tập trung ở trung tâm huấn luyện Quang Trung, má Hạnh nấu một bữa ăn ngon đãi thằng Quân mà dọn lên rồi cả nhà có ai nuốt trôi được miếng nào đâu! Má Hạnh ngồi xếp lại cái túi xách của nó, săm soi từng cái khăn rửa mặt, cây bàn chải đánh răng, cục xà bông hoa lài, cả đôi dép da cũ gói trong tờ báo Tin Sáng. Ngồi một lúc má Hạnh mới sực nhớ ra là quên mua chai dầu khuynh diệp bác sĩ Tín, bà tất tả chạy ra quán tạp hóa đầu hẻm mua một chai đem về. Ba Hạnh an ủi thằng Quân:

- Con cứ tạm đi trước đi. Chừng nào có kết quả con thi đậu đại học, ba sẽ đi khiếu nại.Chứ bây giờ mình đi cãi với họ mà có gì trong tay đâu. Học huấn luyện có hai tháng, ba nghĩ chừng đó chắc chắn đã có kết quả rồi.

Thằng Quân ngồi cười buồn. Má Hạnh ngó nó:

- Lên đó chắc ăn uống cực khổ lắm. Chừng nào họ cho lên thăm, má sẽ nấu đồ ăn xách lên cho con. Nhớ mỗi tuần viết thơ cho má khỏi trông tin. Mà nè nhớ bớt hút thuốc.

Rồi bà quay sang Hạnh:

- Mà mua cây thuốc Hoa Mai cho em chưa?

Vừa mới nhắc thằng Quân bớt hút thuốc mà còn hỏi Hạnh đã mua thuốc cho nó hút chưa, bà già thiệt lẩm cẩm. Hạnh gật đầu:

- Con để trong túi xách của nó rồi. Có cả lọ Aspirin, mấy loại thuốc ho đau bụng con nhờ con Hằng mua giùm nữa.

Thằng Quân ngẩng đầu lên nhìn Hạnh, dặn:

- Bà ở nhà may giùm tui cái bao đựng đờn, chứ treo trên

vách bụi bám hết!

Hạnh trấn an nó:

- Tao đang kiếm vải jean dỏm của Thái Lan may cho dày một chút. Mày có cần làm gì nữa không. Coi lại cái giỏ xách coi có thiếu cái không. Lên đó cả tháng người ta mới cho lên thăm nuôi đó!

Không biết thời gian huấn luyện cho bộ đội mới vào quân trường bình thường là bao lâu, nhưng thằng Quân chỉ học có tám tuần thì phải lên đường sang Kampuchia vì tình hình biên giới tây nam ngày càng tồi tệ. Tám tuần, ba Hạnh nói, tụi thằng Quân còn chưa biết cái cò súng nó nằm ở đâu, vậy mà đã bị lùa đi, giữa lằn tên mũi đạn. Câu vè nghe sau 75, *đôi dép râu dẫm nát đời con trẻ, mũ tai bèo che khuất nẻo tương lai*, nghĩ lại càng thấm thía! Cả nhà Hạnh chỉ được lên thăm nó một lần, sau tháng huấn luyện đầu tiên.Ngó thấy nó đen thui vì dang nặng cộng với đầu tóc cắt ngắn ngủn làm cho gương ốm nhôm của nó càng thêm vêu vao, má Hạnh đã ôm chầm lấy thằng Quân mà khóc nức nở. Hạnh cũng muốn được mau nước mắt như má Hạnh, được khóc hả hê để thấy lòng đỡ thổn thức, nhưng nhìn ra chung quanh thấy người ta lên thăm con em cũng đông nên Hạnh chỉ lấy tay áo chậm nơi mắt. Thằng Quân hết nhìn má Hạnh, lại quay qua dòm Hạnh, làm như là đã xa cách nhau mấy năm trời vậy. Nó cười hiền, trấn an:

- Ở nhà có gì lạ không má? Trường có gửi giấy báo cho con chưa?

Nghe nó hỏi, ba Hạnh không khỏi nén tiếng thở dài.Giấy báo trúng tuyển Đại học Bách Khoa của nó đã được nhận hai tuần rồi. Ba Hạnh cầm tờ giấy, chạy lên phường đội, quận đội khiếu nại cho thằng Quân được trở về đi học, nhưng đi tới đâu cũng nghe sặc một giọng điệu: "Đi ba năm rồi về đi học lại khỏi cần thi nữa, lúc này nhà nước đang cần bộ đội chiến đấu hơn là sinh viên. Nhu cầu nào cấp bách thì phải giải quyết trước. Đâu phải chỉ có mình con ông đi bộ đội đâu mà ông quắng đít lên thế kia, cả nước có tới hơn hai triệu bộ đội đang tại ngũ!"

Ba Hạnh đành phải thú thật với nó:

- Con có giấy báo đậu rồi. Nhưng phường đội họ nói vi con có tên đi nghĩa vụ quân sự nên con phải đi lính trước, ba năm sau về thì tiếp tục đi học, khỏi phải thi lại. Ba ch.ay cả lên thành đoàn, lên tới cả quân khu 7 để khiếu nại, nhưng không chỗ nào chịu giải quyết. Thôi con ráng chịu đựng, giữ gìn sức khỏe, ba năm cũng qua nhanh lắm!

Hạnh không biết ba Hạnh nói như vậy là nói với thằng Quân hay tự nói với lòng mình. Và chắc ông cũng muốn nói như vậy với má Hạnh. *Ba năm cũng qua nhanh lắm!* Rồi thằng Quân bị đưa sang Kampuchia làm nghĩa vụ quốc tế, những lá thư nó viết về với những địa danh lạ hoắc được viết phiên âm ra tiếng Việt làm Hạnh có cảm tưởng như càng ngày nó càng xa vòng tay đùm bọc của gia đình. Má Hạnh cứ than thở: "Con người ta thì đến Mỹ, đến Úc, còn con mình cũng xuất ngoại vậy, mà đi Cam Bốt đánh giặc không biết sống chết ra sao. Phải chi nó lêu bêu không có công ăn chuyện làm thì đành vậy, đằng này thằng nhỏ thông minh, học giỏi, thi đậu đại học mà cũng bị lôi đi. Ông trời đúng là không có mắt mà!"

Tết năm đó, năm đầu tiên thằng Quân xa nhà, cả nhà Hạnh chẳng ai có tâm trí đâu mà vui xuân với đón Tết. Ba Hạnh không buồn mua hai chậu tắc trong nhà, như thói quen hàng năm của ông. Má Hạnh trưa ba mươi mới bưng về hai trái dưa hấu nhỏ xíu để trên bàn thờ, cả hai đòn bánh tét, khẳng khiu như bắp tay của một đứa nhỏ thiếu dinh dưỡng. Hôm mùng bốn Tết đem cái bánh tét xuống bếp cắt ra để chiên, má Hạnh lại thở dài sườn sượt:

- Có thằng Quân ở nhà thì bánh tét làm gì còn cho tới mùng bốn! Mới mùng hai là nó đã dọn sạch bàn thờ rồi. Cái thằng mình dây, ăn như tằm ăn lên mà cứ ốm tong ốm teo. Không biết bên đó tết nhứt có miếng mứt ăn không nữa. Tội nghiệp thằng nhỏ, khi không bị đưa đi xa lắc xa lơ.

Hạnh ngó khung cảnh buồn thiu trong nhà mà không khỏ mủi lòng. Nửa phong pháo được mua theo giá cung cấp nằm hững hờ trên cái bàn gỗ ở nhà vừa dùng để ăn cơm vừa để tiếp khách mà không ai buồ đốt. Má Hạnh leo lên gác xép, ngồi xuống giường thằng Quân, tay xoa cái bọc đờn Hạnh may cho thằng Quần để bọc cây đờn guitar, mắt ngó lên kệ sách bám bụi mà buông tiếng thở dài. Hạnh sợ cái không khí cả nhà đi đi cva`o không ai nói với nhau lời nào mà hễ cất giọng thì lại nhắc tới thằng Quân, nên Hạnh đạp xe lên nhà con Diễm ngồi phụ nó đan lát, kể chuyện đi trường lớp, chuyện đi lao động ở Lê Minh Xuân, chuyện biểu diễn văn nghệ cuối năm chán ngắt cho nó nghe.

Nhưng có một điều mà ba má Hạnh và cả Hạnh đều không ngờ là cái Tết năm đó không phải là cái Tế đầu tiên thằng Quân xa nhà, mà là cái Tết đâu tiên mà thằng Quân không bao giờ về nhà nữa. Sau Tết khoảng hai tháng, một người bạn cùng đi bộ đội với nó bị thương trốn về Sài Gòn có ghé nhà Hạnh báo tin thằng Quân bị thương mất nhiều máu nhiều quá nên đã mất trên đường đưa về bệnh viện trung đoàn để chữa trị trong một trận đánh hồi trước Tết. Má Hạnh nghe tin, đứng vịn vao` thành cửa, mặt xanh như tàu lá, miệng lắp bắp:

- Cậu nói thiệt không? Thằng con tôi ...

Người bạn bối rối, móc trong túi ra cái phím đàn đồi mồi, cái phím mà ngày trước thằng Quân nâng niu như đồ gia bảo:

- Dạ Quân chỉ kịp nhờ cháu mang về nhà cái phím đàn này, như một lời nhắn tin, nói là nó nhớ nhà lắm! Lẽ ra cháu đã đến báo tin từ hôm Tết như bị ruồng bắt cháu phải tá túc ở nhà nười bà con dưới Mỹ Tho hết cả tháng.

Ba Hạnh mặt đanh lại, ngồi phịch xuống ghế, mắt ngó mông lung ra ngoài cửa, tưởng tượng như thấy dáng thằng Quân đang đạp xe đi học về. Còn Hạnh, Hạnh không biết lúc đó mình đang nghĩ gì nữa. Trong tiếng khóc bù lu bù loa của má Hạnh: "Trời ơi con tôi đi lính chết mà họ cũng không báo cho tôi biết để tôi làm một bữa giỗ cho nó. Quân ơi là Quân ...". Hạnh cảm thấy đầu óc trống rỗng. Một cảm giác hụt hẫng chới với làm Hạnh choáng váng. Không. Hạnh không tin ở tai, ở mắt mình nữa. Mơ hồ qua màn lệ, Hạnh còn thấy thằng Quân bận xà lỏn, áo thun ba lỗ, mặt non choẹt mà tay cầm điếu thuốc. Nó cười hồn nhiên với Hạnh: "Tui mới mượn được cuốn tập nhạc cũ, hôm nào tui kêu mấy thằng bạn lại dợt, bà rủ mấy bà bạn của bà tới ca chơi cho vui nghen. Cái bà Hằng gì đó, ca cũng có giọng lắm, mà đi bán thuốc tây ngoài chợ trời, uổng quá!"

Hạnh đón cái phím đồi mồi từ tay người bạn thằng Quân. Xiết chặc cái phím nhỏ xíu,Hạnh thấy tay mình ươn ướt và có vệt máu đỏ. Có lẽ tim Hạnh đang rỉ máu, ứa ra ở ngay lòng bàn tay ...

CHƯA BAO GIỜ BUỒN THẾ

Nhà văn Vũ Trọng Phụng khi mô tả một nhân vật trong cuốn tiểu thuyết của mình đã viết một câu "để đời": "*Chị Doãn là một người đàn bà có cái nhan sắc của một người đàn ông không đẹp trai*". Một người đàn bà mà có "nhan sắc" của một người đàn ông thì đã là một điều thiệt thòi ghê gớm rồi, đằng này người đàn ông đó còn không đẹp trai nữa thì nhan sắc của chị Doãn chắc thuộc loại ma chê quỉ hờn! Nhưng thế nào là một người đàn ông không đẹp trai? Lấy quan điểm nào để đánh giá, để thẩm định vì mỗi người có một quan niệm thẩm mỹ khác nhau. Nhưng chắc chắn một điều nếu bạn gặp Định, nhân vật chính trong câu chuyện mà tôi sắp kể, thì bạn sẽ vỗ đùi một cái đét, vì đã tìm ra "dung nhan mùa hạ" của chị Doãn qua gương mặt anh.

Tôi không có khiếu quan sát, vì vậy nếu bạn bắt tôi làm một bài văn tả người để mô tả tướng tá và dung nhan của Định thì thiệt làm khó nhau quá! Nhưng tính tôi thuộc loại cả nể, tôi sẽ phác họa một vài nét cơ bản để bạn "nắm". Dù sao tôi cũng xin thưa trước là từ hồi nào đến giờ tôi vẫn quan niệm đánh giá một con người qua vóc dáng bề ngoài là một sai lầm nghiêm trọng. Con người ta sinh ra trên đời này, có nhiều cái không được quyền chọn lựa, chẳng hạn như cha mẹ anh chị em, và cái gần gũi nhất là hình hài mặt mũi. Có ai mà không muốn mình đẻ ra có cái mũi dọc dừa, môi trái tim, cằm chẻ, mắt bồ câu mơ huyền? Nhưng thôi, miễn là bạn hiểu rằng đối với tôi việc đẹp xấu không thành vấn đề thì tôi mới khỏi áy náy khi đề cập đến Định.

Định không cao lắm, chỉ nhỉnh hơn chiều cao trung bình của người Việt mình chút xíu, khoảng một thước năm tám, năm chín là cùng. Nhưng đôi vai rộng làm cho tôi có cảm giác Định lùn hơn một chút. Định bị rỗ từ hồi còn nhỏ, không nặng lắm, nhưng cũng để lại trên gương mặt chằng chịt "những hố bom". Khi nhìn ai nét thu hút đầu tiên có lẽ là cặp mắt, vì đôi mắt là cửa sổ của tâm hồn mà. Nhưng với Định thì không vậy, cặp mắt của anh ti tí như một cọng chỉ, nằm khiêm tốn hai bên cái mũi to bằng trái cà tím bên nhà. Cũng vì cặp mắt ti hí này của Định mà tui rất lấy làm nghi ngờ câu *Những người ti hí mắt lươn Trai thờ trộm cướp Gái Buôn chồng người* của ông bà mình. Trong suốt bao năm trời quen biết, tôi chưa hề thấy Định có hành động nào không lương thiện, dù là trong ý nghĩ.

Tôi quen Định trong một dịp tình cờ. Hôm ấy ra lớp trễ, vì phải vội vả đi rước thằng con lớn tan trường nên bỏ quên cuốn sách trong lớp. Về tới nhà khám phá ra mất sách, tôi phóng xe trở vô trường, trong đầu đã thầm nghĩ, cuốn sách chắc đã ra đi không hẹn ngày về. Một quyển sách giáo khoa, mua lại cuốn xài rồi, cũng tốn vài ba chục. Ở vào thời buổi gạo châu củi quế này, sống bằng tiền trợ cấp chính phủ như gia đình tôi, ba bốn chục cũng là một món chi tiêu đáng kể.

Tôi hớt ha hớt hải chạy vào trong lớp học, nhưng chỉ thấy bàn ghế trống trơn. Miệng định văng tục một câu chửi thề, nhưng chân lại bước ra khỏi lớp rẽ về hướng văn phòng nơi có cái quần *Lost and Found* với hy vọng mong manh. Định chặn tôi ngay cửa lớp, nhìn thấy nét mặt như bị mất sổ gạo của tôi, Định chắc đã đoán được chính tôi là khổ chủ, bèn cất tiếng:

- Anh để quên cuốn sách ở trong lớp, phải không?

Tôi mừng như gặp lại cố tri, reo lên:

- Đúng rồi, quyển Calculus cái bìa màu vàng.

Định lôi quyển sách từ cái túi đeo trên lưng, vừa đưa cho tôi vừa giải thích:

- Tôi thấy cái tên Việt Nam viết ở trang bìa. Định ngày mai giờ này trở lại kiếm người bỏ quên để trả lại. Thôi tiện đây đưa luôn cho anh.

Tôi cười tươi như hoa:

- Cám ơn anh. Ngày mai có *homework* để nộp nên mới quýnh quáng chạy vô trường kiếm liền. Anh tên gì vậy? Tôi tên Thân, chắc anh đã thấy trên bìa cuốn sách rồi. Anh còn lớp gì không? Vô cafeteria làm ly cà phê cho vui nha.

Định gật đầu cười. Vừa uống cà phê tụi tôi vừa cà kê dê ngỗng kể chuyện đời tư cho nhau nghe. Định lúc đó ba mươi hai, đến Mỹ được bốn năm, đã học xong bằng technician hai năm và hiện vừa đi học vừa lấy bằng kỹ sư. Tôi ngạc nhiên:

- Sao siêng vậy? Đi làm tám tiếng bận tối tăm mặt mũi mà còn trở về trường học tiếp được à?

- Tại cu~nh rảnh quá. Bốn giờ rưỡi tan sở, làm gì cho hết

buổi chiều. Anh tính, vợ con chưa có, người thân duy nhất là bà mẹ thì còn kẹt lại bên nhà. Đi học vừa giết thì giờ vừa có công việc làm bận bịu đỡ thấy ngày tháng trống rỗng.

Tôi giương mắt ngó, thán phục:

- Tui mà học xong cái bằng technician và kiếm được việc là là đã thấy mãn nguyện lắm rồi. Có vài lớp ghi danh cho đã tới gần cuối năm là phải bỏ, học cực bỏ mẹ! Chắc tại mình thuộc loại con nhà lao động chân lấm tay bùn, giờ rớ tới chữ nghĩa coi bộ nhọc nhằn còn hơn bắt lạc đà chui qua lỗ kim.

Định cười hềnh hệch, nụ cười làm cặp mắt anh càng híp lại và hàm răng nhô ra mọc lồi lõm mất trật tự:

- Mấy lớp anh đang học chắc tôi có lấy qua. Để tôi xem lại coi có nhớ gì không, nếu cần gì cho tôi biết, nhớ tới đâu thì tui nói tới đó. Mà nói trước là cũng tùy lớp, có mấy lớp tui cũng chỉ học đủ để đi thi lấy test, đâu có hiểu thấu đáo để đi giảng cho người khác.

Tôi chồm lên mừng rỡ nắm lấy tay Định cám ơn rối rít. Dù Định có dở cách nào đi chăng nữa, và dù Định có quên bài vở tới đâu đi chăng nữa thì chắc cũng hơn cái trí óc vô cùng mê muội của tôi. Chúng tôi cho nhau địa chỉ, số phone nhà rồi chia tay. Trên đường về tôi cứ mơ mộng, biết đâu với sự giúp đỡ của Định, con đường học vấn của tôi sẽ đỡ chông gai hơn, và tôi sẽ bước đi những bước dài, như được mang hia bảy dặm.

Vài ba tháng sau thì tôi với Định trở thành một đôi bạn, thân thiết như đã quen nhau từ thuở thiếu thời. Bỏ qua cái bề ngoài không mấy hấp dẫn và có thể gây ác cảm cho người đối diện, thì Định quả là một người hoàn toàn. Anh ăn nói chừng mực, không cờ bạc rượu chè, và nhất là không bao giờ văng tục chửi thề dù là nói chuyện riêng với tôi hay giữa đám đàn ông đầu trâu mặt ngựa. Điều này làm cho vợ tôi rất là ngưỡng mộ. Định có đầy đủ những đức tính mà một người vợ mong chờ ở người chồng tương lai của mình. Vợ tôi bây giờ trong cuốn tự điển của nàng có thêm ba chữ: "như anh Định"! Hễ tôi làm điều gì phật ý nàng thì nàng đều lôi Định ra làm gương để tôi noi theo. Lắm lúc tui cũng làm bộ ghen tương:

- Cũng may Định là do anh dẫn về, chứ nếu mà nó quen biết em trước chắc có bữa anh ... xin nó chút huyết.

Vợ tôi nguýt tôi một cái dài từ sài Gòn ra Huế:

- Ăn với nói nghe du thủ du thực gì đâu! "Như anh Định" chớ hề mà nghe ảnh dùng mấy danh từ đâm chém như anh vậy.

Tôi nói trong bụng: "Sao không giỏi lấy ảnh đi, hở một chút là đem người ta ra so sánh làm cho người ta thêm mặc cảm". Ngoài những đức tính mẫu mực như vậy, Định còn rất nhiều tài vặt. Ngồi nghe Định đánh guitar classic lúc nửa đêm về sáng, người có lỗ tai cây như tôi cũng cảm thấy thổn thức vì tiếng đàn réo rắc rền rĩ như mang một tâm sự u uất nào đó. Lúc Định chuyển sang loại nhạc modern và cất giọng thì đúng là một giọng hát nhà nghề, nghe không thua gì Sĩ Phú hay Duy Trác. Một con người tài hoa như vậy, tốt tánh như vậy, có nhiều bạn hữu như vậy mà lại rất cô đơn về mặt tình cảm. Vợ tôi nhận xét:

- Tội nghiệp anh Định. Phải chi ảnh dễ coi một chút thì chắc đã có khối nàng chết mê chết mệt. Với lại đàn bà con gái thời nay ... ngu lắm, yêu ai cứ lựa cái mã bề ngoài, thằng nào có bộ vó coi đặng một chút, hơi đểu đểu càng tốt, thì lũ con gái bu vào như thiêu thân. Chứ thật thà như anh Định, tốt tánh như ảnh vậy rồi sẽ chết héo mà thôi! Em mà có em gái là em mai mối cho ảnh liền. Đứa nào mà lấy được ảnh, chắc kiếp trước phải tu mấy chục đời!

Đừng có nghe vợ tôi chê bai đàn bà ... ngu ngốc mà tưởng bở hùa vô phụ họa với nàng là mang họa. Nàng muốn nói gì thì nói, bổn phận của tôi là chỉ biết gật đầu, lỡ dại tán hươu tán vượn theo ý nàng thế nào cũng bị nàng sỉ vả là cái đồ không có chính kiến, là cái đồ ... vuốt đuôi đàn bà! (Đàn bà có đuôi hồi nào mà tôi không biết vậy cà?)

Định có mặc cảm tự ti về bề ngoài của mình nên đã ngoài ba mươi mà không bao giờ tôi thấy Định đề cập tới một người bạn gái nào cả. Có lần cao hứng, Định kể chuyện hồi học trung học, anh có làm mấy bài thơ tình gửi cho cô hàng xóm, cái kiểu *Giá không có giậu mồng tơi Thế nào tôi cũng qua chơi thăm nàng*. Tôi háo hức hỏi dồn:

- Lúc đó Định học lớp mấy? Con nhỏ đó có đẹp không? Rồi kết quả ra sao?

Định cười héo hắt, yên phận:

- Lúc đó tôi học lớp mười. Con nhỏ đẹp mê hồn anh ơi! Mà điều dân Bắc kỳ nên chua ngoa ghê lắm. Cặp mắt nó sắc như dao. Tôi nhớ như in lúc nó ném trả mấy bài thơ tôi đã nắn nót chép ra giấy suốt mấy ngày mấy đêm bằng mực tím, cái môi của nó cong lên, thấy mà nhớ tới bây giờ luôn: *"Cái thứ đĩa mà đòi đeo chân hạc, đũa mốc mà đòi mâm son!"*. Từ sau vụ đó tôi cạch luôn, chẳng còn dám mơ mộng tơ tưởng ba cái chuyện đó nữa. Nói anh đừng cười, tôi bệnh cả tháng sau vụ đó làm bà già chạy thuốc bắc thuốc tây đủ hết. Yêu một chiều mà còn bị vật lên vật xuống như vậy, huống hồ ... Bởi vậy sau này thấy người ta tự tử vì tình tôi cũng thông cảm lắm lắm!

Tôi cười an ủi:

- Đâu phải đứa con gái nào cũng vậy! Thua keo này ta bày keo khác. Trước khi lấy vợ tui cũng có mấy mối tình lẻ tẻ, cũng có những lần bị bồ đá ê ẩm! Tình trường mà, gian nguy và đổ máu đâu có thua gì ... chiến trường! Sao Định không kiếm đối tượng khác, không lẽ đeo đẳng hình bóng con nhỏ chằn ăn gấu ngựa đó hoài sao?

Định lắc đầu:

- Tôi có linh tính chớ, nhưng mà cũng quen rồi anh ơi! Tướng tá như tôi, mặt mũi như tôi, chắc ở vá nuôi mẹ già cho tròn chữ hiếu quá! Ai mà mê cho nổi!

Tôi cố gắng thuyết phục:

- Đồng ý là bề ngoài cũng quan trọng, nhưng chủ yếu là tánh tình và tâm hồn kìa. Định đâu có đui què sứt mẻ gì mà coi bộ bi quan quá đáng vậy! Có đui là mấy đứa con gái độc thân ở quanh đây kìa. Một tấm chồng gương mẫu sờ sờ ra trước mắt mà không thấy. Nhưng lo gì Định ơi, có một ngày nào đó tụi nó cũng banh con mắt toét ra, lúc đó sợ Định phân vân lựa không kịp nữa đó!

Lâu quá mới có dịp ngồi nói xấu đàn bà con gái một cách thoải mái, tôi thấy sướng miệng gì đâu! Vợ tôi đang dỗ đứa con gái út ngủ trong phòng, có nàng ở đây, có mọc nanh tôi cũng không dám phát biểu bừa bãi như vậy. Vợ tôi đã có lần nhận xét là đàn ông chỉ giỏi ... nói xấu sau lưng đàn bà, chứ ba mặt một lời thì ông nào ông nấy cứ ngồi im thin thít. Từ hồi lấy vợ tới giờ tôi mới khám phá ra là mình có một đức tính tuyệt vời là rất giỏi ... nhịn. "Tránh vợ hổng xấu mặt nào", hơn thua với vợ ba cái lẻ tẻ mà chi, đàn ông đâu có hươn mà để ý ba cái chuyện vặt vãnh như vậy, phải không bạn?

Định nhấp một hớp nước, cười:

- Phân vân lựa không kịp? Anh làm như ra chợ lựa cá không bằng! Hồi nhỏ lúc mới lớn tôi cũng mặc cảm về bề ngoài của mình lắm. Nhưng thét rồi quen! Con nít xứ mình hễ ai có dung mạo khác thường là cứ ngó chăm bẳm làm như người từ hành tinh khác lạc xuống vậy. Còn nếu độc ác hơn thì đem những tật của người khác ra làm trò cười Tôi nhớ có đứa đã chỉ vô cái mặt rỗ của tôi rồi giả bộ ngây thơ hỏi: "Sao lỗ ở đâu lòi ra nhiều vẩy" Đúng là *một lời làm tan nát lòng nhau*. Anh có biết hồi nhỏ ngoài cái tên ông bà già đặt, ở trường tôi còn có một cái tên khác là Lê Quốc Tùng, nghe lịch sự lịch sàng lắm, nhưng đọc lái lại là Lùn Quốc Tế! Có đứa còn khuyên tôi mỗi lần muốn cắt móng tay móng chân chỉ việc ra đường rầy xe lửa nằm duỗi thẳng chân tay đợi chuyến xe nào đi ngang là bảo đảm bàn tay bàn chân được cắt móng sạch sẽ. Có thằng độc ác hơn, khuyên tôi nên ở vậy cho ... tuyệt mẹ cái giống lùn! Nghe não nề quá phải không anh? Giờ ngồi nhớ lại, tôi chỉ thấy vui vui chứ không hờn giận gì cả, vậy mà ngày xưa nghe tụi nó nói vậy là chạy về nhà khóc ba bốn bữa mới nguôi ngoai.

Vợ tôi đang ở trong phòng, nghe tiếng nói chuyện rầm rì ngoài phòng khách, mở cửa bước ra, chiếc áo ngủ khoác vội với đầu tóc rối bù như tổ quạ nhìn thoáng qua như một con mẹ khùng. Nàng lầu bầu:

- Mấy giờ rồi mà còn chong đèn ngồi đó nói chuyện phone vậy?

Chợt nom thấy Định, nàng đổi ngay nét mặt và chuyển tông nghe thật là lịch sự:

- Ủa, anh Định hả? Anh qua chơi hồi nào vậy?

Đàn bà có khác! Ở nhà thì quần áo bê bối, tóc tai luộm thuộm, nhưng hễ bước ra đường là tươm tất như đi ... trình diễn thời trang! Có lần tôi so bì sao ở nhà em không chịu sửa soạn gì hết, ăn bận như một con ăn mày, mà hễ ra đường là son phấn chưng diện. Chắc ở nhà chỉ có mình tôi ngó thấy nàng, mà nàng thì chỉ thích chưng diện cho ... bá tánh, đâu thèm đoái hoài gì đến tôi chi cho mệt. Nàng trả lời tỉnh bơ: "Tại với anh "quen" rồi, son phấn làm chi cho mất thì giờ. Ra ngoài đường có những con mắt trần gian nhìn vào, em phải để ý tới bề ngoài một chút chứ! Với lại anh nên nhớ em trang điểm chưng diên này nọ là trang điểm chưng diện cho ... , bây giờ ra đường người ta gọi em là chị Thân, chứ có ai còn nhớ tới tên cúng cơm của em là gì đâu! Ở Việt Nam chỉ mất có cái tên, qua đây cả cái họ của cha mẹ đặt cũng phải đổi theo họ chồng! Vậy mà cứ mở miệng ra là nói đàn bà ở Mỹ là số một! Láo toét!"

Thấy vợ tôi bước ra, Định nhìn đồng hồ rồi đứng lên cáo từ:

- Chết, khuya quá rồi, để anh chị đi nghỉ. Tôi vô ý quá!

Vợ tôi quay vô phòng, nói vọng ra:

- Anh Định ở chơi, về chi sớm vậy? Để tôi pha cà phê cho anh với anh Thân uống, ngày mai thứ bảy mà, đâu có đi làm!

Năm phút sau vợ tôi bưng hai ly cà phê phin đặt trên bàn rồi ngồi xuống bên cạnh tôi, hỏi chuyện:

- Mấy anh đang nói chuyện gì vậy, cho tui nghe ké được hổg

Định đưa mắt ngó tôi thầm nhắc chuyển đề tài đi, nhưng tôi làm bộ không thấy gì, ngây thơ thố lộ:

- Có gì đâu! Chuyện bồ bịch trai gái đó mà. Gì chớ ba chuyện này anh hỏi vợ tui là đúng người nhứt! Bữa nào anh giới thiệu em phụ trách mục "Gỡ Rối Tơ Lòng" cho mấy tờ báo biếu ở đây để kiếm thêm tiền mua tã cho con.

Vợ tôi ngó tôi bằng nửa con mắt:

- Anh chỉ giỏi nói xấu vợ con. Ờ mà anh Định thấy đàn bà con gái ở bên đây "khó ăn" quá thì về Việt Nam cưới vợ đi. Ở bên con gái nhiều như rắc, lại nết na thùy mị, không có cái kiểu tóc tai dựng ngược xịt mấy chục chai keo với nhuộm đủ màu như ... chổi lông gà nhìn bắt gớm. Tui nghe nói bây giờ có nhiều người về Việt Nam lấy vợ lắm nghen.

Tôi la lên:

- Hết chuyện rồi sao mà em đi quảng cáo du lịch Việt Nam không công vậy?

Nàng lườm tôi:

- Về Việt Nam du lịch cũng năm bảy loại người! Mình có về bển hợp tác làm ăn với Việt Cộng đâu mà sợ! Anh Định về lo chuyện tình cảm thì phải khác chớ.

Định thấy tình hình có vẻ găng, liền xen vào:

- Chỉ có một con vợ mà lặn lội len đèo xuống bể coi bộ khổ

sở quá vậy trời! Lấy vợ ở bên qua, họ không hiểu được đời sống thực tế bên đây, cứ nghĩ xứ này là xứ hái ra tiền, thành ra dễ đổ vỡ.

Vợ tôi cố vớt vát:

- Tôi chỉ đưa ý kiến vậy thôi. Nếu không về Việt Nam thì kiếm con nhỏ nào mới đi đoàn tụ sang, không có nhiều nhu cầu, dễ dụ hơn!

Tôi lắc đầu:

- Em nghĩ vậy là lầm chết, mấy đứa mới sang, ăn diện và chơi bời còn hơn cả mấy đứa bên này. Con gái lớn lên bên đây đa số đều đi học hoặc đi làm, còn mấy đứa mới sang, vì nghĩ là mình sẽ sang Mỹ, nên cả một thời gian dài chờ đợi bên đó đa số tụi nó chỉ xách đít cà nhỏng đi ăn chơi ...

Định cười thân mật:

- Cũng còn tùy duyên số nữa. Phải chi hồi nhỏ ông già trong lúc trà dư tửu hậu hứa hôn trước thì bây giờ mình đâu phải bận tâm nữa. Mình bỏ qua giai đoạn yêu đương, lập đại gia đình cho nó khỏe!

Tối đó hai vợ chồng tôi nằm trằn trọc, lo nghĩ đến chuyện vợ con của Định, như kiếm dâu cho thằng con trai lớn. Vợ tôi chép miệng:

- Ông trời ngẫm nghĩ cũng bất công quá! Một con người tốt tánh như vậy, chỉ có cái dáng bề ngoài hổng đẹp trai cho lắm mà bị ế thiu ế chảy.

Tôi kéo cái mền trùm ngang ngực, ngáp đến chảy cả nước mắt:

- Giày dép còn có số nữa, huống gì là con người! Chắc Định cũng quen rồi! Cầu trời cho nó tìm được một chỗ nào đó để trao gửi "tấm thân ngà ngọc".

Vợ tôi lấy chân khèo ngang hông, đạp nhẹ tôi một cái dằn mặt:

- Anh chỉ giỏi nói giỡn, chọc ghẹo người ta! Ăn nói hiền lành một chút để đức lại cho con gái!

Rồi ngày qua tháng qua. Định chuyển trường lên đại học, và đổi sang làm ca tối. Tôi trầy trật mỗi khóa mới vật lộn được đôi ba lớp, lẹt đẹt không biết chừng nào mới xênh xang mũ áo ra trườngng, dù là trường đại học cộng đồng, lấy le với bà con cô bác. Thêm cái vốn tiếng Anh "ăn-đong" của mình, nghĩ tới lúc tốt nghiệp xong đi phỏng vấn kiếm việc làm là tui đã thấy *... một chân trời tím ngắt*! Tuy vậy cuối tuần Định vẫn đến nhà chỉ vẽ bài vở cho tôi, nhưng phần lớn là ngồi nhậu lai rai, tán dóc, hay nghe Định đàn. Vợ chồng tôi thỏa thuận không đá động gì đến chuyện vợ con của Định nữa, sợ làm Định mặc cảm thêm.

Một buổi tối, đánh răng súc miệng xong, tôi bước vào phòng với tay lấy tờ tạp chí để trên kệ định đọc trước khi ngủ thì nghe tiếng phone reo và giọng Định ở đầu dây bên kia nghe hớn hở như đó mẹ về chợ:

- Anh Thân hả? Ngủ chưa? Nói chuyện một lát được không?

- Chuyện gì mà nghe giọng Định trẻ đi vài chục tuổi vậy?

- Ngày mai chú nhựt anh chị có bận đi đâu không? Tôi có chuyện vui muốn *surprise* anh chị. Thôi mai gặp nha, mười giờ tôi qua.

Nói xong Định cúp máy làm tôi ngẩn ngơ hụt hẫng! Khi không gọi phone lại nói lấp la lấp lửng như vậy rồi cúp máy. Nếu tôi kể cho vợ tôi nghe chắc nàng sẽ mất ngủ suốt đêm vì ấm ức.

Mà Định làm tôi ngạc nhiên thiệt. Hôm sau Định dẫn lại nhà tôi một người bạn gái, trân trọng giới thiệu:

- Thủy, cô bạn tôi mới quen tuần rồi.

Cả hai vợ chồng tôi đều há hốc mồm, banh con mắt toét ra chiêm ngưỡng Thủy từ mắt cá chân đến đầu ngọn tóc. Tôi nghĩ ngày xưa mấy bà già chồng Bắc Kỳ coi mắt con dâu có xét nét kỹ lưỡng soi mói tới đâu chắc chỉ cỡ hai vợ chồng tôi là cùng. Thủy không đến nước "nghiêng thùng đổ gánh", nhưng thuộc loại dễ coi, cộng với làn da trắng trẻo dễ gây cảm tình với người đối diện. Thủy gật đầu chào vợ chồng tôi làm quen:

- ANh Định nhất định dẫn em lại giới thiệu với vợ chồng anh chị. Em nói để dịp khác, và nhất là phải hỏi ý anh chị trước, mà ảnh một hai kéo am đi, nói là để anh chị *surprise*.

Tôi còn chưa hết ngỡ ngàng thì vợ tôi đã nhanh miệng đáp lời, giọng nàng nghe thân tình như đã quen biết Thủy từ muôn kiếp nào rồi:

- Có gì đâu! Trước lạ sau quen mà. Anh Thân với anh Định thân nhau như hai anh em vậy. Không dẫn qua giới thiệu mai mốt đụng mặt ngoài đường không biết người quen rủi có gây lộn gây lạo thì kỳ chết!

Định quay sang Thúy:

- Em thấy anh nói có đúng không? Vợ chồng anh Thân vui vẻ lắm. Anh cũng như người nhà của ảnh chỉ vậy.

Tới lúc này tôi mới lên tiếng:

- Vô nhà tôi kiếm chỗ ngồi đi chớ. Bộ nhà tui ghế gãy chưn hết rồi sao mà quý vị cứ đứng lóng ngóng ngoài cửa vậy?

Lợi dụng lúc vợ tôi và Thủy cùng vô nhà bếp pha nước, tôi lôi Định ra trước cửa, hỏi:

- Ở đâu mà "câu" được coi bộ mướt mắt quá vậy? Lẩm đẩm mà cũng ghê ta. Tưởng cha hiền, có dè đâu ...

- Thì tôi cũng hiền queo chứ có ăn thịt ăn cá ai đâu nè?

- Đợi tới ông ăn thì còn gì nói nữa!

Buổi chiều chở Thủy về nhà xong, Định mới quay lại nhà tôi, tường thuật lại chuyện quen biết với Thủy cho hai vợ chồng tôi nghe. Bằng một giọng hân hoan, cộng thêm với cặp mắt ti hí nhìn xa vắng, làm như câu chuyện đã xảy ra từ ... thế kỷ trước, Định hân hoan kể:

- Gôm thứ sáu tuần rồi tôi lại nhà đứa bạn quen dự sinh nhựt con nó, thằng Dũng làm ở Semi-Conductor đó, nó học ra trường trước tôi một năm. Anh chị biết mà, tôi rất ngại đi dự tiệc tùng, nhưng vì quen biết quá nên đành phải bấm bụng đi. Tới nơi trễ cả tiếng đồng hồ, tui đi vào ngõ garage cho người ta khỏi để ý. Ăn tiệc xong, tới màn trình diễn văn nghệ bỏ túi. Thằng Dũng nhứt định kêu tôi lên hát. Cực chẳng đã, tui phải cầm đàn lên làm bậy một bản cho xong. Tôi vừa đàn vừa ca bài *Hương Xưa* của *Cung Tiến*. Lúc tui ca xong người ta vỗ tay khen dữ lắm, nhưng tui cũng nghe có người cằn nhằn: "Ca gì nghe rên rỉ thấy mà ghê, mà hổng hiểu gì hết trơn. Có ai thuộc bài *Đồi Thông Hai Mộ* không, hát giúp vui coi". Có tiếng la lên: "Mồ mả mà giúp vui gì bà! Sinh nhựt mà lựa bài chết chóc nghe ghê quá!". Vừa lúc đó Thủy đứng sau lưng tôi, nói nhỏ: "Cám ơn anh Bài hát này Thủy thích từ hồi còn đi học, hồi đó nghe Lệ Thu ca, tưởng chỉ thích hợp với giọng nữ, ai dè giọng anh ca nghe cũng truyền cảm và ấm áp lắm, rất professional." Tôi cười khiêm tốn: "Duy Trác trước 75 cũng có thâu âm bài này " Thủy rụt rè: "Anh hát thêm một bài nữa được không, bài gì có câu *Lên xe tiễn em đi Chưa bao giờ buồn thế* đó?" Tôi buột miệng: "À, bài *Tiễn Em, thơ Cung Trầm Tưởng, Phạm Duy* phổ nhạc." Mắt Thủy long lanh: "Đúng rồi đó, anh nhớ cả tên tác giả nữa sao, sao hay vậy?" Sau hôm đó tụi tôi gọi phone nói chuyện với nhau đôi ba lần, và tôi mời nàng đi ăn tối. Thủy hợp với tôi nhiều thứ lắm, nàng thích nhạc mê thơ ghiền đọc sách ưa xi nê. Ngồi nói chuyện với Thủy tôi quên mất cái mặc cảm bề ngoài của mình. Hai đứa chuyện trò tương đắc như bạn cố tri vậy!

Vợ tôi thắc mắc:

- Cổ qua Mỹ lâu chưa? Có thân nhân gì ở đây không?

- Được gần ba năm rồi. Có người chị họ ở Minnesota. Thủy đang share phòng với người bạn ở đây để đi học ngành y tá điều dưỡng.

Tôi vui vẻ bắt tay Định:

- Chúc mừng ông nha! Như vậy là "thuyền có bến đỗ" rồi, không còn phải sợ "phất phơ giữa chợ biết vào tay ai" nữa.

Một tuần sau Định lại nhà báo cho vợ chồng tôi một tin động trời: Định và Thủy quyết định làm đám cưới! Tôi há hốc mồm, đứng chết đứng như Từ Hải:

- Sao lẹ vậy? Tính chừng nào? Càng ngày tui càng thấy ông "ngầu" ra đó nghen.

- Cuối tuần sau, anh. Tụi này chỉ mời hai bàn tiệc thôi, làm đơn giản vì ý Thủy muốn vậy. Tụi tôi cũng không có in thiệp nên chỉ mời miệng thôi anh.

Vợ tôi phải đứng dựa vào tường, chắc để khỏi phải té bật ngửa:

- Đám cưới đời người chỉ có một lần làm đơn giản như vậy coi sao đặng? Hồi đó tụi tôi làm bên Việt Nam thì đành chịu, chứ nếu ở bên đây phải có xe limousine rước dâu tui mới chịu đó nghen!

Định phân trần:

- Ý Thủy muốn làm đơn giản cho đỡ tốn kém. Anh Thân này, anh có bận gì không? Đi dạo một vòng coi đồ với tôi một chút.

- Thôi đi cha, đi sắm đồ cưới mà dắt tui theo. Có đui không vậy?

- Đi coi xe mà. Tôi muốn mua tặng Thủy một chiếc xe mới làm quà cưới!

Vợ tôi hai con mắt sáng rỡ:

- Chà, sang ác! Anh thấy chưa, hôm đám cưới tụi mình anh chỉ mua cho em cái nhẫn có năm phân, mỏng còn hơn ... cọng cước câu cá!

Tôi cười hềnh hệch:

- Vậy mà anh cũng câu được em chớ bộ. Với lại chủ yếu là tấm lòng thôi. Anh cứ chắc mẻm một điều là lòng anh lúc nào cũng bao la như *tấm lòng của biển.*

- Cải lương vừa vừa vậy, tấm lòng của biển là người ta nói về tình mẹ con, ai lại nói đến tình vợ chồng!

Tôi quê quá nên chỉ biết ngồi cười trừ. Định ra cửa còn quay lại cẩn thận dặn:

- Về vụ tôi định mua xe mới, anh chị đừng nói với Thủy nha, để cho cổ ngạc nhiên.

Tôi nghĩ chắc Định chỉ nhắn nhe với vợ tôi thôi, còn tôi vốn nổi tiếng là người kín miệng, có cạy răng cũng không chịu mở. Vậy mà tối đó, trước cặp mắt thành khẩn của nàng, tôi cũng đành khai báo hết với nàng:

- Thằng Định coi lẩm đẩm vậy mà giàu hết chỗ chê. Nó mua cho con Thủy cặp nhẫn hột xoàn bự bằng hai trái táo! Rồi còn dây chuyền, bông tai, áo cưới thấy mà bắt ngộp. Đã vậy còn chiếc Toyota Celica đời mới nữa. Con Thủy đứng tên, thằng Định trả cash chớ không trả góp đâu!

Vợ tôi mơ màng:

- Thì em đã nói ai lấy được ảnh là phúc mấy mươi đời mà. Ngó qua ngó lại chỉ có mình anh là nghèo đến nỗi hổng có cái lá mồng tơi để rớt . Không nghĩ tới thì thôi, cứ mỗi lần nghĩ tới em càng tủi cho cái thân phận bọt bèo của em.

- Thôi đi em! Già chác sắp làm sui làm gia, sắp có cháu nội rồi còn ngồi đó nuối tiếc thời xuân xanh. Có giỏi thì đi thêm bước nữa đi! Mấy cha hồi xuân bên đây thiếu giống!

- Ngu sao bỏ anh để anh được tự do theo vợ bé! Em đâu có dễ bị lường gạt như vậy! Nghèo mà ham!

Tôi nhún vai:

- Nghèo mà không ham mới là chuyện lạ. À mà em biết không, tụi anh còn đi coi nhà nữa đó. Định nó nói đi trăng mật về rồi là dọn vô nhà mới ở luôn. Rồi còn sắm sửa bà cái đồ đạc trong nhà nữa. Tiền không là tiền.Thấy thằng Định sắm sửa mà phát ngán. Anh hỏi nó tiền ở đâu ra vậy, của ông bà già để lại hả? Nó nói đi làm để dành mấy năm nay, giờ cưới vợ không lấy ra xài thì đợi đến chừng nào!

AI nói đám cưới làm cho người ta già đi vì mệt mỏi và lo lắng, chứ đối với Định, tôi thấy Định trẻ hẳn ra. Định sắp xếp mọi chuyện ngăn nắp, thứ tự, có chương trình hẳn hoi. Đám cưới xong, hai vợ chồng sẽ đi hưởng tuần trăng mật ở Hawaii, sau đó về lại San Jose sẽ dọn vô nhà mới. Đồ đạc bàn ghế giường tủ mấy chỗ bán có chở tới Định nhờ tôi trông chừng giùm. Vợ mới, nhà mới, xe mới, ôi chao sao mà đầy đủ và hạnh phúc để bắt đầu một cuộc sống mới. Bây giờ thì hai vợ chồng tôi không còn than vãn thở dài trách móc trời xanh không có mắt nữa, trái lại còn ganh tị nữa là đàng khác. Như vậy chắc cũng bù đắp ba mươi mấy năm bị đời khinh rẻ. Thủy có vẻ được, tôi chưa tiếp xúc nhiều nên không biết rõ con người nàng, nhưng nếu nàng hợp tánh nết với Định chắc cũng không đến nỗi nào.

Bữa đám cưới, đúng như lời Định nói, chỉ có hai bàn tiệc. Cô dâu bận áo dài màu hoang yến, đầu đội vương miện, dòm đơn giản mà sang trọng. Vợ tôi cứ ngó chăm bẳm vô cái nhẫn cưới để đoán xem nặng bao nhiêu ca-ra. Định xúng xính trong bộ tuxedo màu đen, dòm y như ... tài tử Holywood! Lúc cô dâu chú rể đứng dậy chào quan khách và tuyên bố nhập tiệc, như một thủ tục nhàm chán, mọi người gõ vào ly bắt hai người hôn nhau. Định vòng tay qua ngang lưng Thúy, ôm hôn nàng một cách đắm đuối. Không biết đây là nụ hôn thứ mấy trong đời, nhưng chắc không phải nụ hôn đầu, vì dòm thấy Định biểu diễn thiện nghệ lắm.

Tiễn vợ chồng tôi ra trước cửa nhà hàng, Định thân ái bắt tay:

- Sáng mai hai đứa ra phi trường sớm. Mấy việc ở đây nhờ anh để mắt giùm. Bữa về thế nào cũng có quà Hawaii cho anh chị và mấy cháu.

Tôi xiết tay Định:

- Đi chơi cho vui, rồi về đây bắt đầu kiếp sống "trâu ngựa" như tôi. "*Đêm nay mới thật là đêm Ai đem trăng tưới lên trên vườn chè*" đó nghen .

Vợ tôi ngắt tôi một cái:

- Anh chắc chừng nào cụt lưỡi mới bỏ được cái tật nham nhở.

Định và Thủy cùng cười.

Vì phải ghé nhà người bạn đón hai đứa nhỏ nên mãi đến gần 11 giờ khuya tụi tôi mới về tới nhà. Đang đứng ở cửa mở khóa, nghe tiếng phone reo trong nhà giục giã như cấp cứu, vợ tôi bực mình, gắt:

- Ai mà nửa đêm nửa hôm rồi còn gọi phone lại vậy hổng biết nữa!

Tôi phóng vô bếp, chụp cái điện thoại, thở hổn hển:

- Allo?

Tiếng Định bên đầu dây bên kia:

- Anh Thân hả? Tới *Holiday Inn* được không? Tôi chờ anh ở dưới *lobby*.

- Có chuyện gì vậy?

- Anh tới liền nha. Đi freeway cho nhanh. Tôi đợi!

Nói rồi Định cúp phone. Tôi cầm xâu chìa khóa, phóng như bay ra cửa, không quên giải thích với vợ:

- Anh lại chỗ khách sạn của vợ chồng Định, chắc có gì không ổn.

Định đón tôi ở ngay ngoài cửa khách sạn, mặt chảy dài như cha chết mẹ chết. Tôi chưa kịp hỏi thì Định đã đưa tôi một mảnh giấy, miệng thều thào:

- Thủy bỏ đi rồi anh ơi. Cổ có chồng con rồi!

Tôi nghiêng tờ giấy về phía có ánh đèn, lẩm nhẩm đọc: "Anh Định. Cảm ơn anh về mấy món quà cưới và chiếc xe. Tôi đã có gia đình! Mong anh hiểu cho sự ra đi đường đột này. Hy vọng anh sẽ gặp được người xứng đáng hơn tôi. Thủy.

Bức thư tuyệt tình chỉ có vậy. Ngắn ngủi đến độ tàn nhẫn! Địng đứng tựa vào xe tôi, hai tay ôm đầu, mặt mũi nhợt nhạt. Thốt nhiên tôi nhớ tới bài hát mà hình như lần đầu gặp nhau Thủy có yêu cầu Định hát cho nàng nghe: "*Lên xe tiễn em đi Chưa bao giờ buồn thế* ..." Có lẽ trong suốt cuộc đời của Định, hôm nay đúng là "chưa bao giờ buồn thế" thật ...

NGÔI NHÀ CỦA MẸ

Sài Gòn, ngày ... tháng ... năm ...

Vợ chồng con Hai và mấy đứa cháu thương của má,

Đầu thơ cho ba má gởi lời hỏi thăm sức khỏe hai vợ chồng bây và mấy đứa nhỏ. Hôm trước nhận được thơ và một đống hình của con gởi về, má mừng hết biết. Con Tường Vi càng lớn càng giống con Hai, còn con Mộng Điệp càng dòm càng thấy giống ông ngoại. Đứa nào đứa nấy càng lớn càng cao tồng ngồng, nhứt là thằng Út Nam còn đeo mắt kiếng cận giống y chang ông già tía của nó. Má cứ ôm mớ hình coi tới coi lui làm con Tư nó chọc má là má coi riết mấy tấm hình sắp lên nước như cẩm thạch. Con nói con Tường Vi sắp lấy chồng, sao không gởi hình của thằng cháu rể tương lai của má về cho má dòm mặt? Nhưng má cũng đoán già đoán non là thằng cũng phải cao ráo sạch sẽ khôi ngô tuấn tú, có như vậy mới xứng với cháu ngoại của má chớ! Mới hôm nào một tay má ẳm bồng, tắm rửa mà bây giờ tụi nó lớn khôn hết trơn. Mà đem mấy tấm hình khoe với bà con lối xóm, họ tấm tắc khen dữ lắm, nói: "Ở Mỹ có khác, người nào người nấy ai cũng đẹp đẽ sang trọng như tài tử". Nghe họ trầm trồ mà má cảm thấy mát trong bụng. Con Tư rầy rà má là hình con cháu mình thì mình thích coi, má đem khoe như vậy chỉ tổ cho người ta ganh ghét chứ ích lợi gì. Tại con Tư nó trẻ người non dạ, suy bụng ta ra bụng người, chớ mình thấy người ta sung sướng, mình cũng phải nên mừng giùm mới phải.

Ờ nãy giờ nói chuyện tầm phào mà quên chuyện giấy tờ bảo lãnh của nhà mình. Lẽ ra thì ba má chỉ muốn con làm giấy bảo lãnh cho con Ba, con Tư, và con Út thôi. Giấy tờ đang lo thì con Ba lấy chồng, hồ sơ phải làm lại, con Tư phải chạy lên chạy xuống Nguyễn Du rồi Nguyễn Trải không biết bao nhiêu bận, lo lót không biết bao nhiêu tiền mới xong. Đó là chỉ nói vụ giấy tờ không thôi đó, sau này còn phải phỏng vấn, rồi đi gặp phái đoàn nữa! Ba má già rồi, sống nay chết mai mà tính chuyện đi Tây đi Mỹ cho mệt. Nhưng bửa hổm má với con Út đi khám mắt, bác sĩ nói mắt của má và con Út bị di truyền có cườm cần phải mổ gấp chớ không sẽ bị mù làm má tá hỏa tam tinh. Nghe nói giấy bảo lãnh có cha mẹ già thì sẽ được đi sớm lắm, thành ra con Tư phải làm hồ sơ lại, thêm tên ba má vô, đặng sang đó cho con Út mổ mắt, chứ ở bên đây, rủi nó con mệnh hệ gì thì má ân hận lắm.

Chạy giấy tờ điều chỉnh này kia tốn kém hết năm cây thì ba mày trở chứng không muốn đi. Ổng nói cũng có lý lắm, nào là mình già cả rồi, qua đó tiếng Anh tiếng u không biết, nghe nói cả ngày cứ ru rú trong nhà vì con cháu bận đi làm đi học, không chở đi đâu được. Còn bên này mới bảnh mắt ra ngồi quán cà phê, kêu một ly xây chừng là gặp biết bao nhiêu người quen, nghe biết bao nhiêu câu chuyện, ngó thấy bao nhiêu điều ... Má năn nỉ, khuyên giải hết lời ổng mới chịu đi, nhưng với một điều kiện là qua đó, m mắt cho con Út xong, thì ổng với má quay trở lại Việt Nam sinh sống cho hết tuổi già! Trời đất, tưởng chuyện gì, chớ chuyện đó thì má đồng ý cái rụp!

Chưa hết chuyện đâu, Hai ơi. Giấy tờ đã xong xuôi, theo số thứ tự được phỏng vấn thì cỡ ba tháng nữa là tới phiên nhà mình, đợi làm thủ tục sức khỏe chừng sáu tháng nữa, như vậy độ chừng Tết sang năm là má sang được bên đó rồi. Nhưng vì tính vụ trở về Việt Nam dưỡng già, nên ba má phải lo vụ căn nhà. Má kêu con Ba lên nhà, tính sang tên căn nhà cho nó để phường khóm khỏi dòm ngó, nó giữ căn nhà cho ba má độ hai ba năm ba má trở về có chỗ dưỡng già. Con biết nó nói sao không? Nó nói ba má với hai đứa nhỏ qua Mỹ sướng quá rồi, phải để lại căn nhà cho hai vợ chồng nó. Thằng chồng nó nghe nói hùn hạp mở quán cà phê đèn mờ gì đó, chia chác với tụi phường quận không đều, bị tụi nó ập vô bắt, đòi tới mấy chục cây mới chịu thả. Bửa hổm con Ba có chạy lên nhà kêu má giúp, má tom góp được đâu hơn năm cây, đưa cho nó, nó nói bấy nhiêu chưa đủ để trả tiền lời cho người ta nữa. NÓ còn nói bóng gió xa xôi là má già rồi mà còn ham vàng ham vòng. Má ngồi nghe nó trách móc mà hai hàng nước mắt rơi xuống lộp độp. Má có giữ lại hai cái vòng cẩm thạch, sau này cho con Tư với con Út lấy chồng có chút của hồi môn. Vậy mà con Ba nó nỡ tiếng bấc tiếng chì với má. Nó nói má con má đứa thương đứa ghét, đứa nào má cũng mang nặng đẻ đau, làm sao má ghét bỏ cho được! Nó nói má chỉ có biết lo cho chị Hai với con Út thôi, vợ chồng nó bao nhiêu năm nay lăn lộn kiếm ăn ngoài đường, má có thèm ngó ngàng gì tới. Bây giờ chồng nó gặp nạn, ngồi tù mà má cũng hổng thèm giúp. Căn nhà của vợ chồng nó đang ở là nhà thuê, chứ nếu là nhà của tụi nó thì tụi nó đã đem cầm đem bán rồi, đâu có vác cái mặt mo về xin xỏ má cho mang nhục. Hai ơi, nó nói câu nào câu nấy, má nghe như kim đâm vô trong tì, như muối xát. Căn nhà này của ba con gầy dựng bao nhiêu năm nay, má cũng đâu có tiếc gì mà không cho nó, nhưng vì ba con muốn trở về Việt Nam để dưỡng già nên má mới nhờ nó đứng tên giữ giùm. Vậy mà nó nói nếu má sang tên cho nó thì nó se đem bán liền một khi, coi như ba má để lại gia tài cho nó, còn con với con Tư con Út ở Mỹ, giàu có ăn sung mặc sướng rồi, đâu có thèm tranh giành với nó.

Hổm rày má buồn quá, hổng biết tính sao cho đặng. Bán nhà thì nhứt định là má không bán. Mà có muốn bán cũng đâu phải là chuyện dễ dàng. Tụi công an phường biết ba má sắp xuất cảnh đâu chịu để yên. Tụi nó sẽ làm khó dễ cho tới lúc cả nhà lên máy bay, nhà vẫn chưa bán được thì sẽ "cúng" cho tụi nó. Đôi lúc má nghĩ hay sang quách căn nhà cho con Ba để nó muốn làm gì thì làm, trước hết để có món tiền lo cho chồng nó, sau nữa để cho nó thấy là ba má cũng không ghét bỏ gì nó. Má cũng biết hồi này nó làm ăn thua lỗ, trong mình bực bội nhưng trút lên đầu ai nó hổng trút, nó cứ nhè má mà nó nói bóng nói gió, nói cạnh nói khóe. Tiền bạc thì ai hổng cần, nhưng đâu có phải vì đồng tiền mà không còn tình thâm ruột thịt đâu, phải không Hai? Ba con bàn với má, thôi kệ, cho con Ba phứt căn nhà, hai vợ chồng già qua bển gặp lại con cháu, với chữa khỏi bệnh mắt cho con Út là vui rồi, sau này có gửi nắm xương tàn nơi xứ người cũng là ý trời. Ổng nói thời buổi nhiễu nhương, thiên hạ còn sanh ly tử biệt, gia đình mình con cháu đầy đủ ăn học tới nơi tới chốn là có phước lắm rồi. Má nghe ổng nói mà càng thêm đau lòng. Má biết ba con chỉ muốn hưởng tuổi già trong căn nhà mà ổng đã dựng lên bằng chính mồ hôi và nước mắt của mình. NHiều lúc ổng nhắc cho má nhớ những hình ảnh của mấy đứa con hồi còn nhỏ, cái chỗ này con Hai hồi nhỏ lững thững tập đi té chảy máu đầu. Chỗ chưn cầu thang kia con Ba mỗi lần có ai đòi lên lầu là nó nằm dài ra nhứt định không cho lên. Cái con cứng đầu cứng cổ từ hồi còn nhỏ. Còn bộ ván gõ đó, bà ưa nằm ngủ trưa để con Tường Vi với con Mộng Điệp nhổ tóc ngứa đó ... Ổng càng nói má càng thêm buồn.

Thím Sáu hàng xóm biết chuyện nhà mình, đề nghị má nên làm như vầy, để má nói con nghe coi có được không. Thím nói đừng sang tên cho cái con bất hiếu đó (thím gọi con Ba như vậy). Ngày lên máy bay, ba má với con Út cứ việc đi trước, để con Tư ở lại giữ nhà với lý do bệnh phổi. Giấy tờ bệnh phổi chạy vô Hồng Bàng trả cho bác sĩ vài chỉ là có ngay. Ba má qua đây lo chữa bệnh xong, chừng nào dìa thì con Tư sẽ đi. Như vậy là tiện nhứt. Để cho cái con bất hiếu ấy sáng mắt ra, mẹ con ruột thịt mà giành giựt với chia gia tài. Thím nói, con tui mà chư con chị, tui đã đăng nhựt trình từ nó từ khuya rồi. Chẳng thà tui có của tui đổ ra đường cho người dưng họ ăn, chứ cho cái thứ bất hiếu tính toán với mẹ cha chi cho uổng. Nghe người dưng rủa xả con mình, mà cang thấy đau lòng thêm. Cha mẹ sanh con trời sanh tánh, má đâu có ngờ con Ba nó tính toán với má như vậy! Má chỉ có nước phân bua với thím, thì một bầy con, đứa nào cũng nhìn thẳng, có đứa nhìn nghiêng là tại mình vô phước. Má thì chắc không dám làm theo lời thím Sáu chỉ bảo, để con Tư ở lại một mình bên này, má cũng đâu có yên tâm.

Chắc rồi ba má cũng sang tên nhà lại cho con Ba. Trong hai trách nhiệm lo cho cho^`g cho con thì chắc má phải đành lựa một. Má sẽ giao căn nhà này lại cho vợ chồng con Ba để vợ chồng nó muốn làm gì thì làm, má nghĩ chắc ba con cũng không nỡ trách má.

Thôi má dừng nghen con. Cho má hun mấy đứa cháu ngoại của má. Chừng nào phỏng vấn xong xuôi, khám sức khỏe đàng hoàng má sẽ kêu con Tư đánh điện cho con biết. Mắt của má với con Út cũng chưa đến nỗi nào, bác sĩ nói vài ba năm nữa mới trở nặng. Con ở bên đó cứ lo làm ăn bình thường nha. Mai mốt má qua sẽ kho cho con một tộ cá kèo, món mà con thích nhứt đó, con nhớ không? Còn thằng Hai thì ưng ăn mắm và rau. Chà, nhắc mới nhớ, để má kêu ba con gói theo một ít hột giống rau thơm đặng đem qua bển trồng, chớ đồ ăn của mình mà không có rau thơm coi như mất ngon hết phân nửa. Rau dấp cá nè, rau húng quế nè, rau răm nè, ngò ôm, húng lủi ... để má nhắc con Tư nó ghi vô tờ giấy chớ lu bu rồi quên.

Thôi vậy nghen con, nãy giờ má đọc cho con Tư nó viết mà mặt nó nhăn một đống như đống cứt. Con với cái! Hễ nhờ tới là nhăn nhăn nhó nhó. Vậy chớ xách đít đi tán dóc ngoài đường cả ngày thì không sao!

Má của con

Tái bút: Chị Hai ơi, thơ này má đọc sao em viết vậy, đọc có lộn xộn thì đừng có dũa em nha. Cho em gởi lời thăm anh Hai với mấy đứa nhỏ. Thôi để em chạy ù ra bưu điện gởi. Hẹn gặp chị Hai nói chuyện nhiều hơn Em Tư.

Sài Gòn, ngày ... tháng ... năm ...

Thư gởi chị Hai,

Lâu lắm rồi tui mới nhận được thơ của chị Hai gởi riêng cho tôi. Từ đầu tới cuối, chỉ có mấy dòng đầu là chỉ hỏi thăm vợ chồng tui với thằng cu Tí, còn kỳ dư chỉ rủa xả tui quá mạng. Tui không biết bà già viết thơ sang nói xấu gì tui, nhưng chuyện gì thì chị Hai cũng phải nghe cả hai bên chớ chưa gì mà chị đã chửi tui là thứ "trời đánh thánh vật", thứ "đâm cha chém chú", thứ "bán trời hổng mời thiên lôi" ...

Chị Hai cũng biết trong mấy chị em trong nhà, có tui là hổng hợp tánh ý với ông bà già. Hổng biết bà già đẻ tui vào giờ gì, có khắc với ông bà gì không, mà từ nhỏ tui đã có cảm giác mình hình như chỉ là con nuôi của ba má. Trong lúc chị Hai và con Út được cưng chìu nâng niu như trứng mỏng, con Tư thì khờ khờ khạo khạo, chỉ có mình tui ở giữa lạc loài. Nhắc mấy chuyện xưa để chị Hai nhớ là tui bị thiệt thòi nhiều lắm. Hồi chị lấy anh Hai, đám cưới tổ chức linh đình, nhà hàng đã không biết mấy chục bàn. Ông bà già hãnh diện lắm vì có con rể là giáo sư đại học, ổng bả cười toe toét. Còn hồi tui lấy anh Phú, ổng bả chê anh Phú nghèo, thất học, đâu có chịu gả. Tui mới làm dữ đòi xách gói theo ảnh, ổng bả sợ mất mặt vì có con gái bỏ nhà theo giai, ổng bả mới đồng ý cho tui lấy anh Phú. Hồi đó chị đi Mỹ rồii nên chị đâu có biết, đám cưới của tui mà một mình tui lo hết, ổng bả đâu có thèm ngó ngàng gì tới. Tui là cô dâu mà phải lo từng cái bánh, từng gói trà. Anh Phú mồ côi, bà con đâu có ai, bà già đòi mấy chục phần bánh với trầu cau thì tui cũng phải làm cho vui lòng bả. Đám cưới xong, tui biết bà già đâu có ưa gì anh Phú, để ảnh ở trong nhà sớm muộn gì cũng có chuyện nên tui nói với bả cho tui dọn ra riêng. Bả la tui là nhà có chỗ ở, dọn ra đi kiếm nhà thuê nhà mướn là làm mất mặt bả. Tui nói chẳng thà mất mặt trước được lòng sau, bả la tui tui nghe, mà bả vẫn la tui hà rầm đó thôi, bả la một lát mỏi miệng bả phải im. Vậy là vợ chồng tui dọn ra riêng để ở.

Mấy năm đầu tui cực khổ hết sức. Hình như trừ nghề bán bia ôm với làm gái, nghề nào tui cũng đã từng làm qua. Bán vé chợ đen rạp hát, bán thuốc tây, đeo theo xe đò bán bánh mì ... Lúc tui sanh thằng cu Tí, bả thấy tui ốm nhách ốm nhom đen thui, bả mới kêu tui về, giúp vốn cho tui làm ăn, đưa thằng cu Tí cho bả giữ. Lúc đó cực quá, mém một chút nữa là tui xiêu lòng dọn về ở chung với bả rồi. Ai dè bả còn thòng thêm một câu, hồi đó má nói là con đừng lấy nó mà con hổng chịu nghe, để bây giờ con sáng con mắt ra chưa, cá không ăn muối cá ươn. Chị biết tánh tui rồi mà, nghe tới đó máu nóng tui dồn lên mặt, tui xách thằng cu Tí chạy te te ra đường, không quên nói với bả, con khổ thì con chịu, chớ dìa đây nghe má nói hành nói tỏi, có ăn vàng con cũng hổng ham. Chị Hai biết không, có những hôm đèo thằng cu Tí trên lưng, chạy theo mấy xe bán bánh mì ở Hàng Xanh mà nước mắt tui tuôn xối xả. Tui biết tánh tui ngang ngạnh, nhưng tại sao má cứ nhằm cái chỗ yếu của tui mà châm chích? Anh Phú ngồi vá xe đạp ở ngã tư đường, trời nắng chang chang đội cái nón lụp xụp chờ khách cũng cực khổ lắm. Lỗi tại tôi không biết lựa chồng có ăn học để sướng tấm thân, nhưng tại tui thương ảnh thì tui chịu, tui có than vãn gì với ai đâu!

Trở lại chuyện căn nhà của má. Mấy năm sau này, nhờ họ cho bung ra làm ăn, anh Phú có người bạn mở cửa hàng sửa xe cup đi đoàn tụ, sang tiệm lại cho ảnh, tụi tui mới đỡ cực. Sau này ảnh nghe người ta, hùn hạp mở quán bia ôm có karaoke. Tui ngăn mà ảnh hổng chịu nghe, nói nhà nước cho phép chớ bộ, với lại thấy kiếm ăn khấm khá nên tui cũng thôi kệ. Dè đâu trâu cột ghét trâu ăn, mấy quán kế bên tố là quán của anh Phú có đường dây sex tour, chuyên môn đưa mấy cô chiêu đãi xuống tàu cho thủ thủy ngoại quốc. Tui phải chạy vạy lo lót hết mấy chục cây mới gỡ cho anh Phú khỏi bị tù. Bán cái tiệm sửa xe cũng không đủ, tui kẹt quá mới chạy về nhà nhờ má giúp. Bả nói bả đâu có nhiều vậy, rồi nhờ tui đứng tên căn nhà. Tui mới nói bả sang tên cho tui, tui đem bán trả nợ, chừng nào ổng bả dìa, tui sẽ kiếm mua cho ổng bả căn nhà khác. Chuyện đơn giản chỉ có vậy thôi mà bả la lối um sùm, nói tui là thứ con bất hiếu, có căn nhà dưỡng già của ổng bả mà cũng đem đi cầm bán.

Nhiều lúc tui có nói nặng nhẹ với bà già là tại vì tánh tui nóng, nghĩ gì nói nấy. Nhưng mà chị đừng có kêu tui xin lỗi bả, tui làm không được đâu. Mà nghĩ cho cùng, sao tui tủi thân quá chị Hai à. Tại sao má không thương tui chút nào hết vậy? Nếu giả sử chị Hai hay con Út mà lâm vào hoàn cảnh như tui, chị Hai đâu cần mở lời, bả cũng sẵn sàng đem bán hết nhà cửa để lo cho chị Hai.

Tui viết thơ này cho chị hổng phải để thanh minh thanh nga, hay để nói xấu má. Má sắp qua bên chị rồi, tui chỉ muốn chị hiểu tui hổng phải là thứ dân hổng biết cha biết mẹ, biết thâm tình máu mủ ruột thịt. Thôi nói ít chị Hai hiểu nhiều. Cho tui gửi lời hỏi thăm anh Hai với mấy đứa nhỏ nghe chị Hai.

Em của chị

Ba

Sài Gòn ngày ... tháng ... năm ...

Hai à

Đầu thơ má báo cho con một tin mừng: cả nhà mình đi khám sức khỏe xong xuôi hết rồi, giờ chỉ còn đợi chuyến bay. Má tính nếu trời thương chắc cả nhà mình sẽ ăn Tết chung với nhau đó. Mới đó mà con đã xa nhà đã hơn mười năm.

Còn về vụ căn nhà má đã tính xong xuôi rồi. Má không có sang tên cho con Ba, nhưng đã bán rồi, được bao nhiêu má đưa cho vợ chồng nó để trả nợ. Qua bển nếu hợp thời tiết khí hậu thì ba má sẽ ở lại với tụi con để an hưởng tuổi già.Còn nếu ba con thấy buồn quá, có nhớ quê thì ba má sẽ về lại Việt Nam, ở nhà con Dung con của dì Sáu. Vợ chồng nó mấy năm nay được má giúp vốn cho làm ăn, nên cũng nhớ ơn nghĩa, tụi nó ăn ở cũng có tình có nghĩa lắm. Nó nói, dì dượng có dìa lại Việt Nam thì ở nhà con, nhà tụi con khá rộng, lại không có con nít, dì dượng đâu có cần gì thuê mướn cho mệt. Con Ba nghe má nói như vậy thì la má, là sao không ở với nó mà đi ở với người dưng. Nhưng má với con ba không có hợp tánh, lại khắc khẩu nên ở gần dễ sanh chuyện, nên thôi ở xa mỏi chưn ở gần mỏi miệng, để lâu lâu nó lại thăm má mà mẹ con cùng vui vẻ.

Hôm má kêu hai vợ chồng nó lên nhà đặng đưa tiền cho tụi nó trả nợ, má có nói đầu đuôi xuôi ngọn, điều hay lẽ phải cho nó nghe. Con thì đứa nào má cũng thương, sở dĩ lúc đầu má không chịu bán nhà vì muốn giữ lại cho ba con có chỗ dưỡng già. Nhưng thấy con cái làm ăn thua lỗ như vậy má cũng không nỡ. Thôi thì cha mẹ phải hy sinh cho con cái, má đâu có tiếc gì vợ chồng nó, miễn tụi nó thương yêu nhau, sống đầy đủ no ấm và hạnh phúc là má mãn nguyện rồi. Hồi nó lấy thằng Phú, thiệt tình trong bụng má không ưng. Cái thằng trên răng dưới dế, nghề ngỗng không có, bằng cấp cũng không, cha mẹ anh em gì cũng không tuốt luốt. Má chỉ sợ con Ba nó khổ. Nhưng coi vậy chớ thằng Phú cũng không đến nỗi nào. Tại hoàn cảnh nó vậy, chớ hôm đó nó nói nhiều câu nghe cũng chí tình lắm.

Căn nhà má bán cho thằng Dậu, phó công an ở phường mình đó, con nhớ không? Cái thằng hồi mới mất nước còn chở xe đạp chở một đống rau muống đi ngang nhà mình về phường nấu cơm đó, bây giờ ăn nên làm ra quá sức. Của chìm của nó không biết bao nhiêu, mà của nổi của nó có tới ba căn nhà, căn nhà của mình nữa là bốn. Nó nói nó mua để rước ba má nó ở ngoài Bắc vô ở. Con Tư trề môi, rước ba má cái khỉ khô, nó rước con mụ Tú Bà ở quán Phong Lan về thì có. Má nghe nó nói mà trợn mắt: chuyện thằng Dậu cặp với ai làm sao mà mày biết? Con Tư cười hề hề, má ra ngoài xóm hỏi coi, đứa con nít cũng biết nữa là con! Chỉ có má cứ ru rú ở nhà nên cứ tưởng người ta đạo đức lắm. Sài Gòn bây giờ có bọn tư sản đỏ, ăn chơi còn hơn cả Việt Kiều. Tụi nó ăn xài phủ phê nhưng dân tình còn nhiều khó khăn lắm con ơi. Cực nhọc như vậy mà cũng đâu có đủ ăn. Đã biết ở đâu cũng phải đổ mồ hôi kiếm ăn, nhưng ở xứ mình bây giờ, ngoài việc đổ mồ hôi còn phải biết mánh mung chôm chĩa luồn lách thì mới sống nổi.

Nãy giờ cứ nói chuyện tầm phào làm con Tư ngồi viết mà hai con mắt nó trừng trừng ngó má. Nhưng kệ nó, dễ gì mà kêu nó ngồi viết thơ giùm cho máNó ngồi viết thơ ở đây thì khỏi đi ra ngoài xóm, thu thập ba cái chuyện tầm bậy tầm bạ, chuyện thằng công an này cặp với con tú bà nọ, nghe bắt mệt. Năm nay nó đã 26 rồi đó mà một thằng bồ làm thuốc nó cũng hổng có, hễ hỏi tới nó thì nó nói rủi con lỡ "yêu" rồi thì làm sao đi Mỹ đi? Hổng lẽ bỏ "ảnh" lại". Để hưỡn hưỡn vài năm, qua bển rồi tính. Nghe cũng phải. May mà nhà mình sắp đi Mỹ, chớ ở đây vài năm nữa, nó thành gái già ế chồng thì càng mệt.

Dạo này ba con yếu hơn trước, cơm nước cũng ít đi. Chỉ có cà phê thuốc lá là ngày ba cữ. Má nói ổng bỏ thuốc, đêm nằm nghe ổng ôm ngực ho sù sụ mà ổng có chịu đâu. Con Út nói nhà cửa bên Mỹ đóng cửa kiếng kín mít, ba hút thuốc lá trong nhà úm hơi như vậy, ai mà chịu cho nổi. Ổ ú ớ. Niềm vui của ổng chỉ có chừng đó, giờ "bứng" ổng đi trồng chỗ khác, còn đòi chặt hết cành hết ngọn thì ổng thà chết sướng hơn. Má thấy cũng tội nghiệp nên mặc kệ ổng muốn làm gì thì làm.

À quên nữa, con nói với bên chồng con Tường Vi là đợi má qua rồi hẵng làm đám cưới nghen. Mới ngày nào má mới gả con, bây giờ gả cháu, nghĩ tới thiệt là vui trong bụng.

Thơ trước con nói có đặt một cái tủ thờ bằng cẩm lai và bộ ván gõ để ở phòng khách đặng ba má có qua ở có cảm giác như đang ở nhà mình ở Sài Gòn. Mua sắm chi cho tốn kém vậy con? Ba má đã ra đi thì` đâu có lưu luyến gì ba cái đồ đạc trong nhà nữa. Mồ mả ông bà tổ tiên mà mình còn rứt ruột bỏ đi được thì nói gì ... Thấy con có lòng má cũng vui, nhưng cần là mình ăn ở phước đức, dạy dỗ con cái đàng hoàng, tu tâm dưỡng tánh thì ở đâu cũng được hết.

Thôi nghen Hai, má ngừng đây. Cho má hun mấy đứa nhỏ, nhứt là thằng Út Nam. Tụi nó có nhắc ông bà ngoại không vậy mà không thấy đứa nào viết cho ba má lấy một chữ.

Má của con.

Tái bút: Ngồi viết thơ cho chị Hai muốn gãy tay luôn. Bà già hễ không nói thì thôi, hễ mở miệng ra là bả nói thôi liên tu bất tận. Mai mốt má qua bển tha hồ cho chị Hai nghe má kể chuyện, em bảo đảm cả tháng cũng chưa hết chuyện. Thôi em ngưng đây nghe chị Hai Chúc anh chị Hai mạnh giỏi. Cho em thăm mấy đứa nhỏ.

Em Tư

Sài Gòn ngày ... tháng ... năm ...

Thơ gởi chị Hai,

Ba má với con Tư con Út

Ba má với con Tư con Út mới lên máy bay hồi sáng này. Tui đưa ổng bả ra phi trường, dìa tới nhà nằm muốn bịnh luôn. Bây giờ thấy đỡ chóng mặt tui mới lấy giấy ra viết thơ cho chị đây.

Hồi sáng trên phi trường, bà già khóc ơi là khóc. Bả mếu máo nói tui ráng đợi vài năm nữa, chừng nào tới phiên tui đi phỏng vấn, rồi sẽ qua đó đoàn tụ cả nhà. Bả cứ ôm rịt thằng cu Tí, nói ở bên đây thì nhớ con Tường Vi, Mộng Điệp, bây giờ chưa qua tới bển mà đã thấy nhớ thằng cu Tí. Bả cứ khóc bù lu bù loa làm thiên hạ ngó làm tui mắc cỡ hết sức. Tui cũng muốn khóc như bả, mà điều khóc không được nên tui thấy khó chịu, tức tức trong ngực. Bữa nay tui mới thấy ba má đã già nhiêu, ba tuy còn khương kiện nhưng tóc đã bạc trắng. Hồi đó giờ nói thiệt với chị Hai có bao giờ tui để ý tới sức khỏe của ổng bả đâu. Thấy ổng bả mạnh cùi cụi, đi tới đi lui đâu có đau bệnh ngày nào đâu nên tui cũng đâu để ý đến làm chi. Vậy mà hôm nay biết ổng bả sắp đi xa, tui thấy ba má mình già yếu dễ sợ. Phải chi mình làm được như trong mấy tuồng cải lương hay xi nê, ôm ổng bả mếu máo khóc, nói vài câu nồng mặn, chắc lòng tui sẽ thanh thản nhiều. Vậy mà tui chỉ lí nhí có mấy câu thủ tục, ba má qua bển đi đường bằng an, cho tụi con gởi lời hỏi thăm chị Hai với mấy cháu. Ba má qua bển nói chị Hai đánh điện cho con biết. Tui còn dặn con Tư để mấy cái áo lạnh ra ngoài, rủi lên máy bay có lạnh lấy ra cho ba má bận đỡ. Anh Phú giúi vào tay con Út hai trăm đô, biểu nó có chờ đợi ở phi trường chuyển chuyến bay, nhớ đi mua nước nôi cho ba má uống.

Lúc đứng ở trên lầu sân bay ngó ra thấy ba má lụm cụm bước lên cầu thang máy bay, ở trong này tui cứ nắm lấy vai anh Phú để khỏi ù té chạy ra ngoài. Hơn bao giờ hết, tui biết mình cũng yếu đuối như ai, chỉ giỏi làm bộ cứng rắn, giỏi la lối cãi lộn với bà già chớ thiệt tình tui mềm còn hơn cọng bún nữa. Nhớ tới có mấy lần ăn nói xốc hông với bà già, tui muốn tự vả vô cái bản mặt của mình mấy cái. Đã vậy thằng cu Tí đứng kế bên cứ lải nhải, bà ngoại đi Mỹ chừng nào về vậy má, bà ngoại có nhớ mua xe tăng với máy bay cho con không. Mém chút nữa là tui đã bộp vô đít nó vài cái rồi, vậy mà hổng hiểu sao tui lại ôm nó vào lòng, vỗ về qua làn nước mắt, mai mốt bà ngoại sẽ gởi về cho con, mà sao bà ngoại đi con hổng nhớ bà ngoại, mà cứ nhắc đồ chơi, là sao? Nó hổng biết trả lời tui làm sao, nhe nguyên hàm răng sún nhìn tui cười.

Chị Hai ơi, lúc chị nhận được thơ này thì chắc ba má và con Tư con Út đã ở bển rồi. Có dịp nào chị nhớ nói với ba má là tui cũng thương yêu ổng bả lắm, tại cái tánh tui cứng đầu cứng cổ nên tui có nói gì cho ổng bả buồn thì ổng bả bỏ qua cho tui, tui hổng có ý gì đâu. Ngộ ghê vậy đó chị Hai, viết được cho chị mấy dòng này, lòng tui thấy thanh thản gì đâu, vậy chớ chị kêu tui mở miệng nói thẳng với ba má, đời nào tui mở miệng ra được.

À mà chị Hai ơi, tui có gởi cho con Tường Vi một xấp gấm may áo dài cưới. Gấm in hình đồng tiền, giống y chang cái áo chị bận lúc lấy anh Hai ngày xưa. Tui còn đánh cho nó một cái kiềng. Chị nói với nó là dì dượng Ba còn nghèo, nên chỉ tặng cho nó có bấy nhiêu thôi. Hôm nào đám cưới nhớ quay phim gởi về cho vợ chồng tui coi ké với nghe.

Thôi khuya rồi, tui ngừng nghe chị Hai. Tui còn phải chạy ra tiệm coi sao giờ này hai cha con anh Phú chưa dìa. Cho tui hỏi thăm anh Hai với mấy cháu.

Em của chị

Ba

MUỘN MÀNG

Lá thư nào viết gửi cho chị em Thu, má Thu cũng bắt đầu bằng bốn chữ "Các con thương nhớ". Tiếng là gửi chung cho ba chị em, nhưng hình như má Thu chỉ thủ thỉ tâm tình với chị Thúy, còn Thu với thằng Tuấn tuy cũng được nhắc nhở tới, nhưng là ở cuối thư, phần "dặn dò dạy bảo"! Thiệt tình mà nói thì Thu cũng không lấy làm khó chịu lắm về lối cư xử hơi thiếu công bằng này. Chẳng phải Thu đại lượng gì cho cam, nhưng tại vì Thu đã quá quen với lối đối xử khác biệt của má Thu đối với ba chị em, từ hồi còn ở quê nhà. Điều này Thu đã cảm nhận thấy từ hồi bé xíu, chẳng hạn như những lần mấy chị em giành giựt đồ chơi, bao giờ má Thu cũng bênh vực chị Thúy, dù chị là chị lớn nhứt trong ba đứa. Hay những lần được chia quà cáp bánh trái, bao giờ chị Thúy cũng được phần nhiều hơn.

Có nhiều lý do khiến má Thu tỏ ra ân cần săn sóc chị Thúy một cách đặc biệt. Có thể vì chị Thúy là con đầu lòng, mà ba má Thu lại là con lớn của cả hai bên nội ngoại, nên chị Thúy trở thành đứa cháu đầu tiên của cả hai họ, không những được ba má Thu tưng tiu mà cả ông bà nội ngoại cô cậu chú dì đều vồ vập săn đón. Không biết có phải vì được cưng chìu quá đáng hay vì luật bù trừ của tạo hóa mà chị Thúy cứ đau bệnh rề rề quanh năm suốt tháng. Một tháng ba mươi ngày thì chị Thúy đã bị nhức đầu sổ mũi hết hai mươi tám ngày, hai ngày còn lại thì chị bị đau răng hay nóng sốt. Bởi vậy mang tiếng là chị hai trong nhà mà so ra vóc dáng của ba chị em đẻ năm một, chị Thúy ốm o và còm cõi như một đứa em út sinh thiếu tháng. Cũng nhờ bệnh hoạn liên tục và triền miên như vậy, cộng thêm với sắc đẹp trời cho, chị Thúy giống hệt như những nhân vật chính trong tiểu thuyết của Quỳnh Dao, tiểu thư con nhà đài các ẻo lả và mong manh ... như một cành lan, như trong nhạc của Vũ Đức Nghiêm. Một điều buồn cười là cả Thu với thằng Tuấn đều không vì sự thiên vị của má Thu mà ganh tị hay ghét bỏ chị Thúy, trái lại cả Thu và Tuấn đều ra sức bảo vệ và che chở mỗi khi chị Thúy bị bạn bè bắt nạt.

Chị Thúy quý những lá thư má Thu gửi sang lắm. Những lá thư má viết, chữ nhỏ li ti trên giấy pelure mỏng lét để nhẹ tiền cước, loại giấy ngả màu cháu lòng vì bị nấu đi nấu lại cả chục lần, được chị Thúy vuốt lại phẳng phiu, xếp theo thứ tự ngày tháng, để trong cái hộp giấy màu hồng gối ở đầu giường. Thu nhớ hồi còn ở đảo, mỗi lần nhận được thư má, đọc xong bao giờ chị Thúy cũng đầm đìa nước mắt, mặc dù trong thư má Thu chỉ nhắc tới những kỷ niệm ngày xưa khi ba chị em còn ở quê nhà, những hôm trời mưa mấy mẹ con ướt như chuột lụt đứng ngoài đường trú mưa ở hiên nhà nơi má Thu dọn hàng bán cà phê mỗi tối, hay những lần tay xách nach mang những gạo những khoai ra tận Vĩnh Phú thăm nuôi ba Thu ... Lá thư nào cũng bắt đầu bằng những dòng thăm hỏi, xong đến phần kể lể kỷ niệm, rồi cuối thư là phần dặn dò Thu với thằng Tuấn phải ngoan ngoãn vâng lời chị Thúy. Tự trong thâm tâm, má Thu vẫn nghĩ tụi Thu vượt biên được phần lớn là nhờ công lao, hay đúng hơn, là sự hy sinh của chị Thúy.

Lùi lại vào những năm đầu mất nước, sau khi ba Thu khăn gói lên đường đi học tập cải tạo, mấy mẹ con ở nhà bán dần những đồ đạc trong nhà để xài dần trong lúc chờ đợi ba Thu ra khỏi tù. Một năm, hai năm rồi ba năm, những bàn những ghế, những tủ áo, ti-vi, máy hát, vòng vàng tư trang của má Thu cứ lần lượt đội nón mà đi mà ba Thu mãi biền biệt chưa về. So với những bà con lối xóm, có người còn phải xếp hàng ở bệnh viện bán máu lấy tiền mua gạo nuôi con thì hoàn cảnh bốn mẹ con Thu cũng còn đỡ hơn nhiều lắm. Cho tới lúc sắp sửa phải gỡ những miếng gạch bông lót trên nền nhà, hay tháo tole lợp trần để bán thì má Thu được người quen chỉ vẽ cho mở một quán cà phê vỉa hè, vốn liếng không cần nhiều, chỉ cần một ít ly tách, bàn ghế và thương lượng một căn nhà mặt tiền có khoảng sân trước tương đối rộng để mướn bán cà phê mỗi đêm.

Nhờ có quán cà phê buôn bán có đồng ra đồng vào, cuộc sống của mấy mẹ con mới dễ thở hơn một chút. Chị Thúy học xong lớp chín, thi vào lớp mười không đậu, ở nhà theo má Thu đi bán. Mỗi chiều khi trời vừa chạng vạng là má Thu và chị Thúy lo chất nào đường, cà phê, thuốc lá, trà ... lên hai chiếc xe đạp ọp ẹp, đạp ra đường Trần Quang Khải dọn hàng. Những hôm nào nắng ráo còn đỡ, gặp hôm trời chuyển mưa, má Thu phải lấy cái áo mưa nhà binh cũ phủ lên thùng hàng cho khỏi ướt. Tội nghiệp chị Thúy, hôm nào trời mưa đi bán về chị cũng bị cảm lạnh, tối nằm ôm ngực ho sù sụ. Sau này những hôm chỉ bịnh Thu phải thay chỉ ra phụ má dọn hàng. Mà mỗi lần ra phụ như vậy Thu bị má Thu la tắt bếp, nào là con gái con đứa mà tay chưn lóng ngóng vụng về, không ý tứ gì ráo, bưng cà phê cho khách mà thiếu điều muốn đổ vô mặt người ta, tính tiền thì lộn tới lộn lui, ly tách thì làm bể liên tục ... Nói gì thì nói chứ Thu là chúa ghét cái nghề buôn bán, phục vụ, lại còn cơm bưng nước rót hầu hạ khách hàng, lại còn phải dầm mưa dãi nắng. Chưa kể nếu bị tụi bạn học bắt gặp, chắc Thu độn thổ vì mắc cỡ. Nhưng riết rồi cũng quen. Có được một chỗ mua bán để đắp đổi qua ngày như vầy, theo như lời má Thu nói, là "*phước mấy mươi đời ông bà tổ tiên để lại*". Nghĩ lại cho cùng thì cũng đúng, vì so ra mẹ con Thu cũng còn may mắn hơn biết bao nhiêu người cùng hoàn cảnh phải đi kinh tế mới, thậm chí có mấy bà vợ sĩ quaan phải chắp nối với bọn cán bộ kiếm tiền nuôi con ...

Má Thu có một người quen mở một cửa hàng cà phê trong Chợ Lớn. Nhờ họ chỉ vẽ cho một vài mánh lới trong nghề để pha cà phê phin cho ngon, pha nước chanh sao cho đậm đà, lại được giới thiệu những mối hàng quen chuyên buôn trà và cà phê từ Bảo Lộc, Lâm Đồng, hay Ban Mê Thuột xuống nên không sợ mua lầm cà phê pha hột bắp ... nhờ vậy nên má Thu cũng có được một số khách quen. Ngoài cà phê phin, má Thu còn bán cả cà phê pha vợt cho những kháchc hàng bình dân hơn thuộc giới xích lô hay xe ôm, tạt vô nhâm nhi vài ngụm cà phê hay phì phà vài hơi thuốc Hoa Mai, Đà Lạt ... Với hình thức "tân cổ giao duyên" này, quầy cà phê của má con Thu cũng khá đông khách. Đám thanh niên choai choai mới lớn vừ được uống cà phê rẻ tiền, vừa được trồng cây si chị Thúy, được bọn họ gọi bóng gió là "*tiểu thư con nhà khuê các hết thời bò ra vỉa hè kiếm ăn*".

Trong đám thanh niên này, kiên nhẫn và dày dạn nhứt phải kể tới anh Hán. Mỗi chiều cứ sáu giờ má Thu dọn hàng ra thì khoảng sáu giờ rưỡi anh đã phóng xe Honda lại, kêu một ly cà phê phin sữa và một gói thuốc lá Samit, rồi bắt đầu "ngồi đồng" cho tới lúc má Thu dọn hàng mới chịu về. Một hai tuần đầu anh còn ngồi yên lặng ngắm chị Thúy pha cà phê, nhúm lửa, rồi từ từ anh cũng lân la lại làm quen. Lúc đầu má Thu cũng không mấy gì ưa anh Hán, đàn ông con trai gì mà ngày tối không thấy làm ăn gì ráo, cứ ngồi quán cà phê ngắm gái coi bộ không khá nổi. Nhưng lần lần thấy ảnh cũng có vẻ hiền lành, lại là khách sộp, nên má Thu cũng bớt có ác cảm. Mà thiệt vậy, anh Hán là người Việt gốc Hoa, con nhà khá giả vì nghe nói ba có phần hùn trong mấy nhà hàng lớn trong Chợ Lớn.

Nếu chỉ có việc ngồi trồng cây si chị Thúy năm này qua tháng nọ thì anh Hán cũng đâu có khác gì đám thanh niên choai choai đến quán hàng ngày. Đàng này một hôm anh đột ngột đến tìm má Thu tận nhà, và ngỏ ý muốn xin cưới chị Thúy để cùng anh đi vượt biên. Lúc ấy vào khoảng giữa năm 1978, cả Sài gòn đang lên cơn sốt về việc xuất cảng người Hoa của Việt Cộng. Đi vượt biên chui nếu rủi có bị bắt thì bị đi cải tạo năm ba năm là chuyện thường, nhưng nếu đóng vàng cho nhà nước thì sẽ được tổ chức đi đứng đàng hoàng, có danh sách hẳn hoi, và được công an hộ tống xuống tàu như đi du lịch! Trở lại chuyện anh Hán, sau khi nghe anh ngỏ lời, má Thu há hốc mồm:

- Cậu nói giỡn hay nói chơi vậy? Cậu quen biết con Thúy được bao nhiêu lâu mà dám đi hỏi cưới nó?

Anh Hán khổ sở phân bua:

- Lẽ ra thì cháu cũng phải làm quen nói chuyện với Thúy trước để dò ý của Thúy. Nhưng thời gian không cho phép nữa vì ba má cháu đang mua tàu đi bán chính thức ở Vũng Tàu. Nếu được cấp giấy phép và kêu đủ người thì một hai tháng nữa là cháu đã đi rồi. Cháu biết tới hỏi bác đột ngột như thế này là cũng đường đột lắm, nhưng mong bác hiểu là mấy tháng nay, từ hôm tạt ngang quán bác uống cà phê thấy Thúy là hôm nào cháu cũng lại xe xuống Tân định để ngồi ngó Thúy. Bác cũng biết cháu là người Hoa, không rành tiếng Việt lắm, nếu cháu nói chuyện có gì không đúng mong bác xính xái cho.

Má Thu lắc đầu:

- Chuyện cậu hỏi đột ngột quá, tôi không biết đàng nào để trả lời. Để chút nữa con Thúy về tôi gợi ý hỏi nó coi sao. Mà chiều nay cậu đừng có ra quán nữa nghen, có gì mai mốt buổi sáng cậu ghé ngang nhà rồi tôi báo cho cậu biết.

Chuyện anh Hán dám "mạo muội" hỏi cưới chị Thúy làm cả nhà Thu mất ăn mất ngủ mấy tuần liền. Ảnh đã thẳng thắn đề nghị với má Thu, nếu chị Thúy đồng ý lấy ảnh, chuyện dắt cả nhà Thu đi bán chính thức không thành vấn đề, vì ba ảnh là chủ tàu, muốn "nhét" bao nhiêu người lại không được! Lúc đó đối với má con Thu, chuyện vượt biên là cái gì đó xa vời lắm. Mở một quán cà phê vốn liếng có vài chỉ vàng mà má Thu phải chạy đi vay mượn cùng khắp, nói chi kiếm ra mười mấy cây vàng cho một đứa để được đi bán chính thức! Mấy đêm liền mặt má con Thu người nào người nấy cứ căng ra như dây đàn sắp đứt. Đi vượt biên thì đứa nào cũng muốn, nhưng để chị Thúy phải lấy một người chồng mà chị chưa tìm hiểu, chưa có một chút cảm tình thì cũng tội cho chỉ quá!

Được cái anh Hán dòm bề ngoài coi cũng tương đối "sạch sẽ", tuy là người Hoa nhưng sinh đẻ ở Sài gòn nên ảnh nói tiếng Việt nghe cũng trơn tru lắm. Thu không biết ngày xưa nàng Kiều của Nguyễn Du bán mình chuộc cha tâm trạng rối bời ra sao, chứ từ hôm nghe anh Hán ngỏ ý, chị Thúy cứ đi ra đi vào như người mất hồn. Thu nhớ má Thu nói với chị Thúy: "Lúc nào thì má cũng muốn săn sóc đùm bọc cho các con. Ở chế độ này, với lý lịch của mấy đứa thì còn lâu mới ngóc đầu lên nổi. Chuyện lo cho mấy đứa đi vượt biên thì má không có khả năng, nhưng nếu bắt con phải hy sinh hạnh phúc cá nhân để lo cho mấy em thì má không nỡ. Má để tùy con quyết định". Cuối cùng rồi chị Thúy cũng đồng ý lấy anh Hán, đem theo Thu và thằng Tuấn cùng anh đi vượt biên. Má Thu ở lại lo thăm nuôi ba Thu, đợi ngày ổng ra tù rồi tính.

Vậy là chị Thúy đi lấy chồng! Năm đó chị mới có 18 tuổi. *Ngày mai trong đám xuân xanh ấy, có kẻ theo chồng bỏ cuộc chơi*! Chị Thúy theo chồng, dắt theo hai đứa em, xuống tàu vượt biên, tới một vùng đất xa lạ, tương lai và hạnh phúc đều mù mờ. Đám cưới chị Thúy không tổ chức ở nhà thờ, cô dâu không bận áo soiree trắng đội khăn voan như chị Thúy vẫn thường mơ ước. Để lối xóm và công an không để ý, má Thu nói anh Hán chỉ nên tổ chức một bửa tiệc nhỏ ở nhà hàng cho gia đình hai bên biết mặt. Ba má anh Hán biết ảnh định lấy vợ Việt, ổng bả kịch liệt phản đối. Nhưng vì anh Hán ra điều kiện nếu không cho ảnh lấy vợ thì ảnh sẽ ở lại nên cuối cùng hai ông bà phải nhượng bộ. Bửa tiệc cưới nhỏ ảm đạm được tổ chức tại nhà hàng Soái Kình Lâm, chỉ có đãi một bàn tiệc, gồm gia đình anh Hán và bốn má con Thu. Bà má anh Hán ngồi trong bàn tiệc mà cặp mắt cứ trừng trừng nhìn chị Thúy như muốn ăn tươi nuốt sống làm má Thu không khỏi ngột ngạt và lo sợ cho cuộc sống dâu con sau này của chị Thúy. Hôm trước khi xuống tàu vượt biên, má Thu đã dặn tới dặn lui anh Hán là sau này khi định cư dù muốn dù không cũng nên dọn ra ở riêng, xây tổ ấm cho hai đứa, chứ để chung đụng sớm muộn gì cũng có xích mích mẹ chồng nàng dâu. Má Thu lo xa cũng phải, vì đâu cần qua tới Mỹ, chỉ vừa tới đảo Bidong ở Mã Lai, chị Thúy đã bị bà già chồng hạch sách đủ điều. Mỗi lần làm điều gì phật ý bả, là bả ném cho chị Thúy một cái nhìn lạnh lùng, mà miệng thì xổ một tràng tiếng Tàu, nghe líu lo cứ như là chim cú hót!

Ở đảo được vài tháng, tụi Thu được gia đình một người bà con xa của anh Hán bảo lãnh về Cali. Qua tới Mỹ chưa được bao lâu, ba anh Hán mới khám ra bao nhiêu tiền chuyển ngân qua trước đã bị người ta gạt sạch. Từ một ông chủ bự ở Chợ Lớn, tuy cũng còn một chút vốn liếng của cải mang theo, nhưng bao nhiêu của chìm của nổi một sớm một chiều tan tành thành mây khói, ba anh Hán tức quá đứng tim mà chết. Anh Hán, từ một chàng công tử bột ở Sài Gòn, giữa một xã hội thời bao cấp thiên hạ chạy gạo kiếm ăn từng bửa, mà ảnh chỉ biết xách xe honda đi dạo quán xá, nay bỗng dưng trở thành rường cột của gia đình, phải đảm đương một bà mẹ già, thêm một người vợ mới cưới và hai đứa em vợ "ăn theo" là Thu và thằng Tuấn, ở một xứ sở hoàn toàn xa lạ, về cả ngôn ngữ, phong tục, trong khi ảnh không có bằng cấp gì lận lưng. Ông bà mình bảo thời thế tạo anh hùng chẳng biết đúng hay sai, nhưng anh Hán quả thật thích ứng với hoàn cảnh mới một cách nhanh chóng không ngờ. Vì tiến Anh không rành, anh Hán phải xin vào làm việc cho các nhà hàng tàu ở phố Tàu, làm hai ba jobs, vừa rửa chén, bồi bàn, khuân vác trong mấy tiệm tạp hóa ...

Lúc này Thu và thằng Tuấn theo học ở một trường trung học gần nhà, đi về có xe bus nhà trường đưa rước. Má anh Hán, từ sau cái chết của ba ảnh, phần thì nhớ chồng, phần vì tiếc của, đâm ra lẩn thẩn, ngày tối cứ nhốt mình trong phòng lẩm bẩm những gì không ai hiểu. Nhiều đêm anh Hán đi làm về khuya, ảnh bới vội chén cơm rồii hâm nóng thức ăn đem từ nhà hàng về, bưng vào phòng rồi ngồi đút cho má ảnh ăn. Hai mẹ con xí xô xí xào nghe vừa buồn cười vừa tội nghiệp! Chị Thúy thì chẳng bao giờ dám bén mảng tới gần má anh Hán, vì y như rằng hễ thấy bóng dáng chị thấp thoáng là bả gầm gừ, làm như mọi sự sa cơ thất thế trong gia đình bà, đều là do anh Hán lấy chị Thúy làm vợ mà gây nên. Mấy lần chị Thúy định bàn với anh Hán gửi bà vô trong viện dưỡng lão cho có y tá săn sóc nhưng thấy tội nghiệp quá nên thôi. Vả lại có muốn anh Hán cũng không có khả năng. Tuy đi làm hai ba jobs, nhưng lương ba cọc ba đồng, anh Hán cũng đâu kiếm được bao nhiêu, lương lãnh về, chỉ vừa đủ trang trải tiền nhà, tiền thuốc men cho má ảnh, lại còn chi tiêu lặt vặt trong nhà. Vài ba tháng một lần, ảnh còn thu vén mua quà gửi về cho má Thu ở Sài Gòn, mặc dù chị Thúy không dám yêu cầu.

Ban ngày khi anh Hán đi làm và tụi Thu đi học, chỉ còn chị Thúy và má anh Hán ở nhà, chị Thúy phải "núp" trong phòng, giết thì giờ bằng mấy băng nhạc Việt Nam sang lại mua ở chợ, hoặc nằm bò trên giường, đọc và viết thư cho má Thu. Dạo này có lẽ vì hợp với thời tiết bên này, chị có vẻ khỏe hẳn ra, không còn bệnh rề rề như trước, tướng tá coi có da có thịt hơn hồi còn bên nhà, trông nẩy nở và quyến rũ hơn hồi còn con gái nhiều lắm. Năm sau khi Thu và thằng Tuấn cùng chuyển trường lên đại học, hai đứa phải dọn lên trường kiếm thuê phòng cho tiện việc đi lại, chị Thúy cũng ghi tên học Anh văn ở một trường đại học cộng đồng gần nhà cho qua ngày tháng. Cuộc sống cứ lặng lẽ trôi, cho tới một hôm Thu mới khám phá ra một chuyện động trời là chị Thúy có bồ!

Hôm thi cuối khóa mùa đông xong, thấy còn sớm, Thu lái xe lên trường chị Thúy định rủ chị đi *shopping* mua mấy món quà cho mùa Xmas. Vừa đậu xe xong, Thu chồm ra ghế sau định lấy cái áo khoác vào người cho đỡ lạnh thì nom thấy chị Thúy chui vào một chiếc xe còn khá mới, phóng đi. Đoán là chị quá giang xe bạn về nhà nên Thu cũng lái xe về nhà ngồi chờ. Nào ngờ đợi suốt cả buổi chiều cũng không thấy tăm hơi chỉ đâu. Bây giờ là cuối năm, mấy cái *shopping mall* đang sale đồ giáng sinh, chắc chỉ đang đi mua sắm đồ với mấy người bạn.

Lúc chị Thúy bước vô nhà, ngó thấy chị không có xách cái gì hết ngoài cái túi đi học, Thu ngạc nhiên hỏi:

- Bộ bửa nay không có cái gì rẻ hay sao mà bà đi về tay không vậy?

Chị Thúy ngó Thu:

- Mày nói cái gì rẻ? Tao mới đi học ở trường về mà, mua bán cái gì!

- Chớ không phải hồi sáng bà chun vô cái xe màu xanh đi shopping sao? Tui định phóng xe rượt theo mà không kịp!

Chị Thúy lắp bắp:

- Mày thấy cái gì? Bửa nay còn đi học mà mày làm cái gì ở trường tao?

Thu bưng trái canteloop lên ngồi ở bàn ăn, vừa gọt vừa

trả lời:

-Hôm nay tui thi xong môn cuối, định ghé trường rủ bà đi shopping chơi. AI dè tới nơi thì bà đã đi mất tiêu, biết vậy hồi sáng tui rủ con nhỏ Hạnh đi cho rồi. Bà làm cái gì mà mặt mày xanh lè xanh lét vậy? Trúng gió hả?

Chị Thúy ngồi phịch xuống ghế:

- Hồi sáng tao đi chiếc xe màu xanh thiệt, nhưng không phải đi shopping. Thu này, tao nói cho mày nghe chuyện này, nhưng mày khoan viết thư về kể cho má nghen. Để từ từ rồi tao tính. Chừng nào đâu vào đó xong xuôi tao sẽ nói cho má nghe sau.

Thu trợn mắt ngó chị Thúy:

- Chuyện gì ghê vậy bà? Chuyện gì mà bà rào trước đón sau dữ vậy?

Chị Thúy thở dài:

- Chắc tao với anh Hán phải ly dị quá!

Thu sửng sốt:

- Hả? Bà nói cái gì? Bấy lâu nay tui đâu có nghe bà than thở gì đâu, sao tự dưng hôm nay lại nói chuyện động trời vậy? Bà không nói chơi đó chứ?

Chị Thúy thiểu não:

- Chuyện nghiêm trọng như vậy ai lại đi nói chơi bao giờ! Tại chưa tới lúc phải nói, với lại tao cứ chần chờ vì nghĩ còn có cách cứu vãn. Thiệt ra anh Hán cũng tốt với tao lắm, nhưng giữa tao với ảnh không có tình cảm. Mày cũng biết vì sao tao lấy ảnh rồi mà ...

Thu ngắt lời:

- Nhưng hồi đó bà chấp nhận mà. Ảnh đâu có ép bà, má cũng đâu có ép bà. Ăn ở với nhau hai ba năm nay, rồi tự dưng bà muốn bỏ ảnh, ờ mà bả đã nói cho anh Hán chưa?

- Tao không biết phải mở miệng nói với ảnh làm sao nữa. Anh Phú, cái anh chạy chiếc xe màu xanh hồi sáng đó, có nói với tao là nên giải quyết càng sớm càng tốt, sẽ dễ dàng cho cả đôi bên.

Thu nhíu mày:

- Ở đâu mà lòi ra cái thằng cha Phú nào nữa đây? Chắc bà cặp với thằng cha Phú này rồi định về bỏ anh Hán chớ gì? Tui thiệt không hiểu nổi bà. Mấy năm nay ảnh lo cho bà từng chút, tui với thằng Tuấn có là gì của ảnh đâu mà ảnh cũng đối xử như em út ruột thịt của ảnh. Chưa nói ảnh còn gửi quà về Việt Nam cho má. Tụi mình qua đây được cũng là nhờ ba má ảnh tổ chức, vậy mà bây giờ bà nỡ nào ...

Chị Thúy khổ sở nhăn nhó:

- Tao có phủ nhận lòng tốt của anh Hán với gia đình ảnh đâu, nhưng chuyện tình cảm đâu có dễ dàng như mày nói. Những gì anh Hán giúp đỡ tụi mình, từ từ tao sẽ tìm cách đền bù cho ảnh. Hai năm nay mang tiếng là vợ chồng chứ tao với ảnh có tâm sự gì với nhau đâu. Tao nghĩ đối với ảnh như vậy cũng không công bằng. Thà là ảnh kiếm người khác thương ảnh, biết đâu ảnh sẽ có hạnh phúc hơn?

Thu lắc đầu:

- Tui không có tán đồng bà ly dị đâu. Nhưng bà muốn làm sao đó thì làm, tui chỉ mong bà suy nghĩ cặn kẽ để sau này khỏi hối tiếc.

Rồi chuyện gì phải tới đã tới. Chị Thúy và anh Hán làm thủ tục ly dị, không kiện tụng lôi thôi vì cả hai đều cùng chưa có tài sản hay con cái để tranh chấp. Hai người bỏ nhau chóng vánh y như hồi làm đám cưới. Chị Thúy dọn ra riêng, share phòng với người bạn học, còn anh Hán thì vẫn ở căn apartment với má ảnh. Thu không ngờ anh Hán có thể chia tay với chị Thúy một cách dễ dang như vậy. Hôm tới nhà ảnh để dọn đồ đạc cho chị Thúy, thấy ảnh đi ra đi vô, tay cầm ly bia mà gương mặt buồn hiu, Thu mới gợi chuyện:

- Anh Hán vẫn đi làm chỗ cũ hả?

Ảnh cười chua chát:

- Thì cũng chỗ cũ. Mà nếu có đi làm chỗ mới thì cũng chừng đó việc, cu li mà, đâu có phân biệt mới hay cũ.

Phải chi mà người ta có thể nói với nhau những câu an ủi như trong tuồng cải lương thì chắc Thu đã có nhiều điều để nói với anh Hán. Nào là những ơn nghĩa gia đình ảnh đã mang chị em Thu qua đây, nào là thời gian đầu ảnh đã bảo bọc chị em Thu trong lúc bao nhiêu sóng gió dồn dập xảy ra với ảnh ... vậy mà Thu cứ ngậm câm như hến, chỉ yên lặng cắm cúi xếp những đồ dùng của chị Thúy cho vào thung giấy. Lúc phụ anh Hán bưng cái thùng từ nhà ra bỏ vào cốp xe, Thu mới giúi vô tay anh Hán tấm giấy nhỏ, có ghi địa chỉ và số phone của mình. Thu lắp bắp:

- Anh ở lại mạnh giỏi. Có địa chỉ và số phone của em ghi trong tờ giấy này nè, có gì anh liên lạc với em nghen. Dù gì thì am với thằng Tuấn cũng coi anh như anh lớn trong nhà. Mà em biết ba má cũng coi anh như con trong nhà vậy. Nhớ giữ liên lạc với em nghen.

Anh Hán nói nhỏ:

- Chừng nào ra trường nhớ báo cho anh biết, anh sẽ đi dự! Mà có lấy chồng thì cũng nhớ gửi thiệp cho anh. À quên nữa, có viết thư cho má, cho anh gửi lời hỏi thăm.

Thu nói dạ rồi chun vô xe rồ máy. Trên suốt đường về, Thu cứ lan man nghĩ không biết rồi anh Hán sẽ ra sao, vì Thu biết chắc ảnh vẫn còn thương chị Thúy lắm. Thái độ dửng dưng chấp nhận một thực tế phủ phàng của anh Hán làm Thu lo ngại.

Năm tháng trôi qua, không có gì bất trắc xảy ra giữa anh Hán và chị Thúy. Một năm sau khi ly dị, chị Thúy bước thêm bước nữa, và theo anh Phú, chồng sau của chỉ, dọn sang Texas sinh sống. Thằng Tuấn chuyển trường xuống Los, vì được nhận vào medical school ở UCLA. Còn Thu vẫn quanh quẩn ở San Jose, vừa đi học vừa đi làm. Mấy năm sau ba má Thu sang Mỹ theo diện HO, về định cư ở Texas cùng với gia đình chị Thúy. Chị đã có một đứa con gái, cuộc sống hôn nhân êm ấm như chị vẫn từng mơ ước. Thu tốt nghiệp ra trường, làm cho một hãng điện tử vùng Thung Lũng hoa vàng. Anh Hán giữ liên lạc được với Thu một thời gian rồi cũng dọn đi đâu mất tiêu, nghe nói ảnh dọn xuống Los hùn vốn mở một nhà hàng Tàu. Vậy cũng tốt, Thu chỉ cầu mong ảnh có được một đời sống êm ả bình thường như mọi người.

Má Thu cứ mỗi lần gọi phone nói chuyện với Thu là y như rằng hỏi chừng nào Thu mới chịu lấy chồng, Thu cứ ì à nói lảng sang chuyện khác. Thiệt tình có nhiều buổi chiều đi làm về, Thu phải ghé mấy cái shopping mall đi lòng vòng mua sắm, thấy đời sống cũng sao mà tẻ nhạt. Dĩ nhiên Thu cũng có một vài người bạn trai, nhưng quan hệ chỉ tới mức mời nhau cuối tuần đi nhảy đầm dạ vũ là hết. Chắc rồi cũng tới lúc Thu phải đi lấy chồng, cho có với người ta. Má Thu cứ dọa: "Con đã hăm mấy rồi, đâu còn trẻ trung gì nữa, đợi tới lúc lên băm thì có ma nào nó thèm rước nữa!". Thu cười: "Lấy chồng thì cũng phải có duyên có số, chứ hổng lẽ vì sợ tuổi băm mà con cứ chạy ra đường, quơ đại một thằng đui mù sứt mẻ nào đó về làm con rể má chắc?". Má Thu đầu hàng: " Mày tuổi con cua mới đúng, ăn với nói, ngang phè!".

Cuối tuần này Thu phải bay sang DC dự một cuộc họp thường niên trong hãng. Cùng đi có vợ chồng đứa bạn làm chung. Nó rủ Thu:

- Ê Thu, họp xong thứ sáu mày với vợ chồng tao lái xe lên Atlantic City chơi nghen mậy? Nghe nói bên đó có khách du lịch từ châu Âu sang nên lịch sự và sang trọng lắm, không có xô bồ xô bộn như ở Las Vegas hay Reno đâu!

Thu cười:

- Bài bạc tao chỉ biết chơi chó mỗi bài cào, lên trên đó làm gì?

Nhỏ bạn cười hăng hắc:

- Thì đi ngắm thiên hạ Tao chỉ có biết kéo máy thôi, để tao truyền nghề lại cho mày. Với lại mày không nghe nói cờ bạc chuyên môn đãi những tay chơi ngang à? Trên đó còn có Trumph Castle của lão tỉ phú Trumph, chuyên môn tổ chức Hoa Hậu thế giới đó, nghe nói kiến trúc lộng lẫy lắm, sẵn qua miền đông, mình ghé thăm cho biết .

Thu hờ hững:

- Ừa, đi thì đi, mày có ăn tiền cò của mấy sòng bạc ở bên đó hay sao mà quảng cáo cho tụi nó dữ vậy?

- Rủ mày đi để có người tán dóc trên xe cho đỡ buồn ngủ, chứ hai vợ chồng tao đi một mình, tao ngủ trên xe sợ thằng chả cũng buồn ngủ đâm đầu vô xe khác là vỡ nợ!

- Tưởng mày tốt lành gì, ai dè cũng biết tính toán quá chớ!

Con nhỏ bạn cười ngỏn ngoẻn bỏ đi.

Hôm tới Atlantic City, lúc hai vợ chồng con nhỏ bạn bị mấy cái sòng xì phé và máy cái máy kéo hớp hồn, Thu đi bộ lòng vòng ngắm thiên hạ. Những ánh đèn sặc sỡ, những gương mặt căng thẳng, mắt nhìn không chớp những con bài chia xoèn xoẹt trên bàn, những cô chiêu đãi viên ăn bận hở hang ... tất cả tạo thành một thế giới ăn chơi làm Thu choáng ngợp. Bỗng Thu nhìn thấy một người đang đứng chia bài có cái dáng quen quen, Thu định thần nhìn kỹ, rồi buột miệng la:

- Anh Hán!

Anh Hán đang chia bài cho một bàn xì dách, nghe kêu, ngửng lên thấy Thu, anh hơi giật mình rồi ra hiệu cho Thu chờ anh một lát. Chừng mười lăm phút sau, anh lấy giờ nghỉ, đưa Thu ra cafeteria trò chuyện:

- Em đi đâu mà lạc qua tới bên đây lận?

Thu mừng quá:

- Em đi họp cho hãng ở dưới DC, sẵn có bạn rủ lên đây chơi cho biết. Anh dọn qua đây từ hồi nào, sao không nói cho em biết? Có đứa bạn nói gặp anh ở dưới Los mà.

- Anh có ở Los hùn vốn với bạn mở nhà hàng, nhưng ế ẩm quá phải sang lại cho người khác. Rồi thất nghiệp phải bay qua đây chia bài, kiếm cơm ngày hai bửa vậy mà. Đi xa để đổi không khí! Dạo này em lớn bộn rồi nha, chững chạc hẳn ra. Chồng con gì chưa? Có dẫn theo không, giới thiệu cho anh biết với?

- Có ma nó mới thèm lấy em! Anh ở đâu vậy, cho em địa chỉ, ngày mai em ghé thăm. Gặp anh ở đây em mừng quá, em về gọi phone báo cho má biết, chắc má mừng lắm.

Anh Hán ngạc nhiên:

- Má qua rồi hả? Lâu chưa?

- Được hơn một năm nay rồi, nhờ đi diện HO của ba, chứ nếu chờ chị Thúu bảo lãnh chắc còn lâu. Còn chị Thúy ...

Anh Hán làm ra vẻ thản nhiên:

- Thúy khỏe không? Sao đang nói em lại ngưng ngang vậy?

- Chỉ lập gia đình rồi, có một đứa con gái giống chỉ lắm. Ờ mà anh cho em địa chỉ nhà anh đi, ngày mai em sẽ ghé thăm. Mà ... anh đang ở một mình chớ?

Anh Hán đón lấy cây viết trên tay Thu, cúi xuống vừa hí hoáy viết vừa trả lời:

- Em lại chơi buổi trưa nha. Anh làm tới gần sáng mới về lận, còn phải dọn dẹp nha cửa sơ sơ để đón khách quý nữa chớ!

Hôm sau vì hai vợ chồng con nhỏ bạn còn ngủ vùi trong khách sạn sau một đêm bị mấy con bài hành hạ, Thu đón xe taxi, một mình tới khu chúng cư anh Hán ở.

Lúc Thu còn lóng ngóng dò số nhà thì một người đàn bà đang bế con chơi ở một xích đu gần đó mon men lại gợi chuyện:

- Cô là người Việt phải không? Kiếm nhà ai vậy?

Thu chìa mảnh giấy anh Hán viết hôm qua:

- Thím biết nhà nào là nhà anh Hán không, làm ơn chỉ dùm?

Người đàn bà ngó Thu dò xét:

- Cô là bạn ảnh hả? Ảnh đi làm chưa về.

- Dạ không cháu là em ... bà con của ảnh, bị thất lạc địa chỉ mấy năm nay. Cháu ở bên Cali, hôm qua mới tình cờ gặp ảnh ở Casino, ảnh cho cháu địa chỉ nhà để cháu ghé lại thăm.

- Hèn gì. Tui thấy ảnh ở đây mấy năm rồi mà có thấy bà con thân thích nào đâu, ngoại trừ mấy con bồ Mỹ có, Mễ có, Tàu có. Ờ mà cô bà con với ảnh là bà con làm sao vậy? Tui thấy cô đâu có giống ảnh chút xíu nào đâu?

- Dạ bà con cô cậu, có điều hơi xa, tại má ảnh là chị họ của ba cháu ...

Người đàn bà ngồi xuống xích đu, tiếp tục tía lia:

- Hèn gì cô với ảnh dòm mỗi người một mặt. Anh Hán này bình thường cũng được lắm, ảnh làm chung chỗ chia bài với ông xã tui chớ đâu! Có điều mỗi lần ổng nhậu say là thôi, bán trời hổng mời thiên lôi đó cô!

- Hồi đó cháu nhớ là ảnh cũng đâu có bia rượu gì nhiều

đâu, thỉnh thoảng cũng có uống bia, nhưng say xỉn như thím nói cháu chưa hề thấy. Bộ dạo này ảnh nhậu nhẹt dữ lắm hả thím?

Người đàn bà chép miệng:

- Nói nhậu dữ thì cũng quá, một tháng đôi ba lần thôi. Cô biết mà, đàn ông độc thân, tiền bạc nếu không nướng trong sòng bài thì cũng cho gái ăn hết. Bây giờ là ảnh tu tâm dưỡng tánh dữ lắm rồi đó, nghe đồn là hồi đó ảnh cũng co; gia đình đàng hoàng, rồi đi buôn bán ma túy gì đó, vợ biết được, bỏ đi lấy chồng khác! Ảnh chán đợ, mới dọn qua đây làm ăn đó chứ!

Thu trợn mắt:

- Cái gì mà có buôn bán ma túy nghe ghê vậy thím? Anh Hán ảnh hiền khô mà!

Người đàn bà thở dài:

- Thì bởi vậy! Nhưng mà nghe nói tu rồi, chỉ có đánh bài với ... gái gú thôi. Ối mà cô ơi, mấy thằng cha chia bài, mười thằng cha là hết mười một thằng ghiền, làm được bao nhiêu là đem vô cúng lại cho tụi nó hết. Như ông nhà tui kìa, hổng có tui tay hòm chìa khóa kè kè bên cạnh, thì hổng biết ở nhà có cháo ăn không nữa!

Thu hỏi lại:

- Còn vụ mua bán ma túy thì sao thím? Ai nói cho thím nghe vậy?

- Cần gì ai nói cô! Cái cộng đồng Việt Nam ở đây nhỏ như cái lỗ mũi, ai nhỏng đít lên là tui biết liền. Nói thiệt chứ muốn điều tra, tui còn có thể biết hồi đó bên Việt Nam ảnh làm nghề gì nữa kìa! Ờ mà thôi cô ngồi đây chờ ảnh nghe, tui bồng nhỏ con gái vô dỗ cho nó ngủ. Hay là cô muốn vô nhà tui uống miếng nước rồi ngồi đợ ảnh không, không biết chừng nào ảnh mới về!

Thu thối thoát:

- Dạ cám ơn thím, cháu ngồi ngoài này đợi ảnh được rồi.

Người đàn bà đứng dậy đi vô nhà. Ngó theo cái dáng đi lạch bạch, Thu lại miên man nghĩ về câu chuyện bả mớii vừa kể. Cũng có thể đúng mà cũng có thể sai. Ai có quyền cấm bả thêu dệt cho câu chuyện thêm phần hấp dẩn? Nhưng có một điều Thu chắn chắn là mấy năm nay cuộc sống của anh Hán cũng không mấy êm đẹp, trôi giạt xuống Los mở nhà hàng làm ăn thất bai rồi bay sang miền đông làm nghề chia bài, cái nghề mà người Việt mình ít có ai coi trọng. Mấy năm trước, ngày dắt ba chị em Thu xuống tàu vượt biên, chắc chẳng bao giờ anh Hán nghĩ cuộc đời của ảnh cứ kéo dài, từ bế tắc này sang bế tắc nọ, đưa anh đến thành phố ăn chơina`y, nơi mà anh kiếm sống bằng nghề đứng chia bài cho khách du lịch, rồi khi về tới nhà lại đắm chìm trong men rượu, hay những người con gái đủ mọi sắc tộc, hoặc lại đắm mình trong những sòng bài, nguồn phương tiện nuôi sống anh.

Thu biết lát nữa đây khi gặp Thu, anh Hán sẽ vẫn cười xuề xòa hỏi thăm Thu về cuộc sống, một cuộc sống khá ngăn nắp, và chẳng bao giờ than thở hay kể cho Thu nghe cuộc sống nhàm chán của anh, hay một ước mơ có một mái ấm, một người vợ, dăm ba đứa con, một công việc bình thường ... Thu biết anh Hán cũng chỉ mơ ước chừng đó, vậy mà ảnh vẫn đi tìm kiếm bao nhiêu năm nay.

Thu ngồi ở ghế xích đu không biết bao lâu, nhớ lại từng kỷ niệm của anh Hán từ hồi còn ở quê nhà, từ hồi anh còn mỗi ngày phóng xe từ Chợ Lớn lên khu Đa Kao, "ngồi đồng" ở quán cà phê vỉa hè của má con Thu, những lần anh phụ chị Thúy nhúm bếp, lọ nghẹ dính đầy trên mặt ... tới lúc nghe tiếng xe của anh quẹo vào khu chúng cư, Thu mới giật mình quay lại. Anh chồm mình ra khỏi cửa xe nói với Thu:

- Thu đợi anh lâu chưa? Anh ghé chợ Đại Hàn mua một ít đồ ăn về nấu đãi Thu đây. Lâu quá rồi anh mới vô bếp nấu anh đó nghen.Tối nay anh nấu đãi Thu món gà rút xương kiểu Đại Hàn, ngon hết biết ...

Thu bước lại đỡ cái bịch ni lông trên tay anh Hán. Hình như đây là lần đầu tiên Thu ngó thật kỹ vô đôi mắt anh, cái đuôi mắt nhăn nheo làm anh già trước tuổi. Ngó xuống cái quần jeans bạc thếch anh đang mặc, bỗng dưng Thu bật khóc khiến anh cuống quít:

- Đợi anh có một chút mà làm gì khóc vậy? Hồi đó anh nhớ lúc đi bán cà phê, anh nghe má la em hoài mà có thấy em khóc bao giờ. Sao giờ lớn rồi mà lại trở nên mít ướt vậy?

Thu nói qua làn nước mắt:

- Tại xe anh quẹo vô làm bụi bay vô mắt em chớ bộ! Bây giờ mà anh còn nhắc làm chi chuyện hồi xưa ở bên nhà hả? Anh có nhớ có lần hết nước đá má sai em đi mua, anh kêu em lên xe Honda của anh để anh chở đi mua cho mau, anh chạy giỏi đến nỗi đi ngang ổ gà, em té cái bịch xuống đường nằm đo ván mà anh cũng không hề hay biết ...

Anh Hán ngắt lời:

- Nhưng mà anh có quay lại kiếm em mà, thấy em còn ngồi một đống ở chổ ổ gà, hai đầu gối còn rướm máu. Anh nhớ sau lần đó anh có dẫn em với thằng Tuấn đi coi xi nê với anh bò bía đền tội rồi mà. Hồi xưa hồi xưa sao mà dễ thương quá em há! Thôi vô nhà đi để anh trổ tài nấu cho em ăn. Sáng giờ chưa có gì vô bụng chắc em đói dữ rồi há ...

Đi theo anh Hán vào nhà, hai chân Thu cứ ríu lại. Tô bỗng bật cười khi nghĩ anh Hán quả có máu Tàu trong người, gặp nhau chưa kịp hỏi thăm sức khỏe đã hỏi: "Nị có đói bung không? Ăn cơm chưa?". Tiếng cười của Thu làm anh Hán quay lại, ngạc nhiên:

- Con nhỏ này ngộ không! Mới thút tha thút thít khóc đó mà bây giờ đã cười. Nhớ đừng có cười hả miệng to quá, gió vô bị đau bụng anh không có dầu cù là xức đâu đó nghen.

Nói xong anh Hán cười giòn tan. Lâu lắm rồi Thu mới nghe lại giọng cười hồn nhiên không âu lo của anh. Đột nhiên thấy anh cứ ngó mình chầm chập, Thu bối rối ngó xuống đất làm bộ sửa giầy, nói bâng quơ:

- Chỗ anh ở cát bụi tùm lum. Hồi nãy bụi bay vô mắt, bây giờ lại có mấy hột cát rớt vô trong giày, đi khó chịu quá ...

Anh Hán tưởng thiệt, cúi xuống định giúp Thu tháo giày để phủi cát. Thu ngó thấy mấy sợi tóc bạc lơ thơ lẫn trong mái tóc ảnh, tự dưng giật mình. Sao nãy giờ Thu cứ để ý nào đuôi mắt ảnh, vài sợi tóc bạc, hay chiếc quần jeans bạc thếch! Làm như sợ anh bắt gặp được ý nghĩ của mình, Thu lùi lại, lắp bắp nói:

- Thôi để lát nữa vô nhà tự em một mình phủi được rồi. Anh đưa bớt cái bịch ni lông cho em, anh còn phải mở cửa nữa mà.

Dù không soi gương, Thu cũng biết hai gò má của mình đang đỏ au lên vì mắc cỡ. Lâu lắm rồi Thu mới thấy mình mới có cảm giác rung động lạ thường. Có ai cắt nghĩa giùm Thu những rối ren ấy?

Anh Hán vẫn vô tư đi trước. Thu ngó theo cái dáng chịu đựng của ảnh mà thấy lòng tự dưng thanh thản và bình an vô cùng ...

SINH NHỰT

Khôi sinh giữa tháng hai, còn thằng Bảo đẻ đầu tháng giêng. Hai anh em hơn nhau một năm. Má nói nếu tính tuổi ta thì hai anh em bằng tuổi, đứa đầu năm đứa cuối năm. Tuổi ta là tuổi gì Khôi cũng không biết. Có điều thằng Bảo nhỏ hơn Khôi một tuổi mà vóc dáng nó cũng "lớn con" như Khôi vậy. Má nói tại hồi đó sanh Khôi ở đảo, không có đủ sữa nên Khôi nhỏ con như con mèo. Mèo nào chứ như con mèo lông trắng toát của bà Mỹ già bên cạnh nhà thì trông cũng còn có da có thịt hơn Khôi nhiều lắm.

Hai anh em sinh gần ngày nhau nên năm nào má cũng làm sinh nhựt chung. Hồi còn ở nhà dì Xuân má mua một cái bánh sinh nhựt chung cho hai đứa. Khôi lớn nên được thổi đèn cầy trước. Thổi xong, má lấy bớt ra một cây đèn cầy, rồi kêu thằng Bảo thổi. Hồi còn nhỏ, kêu thằng Bảo thổi thì nó thổi liền, sau này lớn lên một chút, nó không chịu "hưởng sái nhì" (câu này ba nói, mà Khôi lan man hiểu là second hand). Năm đầu tiên ba bưng về hai cái bánh, má cằn nhằn:

- Ăn đâu có hết ma mua làm chi tới hai cái!

Ba cười:

- Đâu có đáng bao nhiêu, em!

Từ sau năm đó thì năm nào sinh nhật ba cũng mua hai cái bánh. Cái của Khôi bao giờ cũng lớn hơn một chút, và dĩ nhiên cắm hơn một cây đèn cầy. Khôi chỉ thích thổi đèn và mở quà, còn bánh để trong tủ lạnh ăn một tháng sau cũng chưa hết. Má nói Khôi giống tính ba, ghét ăn đồ ngọt nhưng lại thích nghe những lời nói ngọt ngào như mật rót vào tai. "Nói ngọt lọt tới xương", ba ưa nói mà hay dùng chữ, nói cái gì cũng thêm lời nói của ông bà để lời nói thêm "bí hiểm".

Hồi còn ở nhà dì Xuân, mỗi lần sinh nhật chỉ có ba má, Khôi, thằng Bảo, dì Xuân, bác Tiến, và con nhỏ Vy. Con nhỏ Vy là con củadi` Xuân và bác Tiến, nhỏ hơn Khôi tới ... ba tháng mà má bắt Khôi phải kêu nó bằng chị. Chị Vy! Vừa nhỏ tuổi và nhỏ con hơn mà bắt Khôi kêu bằng chi. Khôi thắc mắc hỏi má thì má trả lời: "Tại dì Xuân là chị của má nên con phải gọi chị Vy bằng chị". Nói nghe ngon không! Dì Xuân là chị của má thì mắc mớ gì đến Khôi và con nhỏ Vy mà má bắt Khôi phải kêu nó bằng chị? Má mét ba:

- Cái thằng Khôi nó khó tính ... giống anh dễ sợ. Kêu con bé Vy bằng chị có chết thằng Tây nào đâu mà nó bày đặt thắc mắc.

Ba đưa tay xoa đầu Khôi:

- Cái gì xấu xa là giống ba, còn tốt đẹp thì giống má, phải không Khôi?

Năm nào Khôi cũng có ít nhứt ba hộp quà. Hộp của má

thường là hai bộ đồ thun thể thao. SInh nhật của Khôi nhằm lúc đang là mùa đông, má mua đồ ấm là đúng quá rồi. Má có tật lo xa nên ưa mua size lớn, quần áo má mua để hai năm sau bận cũng còn rộng. Ba nói: "Em cho con bận đồ rộng thùng thình, dòm như mặc đồ khính", má cãi: "Chứ tụi nó mau lớn, mua vừa cỡ bận mấy tháng là bỏ, uổng!". Quà của ba nhứt định là đồ chơi mua ở Toy R Us, có năm là chiếc xe vừa chạy vừa chớp đèn như xe cảnh sát, có năm là nguyên một toa xe lửa dài ngoằn ngoèo. Còn hộp thứ ba là hộp quà của bác Tiến và dì Xuân, hộp quà năm nào cũng bự vì khi là chiếc xe đạp đã được ráp sẵn, khi là một ti-vi nhỏ để hai anh em chơi game. Thằng Bảo cũng được na ná như Khôi vậy, nhưng bao giờ nó cũng ôm quà của nó vào lòng rồi giương cặp mắt ếch ngó đồ chơi của Khôi bằng cặp mắt thèm thuồng. Má dòm nó, rồi nói: "Đồ cái thứ đứng núi này trông núi nọ". Sức mấy mà Khôi chịu đưa cho nó những gói quà của mình, trừ khi nó chịu trao đổi. Mà thằng này không biết giống ai, ích kỷ dễ sợ, của người ta thì muốn lấy mà không chịu đưa cái của mình ra. Chơi như vậy thì làm sao "chơi tới Tết"?

Ngày sinh nhật năm nào ba cũng mua mấy cái nón sặc sỡ cho mấy đứa đội lên đầu. Ba cũng đội nữa. Còn má thì không. Má nói: "Già rồi mà đội ba cái đồ mắc dịch đó dòm không giống ai". Còn hàng chữ kim tuyến Happy Birthday ba mua garage sale mấy năm trước vẫn còn treo lủng lẳng trên tường, sau này dọn nhà mới bỏ. Ba bắt mấy đứa hát bài Happy Birthday rồi thổi đèn cầy, trong lúc ba bấm máy hình lia lịa. "Chị" Vy điệu lắm, không chịu hát gì hết mà chỉ ngó chăm bẳm vô máy chụp hình, sợ sau này hình rửa ra sẽ bị mắt nhắm mắt mở. Chụp hình, thổi đèn và tháo quà xong, cả nhà ngồi ăn tối, mấy món ăn đặc biệt má nấu đãi cho hai đứa, có cả món nhậu cho ba và bác Tiến lai rai nữa.

Tối hôm sinh nhựt, hai anh em thức khuya hơn, để ngồi ngắm đồ chơi cho đã. Má cho hai anh em ngủ trễ hơn một tiếng. Nhưng leo lên giường rồi, đầu óc Khôi vẫn còn thơ thẩn nghĩ tới chiếc xe đạp màu đỏ của bác Tiến, hay cái đường rầy xe lửa hình số tám của ba mua. Tới lúc thiếp đi rồi, Khôi còn mơ thấy má rón rén đi vào phòng, đắp mền cho thằng Bảo và Khôi, trước khi đi ra còn đặt trên trán Khôi một nụ hôn kêu cái "chóc"!

Mùa hè năm ngoái ba học ra trường, kiếm được việc làm cách nhà dì Xuân hơn một tiếng đồng hồ lái xe. Ba má bàn nhau nên dọn ra riêng để tiện việc đi làm. Má nói: "Vậy cũng tiện. Ở đây vợ chồng con cái bốn người nhét vô một phòng, chật như bỏ rọ. Mỗi lần vô phòng là phải phóng lên giường như là nhà bị lụt". Mặc dù là ở nhà dì Xuân, ba má và anh em Khôi được nhường cho cái phòng *Master bedroom*, phòng lớn nhứt trong ba phòng ngủ, nhưng kê cái giường ngủ bự của ba má, cộng thêm cái giường hai tầng của anh em Khôi, và cái bas`n học của ba, thì quả tình có chật thiệt. Dì Xuân nói bỏ đồ chơi bên phòng chị Vy cho rộng chỗ, nhưng thằng Bảo "giữ của" (hỗn danh của má đặt), chắc trời xập nó mới yên tâm phó thác mấy cái đồ gia bảo của nó.

Nhà mới dọn về cũng có ba phòng như nhà của dì Xuân vậy, hai anh em được chia hai phòng ngủ nhỏ, nhà có sân sau rộng hơn, ba nói có chỗ cho hai anh em đạp xe. Dạo này ba gặp lại mấy người bạn cũ, cuối tuần nào ba cũng rủ họ lại, tập trung ở garage, đờn ca hát xướng. Lúc đầu Khôi cũng tò mò đứng dòm, nhưng sau thấy ồn ào quá, nên Khôi bỏ ra ngoài sân sau, đạp xe vui hơn.

Năm nay má nói sẽ làm sinh nhựt lớn cho hai đứa, vì sinh nhật trùng vào tết ta của Việt Nam. Khôi thích Tết Việt Nam lắm, có những phong bao lì xì đỏ bỏ vào Piggy Bank. Ba nói sẽ có nhảy đầm nữa, vì ban nhạc dợt mấy tháng nay rồi, giờ mới có dịp trình diễn! Má nói: "Ban nhạc của anh chắc để đờn ... đám ma, đờn một đàng ca một nẻo, trống đi đàng trống kèn đi đàng kèn, ca sĩ thì toàn là đực rực, ông nào ông nấy ốm nhom, râu ria tua tủa. Vậy mà cũng bày đặt đặt tên tiếng Anh là Five Stars. Sao này chắc là những vì sao lu". Ba lấy tay rung mấy sợi dây đàn, phân bua với KhôI: "Hơi đâu mà nghe thiên hạ đàm tiếu! Chúa Phật còn có người ghét, huống hồ gì người trần mắt thịt trên răng dưới dép như cha con mình, phải không Khôi?". Khôi có hiểu gì đâu, chỉ biết nhe răng cười.

Ngày sinh nhựt ba má mời bạn bè tới dự đông thiệt. Ai nấy đều cười tươi rói, tay ôm những gói quà bọc giấy bông sặc sỡ. Nhưng mà sao chỉ toàn người lớn, chỉ có ba đấng nhi đồng. Chị Vy là một, con bé Uyên bạn chị Vy, và thằng Mickey con chú Dũng, mới có ... chín tháng! Garage được ba dọn sạch sẽ để lát tối nhảy đầm, có một quả cầu lóng lánh kim tuyến treo lửng lơ ở ngay giữa trần. Vài người lạ hoắc Khôi chưa gặp lần nào cũng đưa tay bẹo má Khôi rồi nói:

- Cha, lớn dữ rồi hén!

Có người khen má:

- Hai con rồi mà vẫn còn thon thả như gái chưa chồng!

Má cười đỏ mặt.

Rồi thì Khôi và thằng Bảo cũng được thổi đèn cầy và mở quà. Cũng có chụp hình nữa. Ba hối má làm lè lẹ để khách ra garage chuẩn bị khiêu vũ. Má lùa hai anh em vô phòng với một đống đồ chơi như lùa vịt, vừa khép cửa má vừa dặn:

- Hai đứa ở trong này chơi nghen. Lấy đồ chơi mới ra chơi. Nhớ thay đồ với đánh răng trước khi đi ngủ. Ngày mai chúa nhật ba má chở hai đứa đi chơi.

"*Được lời như cởi tấm lòng*", thằng Bảo ôm đống đồ chơi đổ ra tung tóe trên thảm. Cái thằng này vô tư thiệt! Riêng Khôi hơi thấy tủi thân một chút. Hôm nay là sinh nhựt của Khôi và thằng Bảo mà, mà sao khách khứa toàn là người lớn không. Khôi có cảm giác họ tới để ăn uống, nhảy đầm, tán dóc, hút thuốc, nhậu nhẹt, hơn là tới dự sinh nhật. Dám có người còn không biết tên của Khôi là gì nữa, nói gì đến tuổi. Mặc dù ai cũng có khuân quà lại, "cho có với người ta".

Khôi ngồi phịch xuống giường ngó thằng Bảo đang say sưa mở những món quà. Thằng này "vật chất" làm lu mờ tình cảm, nó không hề biết rằng hai anh em đã bị ba má ... bỏ rơi! Giờ này chắc hai ông bà đang say sưa dìu nhau theo tiếng nhạc xập xình ngoài garage, đâu biết là Khôi đang ngồi đây, tức anh ách trong bụng! Lát nữa chắc Khôi sẽ đi ngủ sớm, để ráng nằm mơ thấy một sinh nhựt thật sự cho hai đứa. Chỉ cần một cái bánh sinh nhựt thôi, hai anh em thổi chung cũng được. Ba má sẽ vừa vỗ tay vừa hát bài Happy Birthday cho hai đứa. Má sẽ hun lên má Khôi chùn chụt. Ba sẽ ôm ghì thằng Bảo vào lòng, hun lấy hun để vào cổ vào mặt nó. Những tiếng cười giòn tan nghe sẽ ấm áp hơn tiếng đàn tiếng trống xập xình ngoài garage. Tự dưng Khôi thấy môi mình mằn mặn. Nước mắt từ đâu lăn dài trên má. Trong cơn thổn thức Khôi còn nghe tiếng ai rủ rê má:

- Tuần tới là sinh nhựt con của con Liên, hai vợ chồng mày

tới dự nha. Bỏ mấy đứa nhỏ ở nhà dì tụi nó được rồi, để mình ở chơi khuya một chút ...

Hình như có tiếng má trả lời:

- Để coi sao đã ...

TIẾNG HÁT NỬA VỜI

Hồi phong trào phim bộ còn thịnh hành, Nguyệt là một trong những khách hàng trung thành của mấy tiệm cho mướn phim. Trong bóp của nàng, ngoài bằng lái, vài ba cái thẻ mua chịu, dăm ba tấm cạc business, còn có một xấp thẻ hội viên của mấy tiệm mướn phim gần nhà. Nguyệt khoe với Thuận, chồng nàng, là nhờ có thẻ hội viên mà nàng được nhiều quyền lợi, như bao giờ cũng được ưu tiên coi phim mới, chưa kể có tiệm còn cạnh tranh tặng quà cho khách một máy rewind để tiết kiệm thời giờ, cuối năm còn tặng thêm cuốn lịch Hồng Kông in hình tài tử sặc sỡ.

Có nhiều lý do để Nguyệt mê phim bộ. Thứ nhứt đa số những phim Mỹ chiếu trên ti-vi đều có nhiều cảnh bắn giết hoặc ma quái rùng rợn mà mỗi lần coi xong, đêm đó thế nào Nguyệt cũng ngủ mơ thấy ác mộng. Thứ hai, coi phim Mỹ, Nguyệt không hiểu hết tình tiết trong phim thành thử nhiều lúc ngồi coi mấy show comedy trên ti-vi, thấy thiên hạ cười ầm mà Nguyệt cũng không hiểu vì sao họ cười. Thêm nữa, mỗi lần coi phim tình cảm, hễ thằng kép mở miệng nói: "*I love you*" là y như rằng con đào cũng lắp bắp "*I love you too*", mà theo Nguyệt thiệt là trơ trẽn. Coi phim bộ, Nguyệt còn tự hào nói với Thuận là "ta về ta tắm ao ta", bị Thuận chọc quê:

- Toàn là phim Hồng Kông với Đài Loan chứ ta nào mà ta! Bọn họ chuyển âm ngô nghê kiểu nào là "*bảo trọng*", "*từ từ đi*", lâu lâu còn "*gả cho em nghe*", vậy mà có hãng còn dám quảng cáo: "*Muốn cho con em không quên tiếng Việt thì nên khuyến khích coi phim bộ*". Thật chán!

Nói thì nói vậy chứ Thuận cũng không phản đối Nguyệt mướn phim về coi. Con người ta sống ở trên đời có nhiều đam mê khác nhau. Người ghiền cờ bạc, kẻ mê rượu chè, người thích đàn đúm nhậu nhẹt, có kẻ ham ôm phone bói chuyện thiên hạ ... Thú vui của Nguyệt, tuy có hơi mất thì giờ, nhưng nói chung cũng chẳng hại ai.

Phong trào phim bộ bùng lên được vài năm rồi cũng dần dần chìm vào quên lãng vì các hãng phim đã cạn đề tài. Mấy bộ truyện chưởng của Kim Dung, mười mấy cuốn tiểu thuyết não nuột của Quỳnh Dao đều đã được quay thành phim. Vô Kỵ của Kim Dung đã yên phận đi vẽ lông mày cho Triệu Minh, từ bỏ ngôi vị giáo chủ Minh Giáo tiền hô hậu ủng, còn nàng Hàn Ni ốm yếu ẻo lả của Mùa Thu Lá Bay của Quỳnh Dao cũng đã yên bề ... gia súc! Mấy hãng phim liền xoay qua câu khách bằng những màn anh hùng hảo hớn đấu chưởng tưng bừng, màu sắc chớp tắt y như con nít chơi game, hoặc những bộ phim tình cảm kể chuyện mấy ông nhà giàu con rơi con rớt để rồi mười mấy năm sau nhận lại sinh ra cảnh giành giựt gia tai, kèm theo những mối tình tay ba tay bốn cho thêm phần ướt át. Nguyệt cũng vẫn còn coi phim lai rai, mặc dù mỗi bộ phim hai chục tập, chỉ cần coi cuốn đầu và cuốn cuối, nàng cũng có thể đoán được toàn bộ câu chuyện, chính xác tới chín mươi phần trăm!

Nhưng mấy tay làm thương mại đâu có để cho đời sống o`i Việt tị nạn nhàm chán như vậy! phim bộ lỗi thời thì phải tìm cái khác thay thế. Thế là phong trào Karaoke ra đời.

Không giống như phong trào chim cút ở quê nhà có thể làm cho người ta phá sản, không giống như phim bộ vợ chồng con cái bỏ phim vào máy rồi nằm dài trên thảm coi thâu đêm suốt sáng vừa mất thì giờ vừa có hại cho sức khỏe, phong trào Karaoke năng động hơn, xông xáo hơn vì tất cả mọi người đều có thể tham gia, ca hát theo nhạc đệm sẵn theo lối hòa âm mới, sử dụng kỹ xảo âm thanh tối đa khiến giọng hát trở nên ấm áp và truyền cảm như một ca sĩ chuyên nghiệp.

Ai chứ ham vui như Nguyệt thì làm gì mà chịu bỏ qua những cơ hội như vậy. Mỗi cuối tuần ở nhà nàng đều có tổ chức party, khi thì sinh nhật người này, lúc thì đám giỗ người kia, tất cả chỉ là cái cớ để tụ họp nhau ca hát cho vui cửa vui nhà. Nguyệt rủ Thuận ra tiệm khuân về một giàn máy Karaoke, có giàn máy rồi, muốn có party chỉ cần order vài cái pizza, mua vài kết bia và coke, là cũng đủ tổ chức một buổi văn nghệ cuối tuần tại nhà, tươi vui và lành mạnh.

Nhờ Karaoke, tự dưng Nguyệt nhớ lại cái mơ ước trở thành ca sĩ từ hồi còn bé xíu. Đâu hồi tám chín tuổi gì đó, nhờ có chút xíu năng khiếu âm nhạc và ưa ca hát, Nguyệt cũng đã từng mơ ước sau này lớn lên sẽ theo đuổi một ngành nghệt thuật. Mỗi lần có khách lại nhà chơi, thế nào ba nàng cũng kêu nàng ra trình diễn vài bản nhạc thịnh hành thời ấy. Không biết khách khứa nghe xong vỗ tay ào ào có thật lòng hay không, nhưng ngó thấy ba nàng cười hể ha, Nguyệt cũng phần nào đoán được những kỳ vọng của ông ánh lên ở đằng sau đuôi mắt.

Mà nghĩ cũng ngộ, bài học ở trường, Nguyệt ê a cả buổi tối mà hôm sau vào lớp chỉ còn nhớ lõm bõm trong đầu vài chữ, chứ một bài hát nghe một hai lần trên radio hay trên ti-vi là nàng đã thuộc lòng vanh vách, còn nhớ cả những đoạn ngân nga kéo dài hơi để truyền cảm xúc cho người nghe.

Nguyệt còn nhớ trưa nào nàng cũng bò sang nhà chị Sáu bán xôi bên cạnh nhà, nằm trên võng coi chị lựa bếp và hát cho chỉ nghe những bài hát mà chị yêu cầu. Bài hát mà chỉ thường yêu cầu Nguyệt hát là bài *Căn Nhà Ngoại Ô,* mà mỗi lần nghe tới đoạn *"Là chinh nhân tôi bạn với sông hồ Tình yêu xưa tôi nguyệt vẫn tôn thờ Và yêu không bến bờ ..."* là chị Sáu lại rưng rưng như muốn khóc. Có lẽ lời ca làm chị nhớ tới anh Sáu đang đóng quân ở vu`ngbola^u lâu mới về phép thăm mẹ con chị ba bốn bửa rồi lại đi.

Chị Sau thường vừa lựa nếp vừa tán dóc với Nguyệt:

- Mai mốt mày lớn lên nhớ làm ca sĩ đài tàng hình nghen. Giọng ca mày nghe ngọt như mía lùi à, chỉ cần đến quần áo vô với lại trét thêm miếng so miếng phấn thì mày "măng giê phô tô" đâu có thua gì cô Kim Loan!

- "Măng giê phô tô" là gì vậy chị Sáu? Tiếng lóng chị mới học hả?

- Lóng gì mà lóng, tiếng Tây đó nghen mậy, anh Sáu chỉ tao đó, măng-giê là ăn, phô tô là ảnh, măng giê phô tô là "ăn ảnh" đó nghen mậy!

Nguyệt cười ngất, và trong đầu liên tưởng đến ánh mắt rất có duyên cùng nụ cười xinh xắn của cô ca sĩ Kim Loan và chị Sáu vừa nhắc tên, thì đã nghe chị Sáu chép miệng nói tiếp:

-Chỉ tiếc là cái lỗ mũi mày xẹp quá, mai mốt lớn lên tới mấy cái thẩm mỹ viện kêu họ đội lên cho cao một chút. Mà mày dòm thấy mấy con ca sĩ lên ti-vi ngó coi hào nhoáng lộng lẫy chớ ngoài đời tụi nó cũng như mình thôi. Nhờ đèn đuốc với lại son phấn hết. Mai mốt nếu mày có nổi tiếng thì đừng có quên chị Sáu này nghen mậy!

Nguyệt lắc đầu:

- Nghe chị nói thấy đi hát dễ như ăn cơm sườn. Mấy người ca sĩ cũng dạn dĩ lắm chứ bộ, đứng hát trước mặt bao nhiêu người, lại còn giơ tay múa chân, thỉnh thoảng còn phải cười duyên, làm điệu nữa. Đâu phải ai cũng làm được như vậy đâu!

Chị Sáu đứng dật nhảy mũi ba bốn cái, rồi ngồi xuống vén ống quần lật bề trái quẹt mũi mấy lượt, xong xuôi chị mới lẩm bẩm:

- Hổng biết ai nhắc hay nói xấu gì mình mà hồi sáng giờ nhảy mũi mấy chục bận.

- Chắc anh Sáu nhắc chị đó. Ủa mà sao lâu quá không thấy anh Sáu về phép vậy chị?\

Chị Sáu nhìn xa vắng:

- Dạo này anh đi hành quân liên tu bất tận, muốn xin một cái phép cũng khó. Tết này là bốn cái Tết ảnh đâ có ăn Tết ở nhà. Đi xa thì cũng phải chịu, chỉ cầu trời cho ảnh mạnh khỏe bằng an là tao yên bụng. Thời buổi chiến tranh đạn pháo âm ầm, ai mà đoán trước được điều gì! Ờ, hôm bửa tao nghe trên radio có con nhỏ nào ca cái câu *Đồng Tháp vắng bóng hồng hỏi tôi yêu ai,* mày biết bài này không?

- Hình như là bài *Trên Bốn Vùng Chiến Thuật* của *Trúc Phương* đó chị Sáu. Bài này đang nổi tiếng lắm đó nghe, mà phải nghe Duy Khánh hát mới phê. Bửa nào em đón nghe trên radio, ngồi xuốgn chép lại rồi sang đây ca cho chị nghe.

- Tao chịu mấy bài hát như vậy hết sức. Mấy thằng nhạc sĩ cũng hay hén mậy! <ấy thằng chả là đờn ông con trai mà cũng hiểu thấu tâm trạng của mấy bà vợ xa chồng như tao. Nghe hay thì thiệt là hay mà cũng buồn thúi ruột.

- Thì bởi vậy họ mới là nhạc sĩ, sáng tác bài ca cho mình nghe. Chứ nếu ai cũng tầm thường như chị em mình, thì làm gì có bài hát cho mình thưởng thức .

- Con nhỏ này mầy nói nghe ngon không! Không có tao thì xóm này làm gì có xôi vò đậu xanh ăn mỗi sáng? Mà nếu không có mày lấy ai xách đít qua đây ca cho tao nghe mỗi trưa? Đâu mày đưa quyển tập nhạc cho tao lựa bài khác coi, hổm nay nghe mày ca bài *Căn Nhà Ngoại Ô* hoài cũng ngán.

Nguyệt chồm người qua đưa cho chị Sáu quyển tập bìa dầy, mỗi trang có in hình trái đào lòe loẹt, bọc giấy kiếng màu tím. Chị Sáu lật tới lật lui một hồi rồi chép miệng:

- Thôi mày lựa đại một bản nào đi. Tao nhìn vô cứ như đám rừng!

Nguyệt vừa lật tập nhạc, vừa nhớ lại hồi nãy bị chị Sáu chê mình lỗ mũi xẹp nên hỏi:

- Bộ lỗ mũi em xẹp lắm hả chị Sáu? Đi sửa có đau không,

mà có tốn nhiều tiền không vậy chị?

Chị Sáu bật cười ha hả:

- Mày làm như tao là bác sĩ mỹ phẩm vậy, hỏi tới tấp như ăn cướp. Sao mày không đi hỏi bà Tám Tàng ở dưới xóm đó. Bả đi sửa mũi hôm trước, hôm sau bị thằng chồng say rượu xáng cho cái bạt tai, bây giờ cái lỗ mũi nằm nghiêng trên mặt như nửa vầng trăng đợi, dòm là muốn cười té đái.

- Bác sĩ thẩm mỹ mà chị kêu là bác sĩ mỹ phẩm!

- Thì đằng nào cũng có chữ "mỹ" mà, mày cứ bắt lỗi bắt phải tao hoài!

- Chớ chị kêu em đi sửa lỗ mũi để bị vẹo giống bà Tám Tàng cho chị cười tối ngày sáng đêm chắc!

- Mày khác chớ! Con mẹ Tám Táng ở nhà xòe tứ sắc mà bày đặt ngựa, gặp thằng chồng vũ phu nó "quẹt" cho một cái thì cũng đáng đời lắm. Còn mày làm ca sĩ thì cũng phải chưng diện coi cho được chứ. Mà thôi, lựa bài nào ca cho tao nghe thêm một bản nữa đi. Tao còn phải chạy ù ra chờ lấy mấy trái dừa, để con mẹ bán dừa dẹp hàng thì ngày mai làm gì có xôi bán.

Nguyệt cúi xuống tập nhạc, lựa một bài mới chép hôm qua, vừa ngân nga *Lội bùn dơ băng lau lách xuyên đêm Sương trắng rơi vai tôi ướt lạnh đầy* ...Nguyệt vừa rờ lỗ mũi của mình để đo lường mức độ xẹp của nó.

Tết năm đó trường Nguyệt tổ chức văn nghệ mừng Cây Mùa Xuân Chiến Sĩ. Được cả nhà ủng hộ, lại thêm chị Sáu đốc thúc, Nguyệt cũng ghi tên góp mặt bằng một bài đơn ca, bài Hoa Xuân của nhạc sĩ Phạm Duy. Lúc đứng trên sân khấu ngó xuống thấy mấy trăm con mắt ngó chăm bẩm vô mình, tay chưn của Nguyệt rung cầm cập, trống ngực thì đấm thình thịch. Nhưng rồi nhạc đệ trỗi lên, Nguyệt thu hết can đảm ngó thẳng phía trước và cất giọng: *"Xuân vừa về trên bãi cỏ non Gió xuân đưa lá vàng xuôi nguồn ..."*

Sau cái đêm đó, Nguyệt được kêu là "ca sĩ học trò", và nàng bắt đầu nuôi mộng trở thành ca sĩ thứ thiệt. Lớn lên một chút, đã bắt đầu biết mắc cỡ, Nguyệt không còn hể ai kêu hát là đứng hát liền một khi nữa. Bài hát cũng được Nguyệt chọn lọc kỹ càng hơn, bớt những bài bolero mà giới bình dân gọi là nhạc sến, Nguyệt nắn nót chép những dòng nhạc thờ thường trong một cuốn tập khác, không còn in hình trái đào lòe loẹt, mà thỉnh thoảng nằm giữa những trang giấy là một cành hoa khô hay một xác bướm. Nguyệt cũng thường ngâm nga một mình những bài hát với nội dung bí hiểm như *"Dài tay em mấy thuở mắt xanh xao ..."*, và mặc dù chưa nếm mùi chua cay của tình yêu bao giờ, Nguyệt vẫn thuộc nằm lòng những lời ca u uất như: *"Đời anh sớm muộn gì Đời em sớm muộn gì Tình ta sớm muộn gì Cũng hấp hối ..."*

Nhưng mộng ước rồi cũng tàn theo năm tháng. Càng lớn Nguyệt càng thấy trở thành ca sĩ đâu phải dễ. Ngoài khả năng thiên phú, còn phải theo học trường âm nhạc hay kịch nghệ, hoặc thuộc nòi nghệ sĩ theo cha mẹ đi hát từ hồi tấm bé, lại còn phải được bầu này bầu nọ dẫn dắt mới mong có chút tiếng tăm. Con đường nghệ thuật chưa thấy vinh quang là đâu mà sao coi bộ nhiêu khê gập ghềnh đầy trắc trở!

Từ hôm bưng giàn máy Karaoke về và qua mấy cái party thử giọng hát, tự dưng niềm mơ ước trở thành ca sĩ bỗng bừng lên mãnh liệt trong lòng Nguyệt. Nghe cuộn băng mình tự hát với giàn máy hiện đại, Nguyệt tự tin thấy giọng hát mình cũng khá truyền cảm và ấm áp. Tuy không dám ví mình với những giọng ca lẫy lừng một thời như Khánh Ly Lệ Thu, nhưng so với những giọng ca mầm non mới nổi, Nguyệt thấy mình cũng được tám chín phần. Có thua chăng là những tiếng hát đó đã được người đời gọi là ca sĩ, đã có băng nhạc phát hành, và đôi khi còn được báo chí ca tụng quá đáng qua những bài viết có trả tiền, gọi họ là "tiếng hát tột đỉnh của nghệ thuật", "tiếng hát đi vào lòng người", "tiếng hát mang cho đời những đam mê chất ngất" ...

Hôm thứ bảy cuối tháng trước, một ngườ bạn sau khi nghe Nguyệt hát *Bài Không Tên Số Hai* của Vũ Thành An, đã buột miệng khen:

- Nếu không thấy chị đứng hát, chỉ nghe thôi, chắc tôi tưởng mình nghe một ca sĩ thứ thiệt.

Nguyệt nghe như mở cờ trong bụng, nhưng cũng làm bộ khiêm tốn:

- Ca bậy ca bạ cho vui cửa vui nhà chứ ca sĩ gì anh ơi!

Người bạn lắc đầu:

- Tôi nói thiệt mà. Tôi đi party, đám cưới cũng nhiều, nghe nhiều giọng hát cây nhà lá vườn rồi, nhưng hiếm ai có giọng hát nhà nghề như chị. Ca được như chị mà không chịu đi hát thì nền âm nhạc Việt Nam hải ngoại thiếu vắng một nhân tài.

Thuận đang đứng gần đó, cầm lon bia đi lại, góp chuyện:

- Em mà nghe anh Tiến nói có mà đổ thóc giống ra mà ăn. Cái miệng lưỡi Bắc Kỳ của anh khen ai thì khen đến tận mây xanh, ảnh mà dụ thì kiến cũng còn bò ra khỏi hang.

Tiến giơ hai tay lên trời phân bua:

- Tôi không tâng bốc chị đâu. Chị thử đi xin đi hát ở mấy quán cà phê nhạc ở đây coi. Họ không mướn chị là tôi đi bằng đầu!

Mọi người nhao nhao:

- Đi bằng đầu làm sao đi được.Thằng cha Tiến này xạo bỏ mẹ!

- Đúng rồi đó. Chị Nguyệt mà đi hát, tui rủ bạn bè lại ủng hộ. Đi nghe nhạc ở mấy phòng trà thấy mấy con nhỏ mới nổi rên rỉ như mèo ngao mà phát chán! Phải chi còn trong nước chắc tha hồ lượm trứng thúi đem ra chợ Cầu Muối bán.

- Không có máy Karaoke làm sao mình khám phá được nhân tài. Hôm bửa nghe chỉ song ca với anh Phúc bài *Lối Về Xóm Nhỏ*, nghe đâu có thua gì Thanh Lan với Nhật Trường.

Nguyệt cười bẽn lẽn:

- Mấy người mà còn nói nữa cái lỗ mũi tui nổ tung ra bây giờ. Ca hát ở nhà cho vui chứ ai dám cầm micro trình diễn ngoài quán xá bao giờ!

Thuận đang ngà ngà say, thấy bạn bè ủng hộ Nguyệt quá, cũng tiết lộ:

- Hổng nói giấu gì quý vị chứ hồi nhỏ bà xã tui cũng có tham gia văn nghệ văn gừng ở trường đó chớ. Phải mà may mắn gặp ông bầu nhạc sĩ nổi tiếng cỡ Hoàng Thi Thơ dẫn dắt, dám vợ tui cũng thành Họa Mi hay Sơn Ca chớ bộ giỡn sao!

Hồng, bạn làm chung sở với Nguyệt, đang cầm xấp nhạc trên tay để chuẩn bị bài hát kế, cũng đề nghị:

- Lúc đó chị Nguyệt cũng nên lựa tên một con chim nào đó để làm "nghệ danh" cho mình. Để em coi, Se Sẻ với Gõ Kiến thì nghe khô khan quá, hay là chọn tên Bìm Bịp?

Hồng chưa nói dứt câu thì đã bị Nguyệt cú một cái lên đầu:

- Mày chỉ ưa chọc quê tao. Ca sĩ mà tên Bìm Bịp thì có ma nó mới đi coi!

Tiến vớ lấy câu nói của Nguyệt, la lên:

- Vậy là chị Nguyệt chịu đi hát rồi há. Thôi bây giờ chị Nguyệt cho thưởng thức *free* vài bản nữa đi, biết đâu mai mốt muốn nghe chị hát, phải vô phòng trà hay sân khấu đại nhạc hội thu hình, tốn mấy chục tiền vé vô cửa.

Hồng trề môi:

- Cái thằng cha này mở miệng ra là đã thấy bà con với Trùm Sò. Hèn gì gần bốn chục, già chác mà vẫn còn ế chỏng gọng! Đi coi hát mà tiếc tiền vé, vậy sao không nằm nhà đắp mên ngủ cho đỡ tốn!

Tiến trợn mắt:

- Cái cô này ăn nói châm chích người ta! Chuyện tôi độc thân có mắc mớ gì đến cô mà cô chê già chê trẻ? Đàn bà con gái qua đây rồi cô nào cô nấy cái miệng như cái hố, mở ra là muốn ăn tươi nuốt sống người ta!

Hồng sấn tới:

- Anh nói ai cái miệng như cái hố? Đồ vô duyên!

Nguyệt thâ;y coi bộ sắp to chuyện nên vội cản:

- Thôi cho tui xin. Tới đây ca hát cho vui mà mấy ông bà làm như cái chợ vậy! Mỗi người bớt một tiếng coi nào. Hồng tới phiên mày hát rồi đó!

Hồng vùng vằng đứng dậy, không quên ném cho Tiến một cái liếc xéo cho bõ ghét.

Tối hôm đó, tiễn người bạn cuối cùng ra khỏi cửa, bước trở vô dọn dẹp mấy cái ly trên bàn, Nguyệt mới hỏi Thuận:

- Anh thấy bọn họ đề nghị có được không?

Thuận đang thu dọn xấp băng nhạc, ngẩng đầu lên, hỏi:

- Đề nghị chuyện gì?

- Chuyện em đi hát đó. Anh thấy em hát được chớ?

Thuận nhìn Nguyệt dò xét:

- Bộ em định đi hát thiệt hả? Thôi đi, mấy cái phòng trà ở đây phức tạp lắm, mình đâu có phải dân trong nghề, lại đâu có quen biết ai đâu. Thôi em rủ bạn lại nhà hát Karaoke cho vui được rồi!

Nguyệt ấp úng:

- Ý em không phải vậy. Em đâu có ý định đi hát phòng trà bao giờ. Em muốn ... ra một băng nhạc để làm kỷ niệm. Ở đây phương tiện ê hề, vài ngàn chắc cũng đủ thực hiện một cuốn. Em nghĩ chắc cũng không tốn bao nhiêu ...

Thuận còn bỡ ngỡ với đề nghị của Nguyệt, nhưng thấy vợ có vẻ tha thiết quá, nên bóp trán suy nghĩ:

- Thôi em à. Cái băng nhạc em hát ở nhà anh thâu qua máy Karaoke nghe cũng được rồi. Mình không có tên tuổi gì hết, bày đặt ra băng nhạc băng nhiếc, bạn bè biết được họ cười cho thúi đầu.

- Ai cười mình đâu? Hồi nãy anh không nghe người ta xúm lại khuyến khích em đi hát sao? Người dưng mà còn sốt sắng như vậy, anh chẳng những không động viên mà còn cản đầu cản mũi nữa!

Thuận phân trần:

- Không phải là anh cản đầu cản mũi, nhưng mình cũng phải thực tế một chút. Em không thấy bây giờ bước vô một tiệm băng nhạc, thấy họ chưng băng như đám rừng, thấy thôi cũng đủ phát ngộp. Bài bản thì chỉ có chừng đó mà ca sĩ nào cũng hát. Ca sĩ nổi tiếng ra băng mới còn chưa biết có bán được hay không, huống gì mình!

Nguyệt nói lẫy:

- Em chỉ định ra một băng nhạc để làm kỷ niệm thôi chứ bộ. Nếu anh tiếc tiền thì thôi! Anh coi có ai cần thì đem cái máy Karaoke đem cho đi, từ rày sắp tới không có hát hò gì nữa hết!

Thuận gãi đầu:

- Hay là em nhờ một phòng thâu chuyên nghiệp thâu cho em một cuốn. Rồi em đi sang lại độ năm chục cuốn đem tặng bạn bè. Hình như anh đọc báo thấy phòng thu băng Dư Âm có làm dịch vụ đó. Làm như vậy em cũng có một cuộn băng làm kỷ niệm, có cái tặng bạn bè, ít tốn kém, và quan trọng nhứt là thiên hạ không có nói xấu sau lưng mình là ba`y đặt này bày đặt nọ.

Nguyệt hung lên:

- Làm gì mà anh sợ người ta dữ vậy? Em ra băng nhạc, nếu người ta có nói ra nói vào thì chắc chỉ vì ganh tị. Thằng nào con nào dám nói em bẻ họng chớ bộ giỡn mặt. Anh tiếc tiền thì cứ nói thẳng, bày đặt nói quanh nói co. Thôi, nếu anh không giúp em làm thì em tự làm một mình vậy.

Thuận còn đang định phân bua thêm vài lời nữa thì Nguyệt đã vùng vằng bỏ vào phòng. Nàng dự định sẽ gọi một trung tâm băng nhạc nào đó để thương lượng. Chừng nào phát hành băng nhạc sẽ đem về dí vào mặt Thuận cho chàng sáng mắt ra.

Mọi chuyện sau đó dễ dàng hơn Nguyệt tưởng. Trung tâm băng nhạc và video Suối Mơ, nơi Nguyệt chọn để gởi gấm tác phẩm đầu tay, sau khi nghe Nguyệt hát thử, đã bằng lòng sản xuất và phát hành băng nhạc cho nàng, với mọi phí tổn do Nguyệt ứng trước, dĩ nhiên. Báu, giám đốc trung tâm kiên luôn nhạc sĩ hòa âm và kỹ sư âm thanh phụ trách mix, kiêm luôn cả tài xế đi giao băng cho mấy tiệm băng nhạc vòng vòng khu Little Saigon, đã gật gù sau khi nghe Nguyệt hát:

- Trời ơi, chị hát hay như vậy mà bây giờ mới chịu lộ diện!

Nguyệt bẽn lẽn:

- ANh nghĩ nếu tôi ra băng nhạc, liệu có bán được không?

Báu bật cười:

- Sao lại không được? Mấy ca sĩ cũ người ta đã nghe đầy lỗ tai rồi, bài bản mới thì không ăn khách, muốn xài nhạc cũ thì phải có giọng ca mới! Chị không thấy Ngọc Lan, Kiều Nga nổi tiếng ăn đứt các bậc đàn chị sao?

Nguyệt vẫn băn khoăn:

- Nhưng trước khi ra băng, họ đã đi hát ở nhiều nơi, ít nhiều gì khán giả cũng biết tới, còn tôi là ma mới, đâu có ai biết!

- Trước lạ sau quen mấy hồi! Tôi có lỗ tai chuyên nghiệp, mới nghe qua giọng của chị, tôi đã đoán sẽ là một giọng ca ăn khách rồi. Mình mới thì mình quảng cáo. Quăng cho mấy tờ báo biếu ở đây vài chục bạc là nó viết bài tâng bốc mình lân tận mây xanh. Nói đúng ra thì cũng chẳng cần họ tâng bốc, vì mình có thực tài, nhưng bước đầu mình cần phải làm như vậy để marketign tiếng hát của chị. Sau này khi chị ra cuốn thứ hai, thứ ba thì chính họ sẽ tìm đến chị để phỏng vấn. Mình vàng thiệt mà, đâu sợ gì lửa!

Nguyệt nghe tới đâu mát ruột tới đó, nhưng cũng làm bộ lưỡng lự:

- Tôi không có kinh nghiệm gì hết nên mới nhờ anh, những việc như mướn phòng thu, nhạc sĩ, chọn hòa âm, bài bản, phát hành ...

Báu ngắt lời:

- Trung tâm băng nhạc Suối Mơ của tôi có tất cả những thứ mà chị cần. Thứ chúng tôi cần là một giọng hát mới, đủ sức thuyết phục và đủ vững để ra một băng nhạc, thứ nữa là vấn đề tài chánh, còn lại bao nhiêu tôi bao sân cho. Tính đến hôm nay, Trung Tâm của tôi đã ra được trên dưới ba chục cuốn, chưa kể phát hành dùm cho các ca sĩ độc lập nữa. Nói sơ sơ cho chị dễ hình dung, giống như đàn bà đi sanh vậy, đẻ đứa đầu thì còn lo lắng, chứ nếu đi đẻ đứa thứ năm chục như tui ra cuốn băng thứ năm chục, vừa đẻ vừa ăn hủ tiếu hay hát karaoke còn được nữa là.

- Anh dự định sẽ phát hành bao nhiêu cuốn?

- Theo tôi, chị nên in sẵn hai cái bìa. Mình phát hành đợt đầu khoảng ba ngàn cuốn, ở khu Little Saigon tiêu thụ khoảng một ngàn, còn hai ngàn mình gửi đi các tiểu bang xa, dưới hình thức gửi bán. Khoảng hai tháng sau mình phát hành thêm hai ngàn cuốn nữa. Cái bìa băng thứ nhì phải in thêm một hàng chữ nổi: "Phát Hàng Đợt II" cho đập vào mắt thiên hạ. Dân tình thường thích những băng nhạc nào phát hành nhiều đợt, vì ít ra như vậy cũng chắc mẻm là băng đã bán hết mấy đợt trước rồi, khỏi sợ hố.

- Vấn đề tiền bạc ra sao, anh cho biết để tôi thu xếp.

- Tối nay tôi sẽ chiết tinh những con số cụ thể. Chị có thể ứng trước phân nửa để trang trải tiền phòng thu, tiền in băng, in bìa, poster ... À quên nữa, phải hẹn chị hôm nào đi chụp mấy "pô" hình để làm bìa băng chớ. Lại còn phải lựa bài hát nữa. Chị định chọn chủ đề gì, nhạc cũ hay mới sáng tác bên này? Coi vậy chứ cũng nhiều việc lắm. Ngày mai nha, chiều 6 giờ chị lại thẳng đây mình sẽ bàn vô chi tiết. Coi chị có vẻ lo lắng quá vậy? Không có gì đâu, chị an tâm, mình vừa làm b*usiness* vừa làm nghệ thuật mà. Mai mốt nổi tiếng, tôi mời chị hát cho băng nhạc của tôi, chị phải nhớ lấy rẻ đó nghe!

Nguyệt ngồi nghe Báu tía lia một hồi cũng thấy an tâm trong bụng. Bước đầu tuy tốn một số tiền, nhưng theo lời Báu thì "*chỉ ba tháng hay cùng lắm là sáu tháng là chị sẽ lấy lại vốn, số còn lại bán lai rai đủ sức kiếm lời*". Nghĩ tới số tiền trong nhà băng hai vợ chồng dành dụm mấy năm nay, Nguyệt cũng thấy hơi lo lo nhưng lại tự an ủi là chắc không sao vì trung tâm băng nhạc của người ta làm ăn cả mấy năm nay, không lẽ vì mấy ngàn bạc của Nguyệt mà họ bán đứng uy tín.

Suốt mấy hôm sau, trong đầu Nguyệt cứ lẩn quẩn những bài hát mà nàng dự định hát trong băng nhạc đầu tay của mình. Ngó đi ngó lại chỉ có vài chục bài hát nổi tiếng bị hết ca sĩ này tới ca sĩ khác xào tới xào lui tới khét lẹt rồi cũng còn xào. Báu chọn cho nàng mười nhạc phẩm của mười nhạc sĩ nổi tiếng, mà gã nói trong phần quảng cáo sẽ "nổ" những dòng đại khái như: "Mười tác giả tài danh của Âm nhạc Việt Nam. Mười tác phẩm bất hủ. Tất cả được *lồng trong một khám phá mới của Trung Tâm Băng Nhạc Suối Mơ, một tiếng hát nghe như tiếng thì thầm bên gối của người tình, như tiếng chim trong veo trong rừng vắng, dạt dào như mùa xuân, tươi mát như chồi non mới hé, rực rỡ như bình minh, buồn` như mùa đông buốt giá .. Tất cả những ưu điểm đó, quý vị sẽ tìm thấy trong băng nhạc đầu tay của nữ ca sĩ Thu Nguyệt, tiếng hát mới trân quý nhứt của nền âm nhạc Việt Nam hải ngoại ...*"

Thứ sáu tuần sau, Nguyệt xin nghỉ buổi chiều để ra nhà băng lấy tiền cho Báu. Thấy còn hơn hai tiếng nữa mới đến giờ hẹn, Nguyệt ghé ngang một nhà hàng định dùng cơm trưa. Lúc còn đang nhấp ly nước lạnh và cầm tấm thực đơn để chọn thức ăn, Nguyệt nghe loáng thoáng giọng Báu nói chuyện với một người đàn bà ở bàn ngay sau lưng nàng mà nhờ tấm phông ngăn và tàn lá dừa trang trí, Báu không nom thấy Nguyệt.

Giọng Báu gay gắt:

- Đi Las Vegas thì có lúc ăn lúc thua. Tháng trước em đi kéo máy với chị Thủy thua gần ngàn bạc, về anh có nói tiếng nào đâu!

Giọng người đàn bà, có lẽ là vợ Báu:

- Lúc đầu anh đang hên, em đã kêu anh về mà anh cứ ngồi

lì, rốt cuộc đem cúng hết cho họ. Tháng này tiền nhà chưa trả, tiền thuê tiệm cũng chưa có, mấy chỗ quảng cáo gọi phone đòi đóng tiền như gọi đò, anh tính sao đó thì thính.

- Thì anh đã nói anh đang làm một băng nhạc mới cho một ca sĩ mầm non, tháng tới anh ra thêm hai băng nữa, lấy bài cũ xào lại, chỉ tốn hơn trăm bạc in bìa, chắc cũng kiếm thêm chút đỉnh.

- Ai mà khùng dữ vậy, thời buổi này còn ra băng nhạc mới?

- Người ta thuê thì mình làm. Họ chịu ứng tiền trước mà. Còn chuyện phát hành sau này, có bán được hay không, la chuyện của họ.

- Làm ăn cái kiểu thất đức như anh coi bộ không khá nổi.

- Anh đâu có lường gạt gì ai. Tại cô ta muốn ra băng nhạc. Anh có sẵn phòng thu, có đại lý, hợp tác đôi bên cùng có lợi. Nếu không có những người hám danh như vậy thì làm sao mình kiếm được tiền! Nói cho đúng ra, cô ta hát cũng tàm tạm, đủ để theo mấy ban nhạc gia đình giúp vui đám cưới này nọ. Nhưng nếu muốn nổi tiếng thì cứ bỏ tiền ra làm một cuốn băng. Mấy ngàn đồng bạc mà mua một cái danh ca sĩ, cũng đâu có mắc!

Nguyệt ngồi chết dí trên ghế, gương mặt xám nghoẹt. Tự dưng nàng kéo cái bóp da để trên bàn lại gần mình, trong đó có năm ngàn tiền mặt mà lát nữa đây nàng sẽ đưa cho Báu ở phòng thu. Hai vợ chồng Báu vẫn còn tiếp tục léo nhéo nhưng Nguyệt không còn nghe thấy gì nữa. Cuốn băng nhạc đầu tay, giấc mộng trở thành ca sĩ, gương mặt của báu, giàn máy Karaoke ... tất cả như nhòe nhoẹt trước mắt Nguyệt ...

PHẦN HAI

TẠP GHI

NƯỚC MẮT CHẢY XUÔI

Săn sóc cha mẹ già ngày xưa ở trong nước không phải là một nan đề của xã hội ! Có những gia đình ba bốn thế hệ chung sống với nhau, thậm chí có khi con cái có gia đình đem chồng hay vợ về, kê thêm một cái giường, che bằng một tấm màn, là đã có thêm một tổ ấm mới ! Người ta sống chen chúc, đụng chạm làm gì mà không có, nhưng "cái khó nó bó cái khôn", dọn ra thì sẽ ở đâu " Ăn hai bửa còn chưa biết có không, chuyện "một túp lều tranh hai quả tim vàng" thì cũng giống như chuyện huyền thoại ! Thành ra chung một gia đình, nếu có bà cố hay bà nội bà ngoại thì không có đứa cháu này cũng có đứa khác trông nom ! Cảnh nhà neo đơn thì đã có hàng xóm là›ng giềng để gửi gấm ! Cùng lắm thì cũng có thể mướn người ở, trong nước bây giờ hình như gọi là oshin, thành ra việc "giữ già" không phải là điều đáng quan tâm.

Nhưng ở bên Mỹ này thì lại khác. Hầu hết những người già bên này đều được hưởng tiền già cùng trợ cấp y tế miễn phí của chính phủ. Con cái thì cũng không tiếc gì đóng góp vài ba trăm gọi là trả hiếu cho cha mẹ già . Nhưng đã không thiếu những cụ già Việt Nam, sợ cảnh phải lặng lẽ chết hiu quạnh trong một nhà dưỡng lão nào đó ở xứ người, nên đành về Việt Nam, nương nhờ một đứa cháu họ nào đó, dù rằng con cái đều ở Mỹ . Gửi nắm xương tàn nơi xứ người đã là một chuyện đáng buồn, nhưng nếu được nhắm mắt trong vòng tay thương yêu chăm sóc của con cháu cũng còn đôi chút an ủi ! Đằng này lại lặng lẽ ra đi trong cô quạnh thì chắc không có nỗi buồn nào hơn . Cũng không thể trách được con cháu, vì ai nấy đều có công ăn chuyện làm, có nhà cửa xe cộ phải trả góp, có con cái để lo toan. Đời sống ở đâu cũng vậy, ở đâu cũng có những vấn đề của nó .

Hôm nay tui xin mạn phép cắt và dán một trang báo Gỡ Rối Tơ Lòng, để bạn đọc xem có gỡ dùm cho những người trong cuộc được không nghen . Gọi là Gỡ Rối Tơ Lòng chắc là vì ban đầu mục này chuyên môn giải đáp những chuyện tình cảm trai gái vợ chồng, nhưng sau dần nó giải quyết luôn những quan hệ tình cảm khác trong gia đình, vốn dĩ cũng rối rắm như một mớ bòng bong . Phần lơ'n người phụ trách mục này thường thì phải đóng hai vai, người hỏi lẫn người trả lời ! Vì bởi giọng văn và cách diễn đạt của người viết và người hỏi y chang nhau, thêm nữa thời buổi này có ai rảnh rang mà ngồi viết dăm ba trang giấy cho một người chưa hề quen biết đặng kể lể những chuyện riêng tư ! Nói theo kiểu một lời nhạc của Lê Tín Hương là "*Có những niềm riêng làm sao ai biết*" .Vả lại người Việt mình vốn ... kín đáo và ít nói, anh chị em trong nhà còn chưa chắc kể cho nhau nghe, huống gì một người lạ hoắc, thêm nữa lại còn gửi đăng báo, dàn trải "tâm sự loài cua biển" cho hàng ngàn người đọc chắc là chuyện hi hữu!

Thay vì chỉ có một người hỏi, trong mục GRTL kỳ này

sẽ cho tất cả mọi người trong cuộc lên tiếng, cho nó "phe" (fair)! Sau đây là phần "kính gửi trang gỡ rối tơ lòng" của từng người.

ANH HAI

Gia đình tôi có năm anh chị em, tất cả đều có gia đình, định cư trong cùng thành phố, vẫn qua lại thăm viếng những dịp Tết nhứt giỗ quảy hay sinh nhựt các cháu . Tình cảm nói chung giữa anh em không có điều gì phàn nàn . Anh chị em tôi không giàu có, nhưng mỗi gia đình đều có công ăn chuyện làm và nhà cửa ổn định ! Tụi tôi còn một bà má còn ở Sài Gòn, đang ở nhờ một người cháu họ xa chăm sóc, và anh em thay phiên nhau gửi tiền về chu cấp cho bả, mỗi người chừng trăm đô, dư sức cho má tôi sống sung túc ! Mọi chuyện đang diễn tiến tốt đẹp thì đùng một cái, má tôi được gọi đi phỏng vấn, và chuẩn bị sang Mỹ đoàn tụ ! Tụi tôi đứa nào cũng thương bà già, nhưng rước bả về ở lâu dài trong gia đình, là một chuyện mà hình như không đứa nào muốn ! Bả năm nay chỉ mới ngoài bảy mươi, đi đứng vẫn còn khỏe mạnh lắm, nhưng biết đâu, người già như ngọn đèn trước gió ! Vấn đề của gia đình tôi không phải ở chỗ tôi, mà là ở vợ tôi ! Trong năm anh chị em dâu rể, chỉ có mình vợ tôi là phải làm dâu với má tôi hồi còn bên Việt Nam, và ba năm làm dâu trong nhà tôi vợ tôi bây giờ nhắc lại nàng vẫn nói là "địa ngục trần gian" . Bà biết rồi đó, dạo 78, 79 ở Sài Gòn đời sống thiếu thốn, vợ chồng tôi bươn chải làm ăn buôn bán nhưng cũng đâu kiếm được bao nhiêu, nhà cửa đâu có phải ở chung với má va mấy đứa em, cái bó nó bó cái khôn, cục xa bông tắm xong cũng gói lại đem cất, má tôi lại là một người không khéo ăn nói trong lúc vợ tôi thì lại không giỏi mua bán mánh mung, nghe bà già tiếng bấc tiếng chì, vợ thì tấm tức khóc lóc, tôi đứng chính giữa nhiều lúc cũng đâm đầu vô xe nhà binh cho rảnh nợ ! Thời may hai vợ chồng mượn được của người bạn vài cây xuống ghe đi chui . Qua đây vợ tôi không hề cản tôi gửi tiền về nuôi má tôi, nhưng khi biết bả sắp qua đoàn tụ, nàng đã dứt khoát nói với tôi : "Em không muốn sống lại cái cảnh hồi trong nước ! Chẳng thà nếu bả ở nhà mấy đứa khác thỉnh thoảng đôi ba tuần mình chở con lại thăm bà nội còn có tình nghĩa, chứ nếu bả sống chung năm bửa nửa tháng có đụng chạm gì thì em xách gói đi chứ không có nhẫn nhục như bên nhà đâu" . Tôi vớt vát là hồi xưa tại nghèo khổ quá con người ta đâm ra nhỏ mọn, bây giờ đời sống sung túc rồi, chắc đâu còn những đụng chạm như ngày xưa nữa . Vợ tôi nói, tại sao mình biết là sớm muộn gì những việc đáng tiếc sẽ xảy ra, mà sao mình không tìm cách ngăn cản . Bà tính, rồi tôi phải làm sao "

ANH BA

"Tính phải làm sao"" Vợ tôi nói, "Có gì đâu phải tính, anh Hai là con trưởng, nuôi nấng và phụng dưỡng mẹ già là bổn phận của ảnh, ảnh không có quyền "bán cái" cho đứa nào hết ! Bà già thương ai nhứt trong nhà " Cháu đích tôn của bả, bàn thờ ba để ở nhà ảnh để mỗi năm ngày giỗ con cháu tụ tập về làm một bửa giỗ, thì không có lý gì má phải đi ở nhà đứa khác, trừ phi đứa đó tình nguyện !" Tôi cố vớt vát : "Nhưng má là má chung của năm anh chị em, chứ đâu phải má riêng của mình ảnh" ! Vợ tôi thẳng thắn: "Nếu anh rước má của anh về thì tui cũng rước ba má của tui về đây ở chung luôn cho vui cửa vui nhà, lúc đó tui phải nghỉ làm để chăm sóc ổng bả, anh liệu đồng lương ít ỏi của anh có đủ chi tiêu trong gia đình không " Mình đâu có phải bỏ bê bả, thỉnh thoảng mình cũng chạy qua chạy lại thăm nom, anh không nghe người ta nói là trâu bò ở với nhau lâu ngày cũng sanh chuyện huống gì là con người . Bây giờ giữa tui với má anh chưa có đụng chạm gì, bộ anh muốn tui cũng giống như bà chị dâu, gây gỗ với má anh xong rồi bả khăn gói dọn về nhà ông anh Hai, lúc nó thiên hạ lại nhiều chuyện là tui bạc đãi mẹ chồng ! Thà là mất lòng trước mà được lòng sau!"

CHỊ TƯ

Ông anh Ba tui là một thằng cha râu quặp, vợ mới vừa nhếch mép là mặt thằng chả xanh như tàu lá chuối ! Sợ vợ thì ai cũng ... phải nên sợ, nhưng sợ cũng vừa vừa vậy, chừa chỗ cho người ta sợ với ! Bà già chưa qua mà hai ông anh yêu dấu của tui đã muốn "đem mẹ bỏ chợ" ! Nếu mà tui không bận bịu con nhỏ, lu bu công ăn chuyện làm, thì tui sẽ đem bả dìa nhà tui cho hai ổng sáng mắt ! Nhưng kẹt nỗi mỗi ngày tui phải chở hai đứa lớn tới trường, đứa nhỏ tớ nhà trẻ, rồi phải lái xe đi làm . Sở của tui ở tuốt trong downtown, ngày nào cũng kẹt trên xa lộ gần cả tiếng, chiều về thì lại đi nhà trẻ rước cả ba đứa, dìa tới nhà tắm rửa cơm nước homework, giặt giũ dọn dẹp thì cũng đã tròm trèm 12 giờ đêm, lại phải đi ngủ để ngày mai cày tiếp ! Lu bu như vậy rước bả về nhà tui thì ai coi bả đây, rủi bả ở trong nhà một mình, nói dại chứ nếu bả té trong nhà tắm mà không có ai hết thì ai sẽ gánh trách nhiệm đây ! Chồng tui cũng phải đi làm, còn phải cày thêm overtime nên cũng đâu có thì giờ để phụ giúp tui ! Nếu mà cùng lắm thì bả ở nhà mỗi đứa một tháng, xoay tua cho công bằng!

ANH NĂM

Không phải tui bất hiếu nhưng dứt khoát là má không thể ở với hai vợ chồng tui được ! Hồi tui cưới vợ tui, gửi thư về xin phép bả, bả nói bộ tui con mắt đui rồi hay sao mà đi lấy một "con mẹ nạ dòng" lớn hơn tui năm tuổi lại có hai đứa con riêng ! Chuyện vợ chồng là chuyện duyên số, làm sao tui cưỡng lại được ! Miễn hai vợ chồng tui chung sống hạnh phúc thôi chứ ! Lá thư đó tình cờ vợ tui đọc được, hồi đó nàng nói: "Cũng may má anh ở tuốt bên Việt Nam, chứ nếu bả ở đây, mỗi lần dòm bả em lại nghĩ tới cái chữ "nạ dòng" bả dùng để kêu em thì em không biết là mình nên đối xử với bả ra sao !" Bây giờ thì bả sắp qua rồi, nếu anh chị em cần phụ giúp tài chánh để: lo cho má thì vợ chồng tui sẵn lòng, còn chuyện rước má dìa nhà thì xin cho tui hai chữ bình an !

EM ÚT

Mấy ông anh và bà chị quí hóa của tui tại sao cứ "miếng ăn gắp bỏ cho người" là làm sao! Bà già chưa sang, mà người nào người nấy đã tính chuyện "phủi tay", toàn là đổ thừa cho dâu cho rể ! Chồng tui sinh đẻ bên này, ảnh là người Việt nhưng nói tiếng Việt ngọng nghịu và suy nghĩ y như một người Mỹ ! Tui hỏi ảnh "Mom em sắp qua, em dắt mom dìa ở chung với tụi mi`nh nghen" . Ảnh lắc đầu : *"No, no . It's very bad idea . We won't have any privacy ! My friend has to divorce because of his nosy mother-in-law living together with them! Don't make any mistake you will regret later. Our familý's hapiness is first priority!"* Tui cãi " Nhưng mom của em mà"! Chồng tui nói : "Muốn một cái apartment cho bả, giống như bọn Mỹ bên này, kiếm một ông nào góa bụa cho bả làm bạn, dẫn nhau đi du lịch ! We have our own life"

ĐOẠN CHÓT

Tiếng người em họ ở Sài Gòn nói qua phone:

"Dì bị tai biến mạch máu não vừa đem vô bệnh viện ! Mấy anh chị thu xếp về Sài Gòn gấp thăm dì lần cuối ! Coi chừng không kịp."

MỘT CẢNH ĐỜI ODP

Tui có một ông anh mới từ Việt Nam sang diện ODP do ông anh vợ của ổng bảo lãnh. Vì là diện anh em đã có gia đình bảo lãnh cho nhau nên ổng phải chờ đợi hơi lâu, có 16 năm hà (từ năm 79 - 95). Hôm gặp ổng ở phi trường, ngó thấy ổng già chác tóc tai đã lốm đốm bạc, da dẻ nhăn nheo cười lên một cái thấy hiện lên cả chục cái đường rầy xe lửa, răng cỏ thì cái còn cái rụng, tui mới an ủi ổng rằng: "Anh qua đây cũng còn trẻ chán, chưa tới tuổi ... hưởng tiền già !". Ổng ngó tui cười móm mém .

Hai vợ chồng ổng bả đều đã tốt nghiệp đại học ở Sài Gòn, hồi "đàn bò mới vô thành phố", ổng bả người thì kỹ sư người thì giáo sư nên vẫn tiếp tục được đi làm "công nhân cục" cho nhà nước, tháng tháng lãnh về mấy ký gạo đem về cho má tui đổ vô nồi nấu cơm ăn chung cho đỡ tốn. Nói theo kiểu VC thì gia đình ổng bả tuy hổng có tham gia kháng chiến, hổng có bò vô bưng đeo khăn rằng mang dép râu đội nón cối, hổng có đổ xương máu cho sự nghiệp "chống Mỹ cứu nước" của nhân dân miền Nam, nhưng thuộc thành phần "lao động nghèo đô thị", hổng có tham gia "ngụy quân ngụy quyền" cầm súng bắn lại chiến sĩ cụ Hồ, hổng có là "tư sản mại bản" tiếp tay đế quốc bóc lột nhân dân, nên ổng bả được "lên chức" CHỦ NHÂN, nghĩa là ổng đang đi làm kỹ sư thì trở thành ông chủ của nhà máy, còn bả thì đang đi làm giáo sư thì trở thành bà chủ của trường học. Có điều nhà máy hay trường học bây giờ sao có nhiều ông chủ quá, và đầy tớ thì chỉ có vỏn vẹn có mấy người nằm trong ban giám đốc.

Tui nhớ ông gác dan ở trường tui hôm khai giảng năm học mới đầu tiên sau 75, chính tay thằng cha giám hiệu (hiệu trưởng) ở trong bưng bò ra cầm lấy cây chổi chà quét lá nâng niu đưa cho ông gác dan y như ngày xưa hoàng đế trao gươm cho Kinh Kha tráng sĩ sắp xông pha ngoài trận mạc mà run run cất giọng trong micro là: "Bây giờ đổi đời rồi, những người như bác gác dan đây mới thật sự là những chủ nhân ông của ngôi trường chúng ta".

Tui nhớ là ông gác dan đã ràn rụa nước mắt vì xúc động, vì hổng ngờ cái nghề hạ tiện của ông mà ngày trước ai cũng coi thường trong phút chốc nhờ bàn tay nhiệm mầu của cách mạng mà nó trở nên quan trọng, tương đương với ... chủ tịch Ủy Ban quân quản nhà nước Trần Văn Trà!

Ông anh tui cùng bà chị dâu tui hình như hổng ai có "khiếu" làm ông chủ bà chủ nên đi làm được vài năm thì ổng bả toan tính vượt biên. Vì sợ đi chung bị bắt thì mất cả chì lẫn chài nên ổng bả chia nhau ra mà đi, chồng dắt một đứa con, vợ dắt một đứa con, chồng xuống Gành Hào Cà Mau vợ bồng con ra Vũng Tàu, hẹn gặp nhau ở một trại tị nạn nào đó ở Mã Lai hay Nam Dương, y như ngày xưa ông Lạc Long Quân và bà Âu Cơ chia con kẻ lên non người xuống đồng bằng.

Nhưng hai vợ chồng ảnh chỉ hình như chưa có số vượt biên, cả hai vợ chồng chưa ra cá lớn cá bé gì ráo thì đã bị túm ngay tại bãi đợi, và được đưa ngay vô tù, phòng giam "học viên ngoại quốc" (nơi giam dân tình vượt biên). Tội nghiệp hai đứa cháu nội của má tui, một đứa ba tuổi, một đứa sáu tháng, bị cha mẹ tụi nó vì ham "bơ thừa sữa cặn" của đế quốc, nên chưa dứt sữa mà cũng đã biết mùi tù ! Tui nhớ bà má tui chạy ra Vũng Tàu lo lót cho bà chị dâu của tui dìa, bả phải đóng kịch xỉa xói nàng dâu trước mặt thằng Công An như vầy:

- Mày có ham đi Mỹ đi Tây thì mày đi một mình để cháu nội của tao lại cho tao nuôi. Cháu tao mới có chút xíu mà mày nỡ lòng nào đem nó vô tù mày nhốt vậy hả. Chưa thấy ai ăn ở thất nhơn thất đức như mày, một đứa con nít bò còn chưa biết bò mà mày để cho nó ở tù là sao vậy hả" Mày có muốn ăn dọng gì thì mày nói chứ mày đừng có mà hành hạ cháu tao. Ông trời coi ổng có mắt thế nào cũng có ngày ổng cũng vặn đầu vặn cổ mấy cái thứ lòng lang dạ sói như chúng mày.

Thằng công an mới "ăn" của má tui mấy chỉ vàng tiền đút lót, nghe má tui xỉa xói nhột nhạt quá liền lấy hai tay xua má tui với bà chị dâu của tui đi:

- Nè, có dạy con dạy cháu gì thì đem cả về nhà mà dạy. Đây là đồn Công An chứ có phải phòng khách nhà mấy người đâu. Còn chị kia, giáo viên mà bán nước như chị vậy thì lấy tư cách gì dạy học trò. Tôi sẽ liên hệ địa phương chị ở cho chị đi lao động, cứ để ăn trắng mặt trơn rồi không biết quý của cải lao động của người khác. Khổ một tí thì đòi vượt biên. Qua bên đấy không làm đĩ thì cũng làm ma cô chứ tốt lành gì !

Lãnh bà chị dâu tui ra má tui lại phải ba chưn bốn cẳng xin giấy phép đi đường lặn lội xuống Cà Mau để rước ông anh tui dìa. Lại phải mất mấy chỉ vàng đút lót .

Thằng Công An hôm thả ông anh tui ra còn mở miệng đạo đức nói với má tui:

- Chúng tôi làm việc có đạo đức cách mạng lắm bác à. Thấy ảnh có con nhỏ nên chúng tôi linh động giải quyết cho ảnh về sớm, về tới địa phương thì ảnh phải lao động tại chỗ và sẽ được quản thúc tại chỗ từ sáu tháng tới một năm. Tôi là tôi không hiểu là tại sao nước nhà thống nhứt rồi, không chịu ở lại xây dưng đất nước mà cứ tính chuyện chạy ra nước ngoài là sao"

Má tui phải giả đò ngây thơ:

- Thằng con tui là nó nghe người ta dụ dỗ xúi bậy, để chuyến này tui dìa tui dần cho nó một trận. Coi nó lớn xác vậy chư còn khờ lắm, "đồng chí" ơi ! Sau chuyến vượt biên thất bại đó, ông anh tui và bà chị dâu tui, ông chủ của nhà máy và bà chủ của trường học, trở về nhiệm sở thì bị bọn "đầy tớ nhân dân" đá ra khỏi trường, khỏi hãng. Mất việc thì cũng chẳng đáng tiếc gì, chỉ sợ ở lông bông trong thành phố không có nghề nghiệp gì lại bị tụi "đầy tớ nhân dân" khác, tống cổ đi kinh tế mới chứ chẳng chơi! Ổng bả bắt đầu bung ra chợ trời kiếm sống. Hai đứa con thì gửi nhà ngoại năm ba bửa, nhà nội đôi ba tuần, hai vợ chồng vay tiền anh chị em làm đủ thứ nghề, khi thì bán cà phê vĩa hè, khi thì chạy mánh thuốc tây, lắm lúc còn phải giữ xe đạp rạp hát hay bán vé chợ đen cải lương nữa ... Lúc này ổng bả bươn chải kiếm tiền để dành dụm vượt biên nữa, chứ nếu cứ lê lết kiếm ăn ngoài đường ngoài xá như vậy rồi thì tương lai biết về đâu".

Nhưng cái số của ông anh tui hổng có được vượt biên bằng ghe bằng tàu gì ráo, cho nên sau 16 năm mòn mỏi vào tù ra khám không biết bao nhiêu bận, cuối cùng rồi ổng bả cũng tới được Mỹ, đi bằng máy bay đàng hoàng, có công an ở phi trường soát vé hộ chiếu! Sau 16 năm lăn lộn bươn chải ổng bả cũng có được một cửa hàng kiếm ăn ngày hai bữa tươm tất. Hôm trước khi ổng qua đây, tụi tui có gọi phone về nói chuyện để ổng suy nghĩ trước khi quyết định làm một chuyến phiêu lưu mới, ổng đã khẳng khái trả lời tui như vầy:

- Ở Sài Gòn bây giờ được như anh chị cũng không có bao nhiêu người, nhưng anh chị vẫn nhứt định ra đi.

Căn nhà này đành phải cúng cho tụi nó, đây là căn nhà công khó của ba mánhưng anh chị cũng phải đành vậy. Vì tương lai của mấy đứa nhỏ. Đời sống đâu phải chỉ vì miếng cơm manh áo mà vì những cái khác tốt đẹp hơn. Mấy em dìa Sài Gòn sẽ thấy người ta tranh sống với nhau bằng những thủ đoạn lường gạt, tham nhũng hối lộ đút lót từ trên xuống dưới. Nhân phẩm đạo đức lương tri là những cái gì đó xa vời lắm. Sống hôm nay mà không biết ngày mai ra sao. Hôm nay vô mánh kiếm cả trăm cây ngày mai thì vô khám nằm ép rệp. Thôi đành kiếm mảnh đất nào đó, dù không phải quê hương mình, nhưng lòng thấy thanh thản, có cực hơn một chút, thì vẫn hơn...

Ông anh tui bây giờ, mỗi ngày phải thức từ hai giờ sáng đi bỏ báo, tới sáu giờ sáng thì xong. Ban ngày đưa hai con đi học xong ổng phải đi cắt cỏ. Bà chị dâu tui thì đi may cho người ta, ngồi còng lưng 10 tiếng một ngày kiếm được hai ba chục tiền mặt. Vì ổng bả qua đây diện ODP nên không được trợ cấp gì ráo. Tui có lần gọi phone cho ổng hỏi ổng là ổng có hối tiếc gì không, ổng la tui trong phone:

- Chú mày sao ngày tối cứ hỏi tao có tiếc gì không. Tiếc chứ, tiếc là mình qua đây trễ quá, chứ tao qua đây mà còn trẻ như chú mày, thì đã đi học có cái bằng chuyên môn rồi. Bây giờ thì tuy cực nhưng ngó thấy con cái mình sẽ được đi học đến nơi đến chốn, không cần phải lo lắng đút lót, không còn phải lo sợ phập phòng thằng công an kinh tế này hay giả lả với thằng công an phường nọ, vui chứ. Mai mốt tao hùn với thằng bạn tao mở công ty cắt cỏ, lấy cái tên thiệ kêu là "Lanscaping Designer", để mai này dìa nước làm Việt Kiều có ai hỏi tao làm nghề gì, tao sẽ dịch là nghề "Kiến Trúc Sư ngành Cây Kiểng", oai không mậy"

Thấy ông anh tui vui vẻ chấp nhận cuộc sống mới mà tui cũng vui lây với ổng. Tụi Việt Cộng ngày xưa la lối chỉ có bọn ma cô đĩ điếm hoặc có nợ máu với nhân dân mới bỏ chạy theo đế quốc. Nhưng ông anh tui, rõ ràng là ổng hổng có bị chế độ ngược đãi. Giải phóng vô ổng cũng được đi làm đàng hoàng, nhưng cái chế độ kỳ quặc của những thằng đầy tớ nhân dân, đã làm cho ổng thấy rằng mình hổng thể sinh tồn được trong một xã hội như vậy, con cái ổng sẽ không có một tương lai đúng nghĩa khi ngó ra chung quanh mọi căn bản đạo đức đều bị rẻ rúng. Thành ra ổng đã quyết định ra đi. Vượt biên không được thì chờ giấy tờ bảo lãnh, đợi một năm không được thì 10 năm, thậm chí 16 năm cũng được mà.

Tui chắc rằng ổng cũng sẽ thấy nhớ cửa hàng của ổng bỏ lại ở Sài Gòn, nơi mỗi ngày ổng có thể kiếm gần cả trăm đô đủ cho một gia đình bốn miệng ăn sống sung túc ở Sài Gòn. Tui chắc là ổng cũng sẽ nhớ căn nhà của ba má tui để lại, nơi tụi tui sống cả thời niên thiếu, nhưng trong cuộc sống khi phải lựa chọn thì mình cũng phải chấp nhận những mất mát. Ngày xưa người ta còn bỏ cả mạng sống liều mình ra đại dương thì sá gì những mất mát vật chất. Năm mươi năm sau khi cuộc sống đã ổn định, khi con cái của ổng đã trưởng thành học hành thành đạt, tui nghĩ ổng sẽ biết rằng mình đã có một quyết định đúng đắn, phải không bạn?

QUÊ CHA ĐẤT TỔ

"... Má ơi má cái anh này dê

Ảnh nắm tay con

"Tiền đây, em xài đi !"

Người Bắc Kỳ đâu có kỳ như vậy

Chắc là Trung Kỳ" Hay là Nam Kỳ ... "

Vợ tui đang nằm trên võng ru cái hĩm ngủ, vừa đưa tay vỗ về con bé, nàng vừa ca bài ca vọng cổ ở trên. Thằng Cu nhà tui đang ngồi chơi đồ chơi gần đó, nghe má nó ca ngộ quá bèn bò lại võng hỏi : "Má ơi, Bắc Kỳ là cái gì vậy má " Còn Trung Kỳ nữa " "

Nghe con trẻ hỏi mà lòng tui không khỏi xốn xang. Tui thường viết văn xưng là "tui", và bởi vì sinh ra và lớn lên ở Sài Gòn nói giọng miền Nam tuy hổng đến nỗi chơn chất như dân Nam Kỳ lục tỉnh, nhưng đa số bạn bè đều đoán tui là dân miền Nam rặt, sinh quán đâu đó ở Cần Thơ Sa Déc Long

Xuyên hay Rạch Giá. Thật ra ba tui quê quán ở tuốt ngoài Thái Bình, tỉnh lỵ xa lắc xa lơmà hồi trước năm 75 tui nghĩ sẽ không bao giờ mình có dịp đặt chưn đến đó để tìm xem nơi ba mình sinh trưởng ra sao, tìm về cội nguồn mà văn chương gọi một cách văn hoa bóng bẩy là Quê Cha Đất Tổ. Ba tui là một người hơi nghiêm nghị, ít gần gũi con cái, thành ra tui chẳng bao giờ dám mon men lại gần ông để hỏi về cái tỉnh lỵ hay làng quê mà ông đã lớn lên. Tui chỉ biết chắc một điều là làng quê của ba tui nghèo lắm, nghèo đến nỗi năm hăm mươi mấy tuổi (không có "đi vào quân đội và lòng thì chưa hề yêu ai" à nghen), ba tui phải bồng bế mẹ già và đứa em gái út mà ông thương nhứt trong mấy anh chị em, bươn chải vào Nam tìm miếng cơm manh áo. Tui chỉ còn biết tìm hiểu cuộc sống cơcực của ba tui qua hình ảnh túng bấn nghèo nàn nợ nần ngập đầu ngập cổ của Nhà Mẹ Lê của Thạch Lam, qua cái vất vưởng lang thang của Chí Phèo của Nam Cao, và thỉnh thoảng, qua một vài kỷ niệm mà Duyên Anh viết trong cuốn Hoa Thiên Lý.

Trên đường bôn ba vào Nam tìm miếng ăn, ba tui phải làm đủ thứ nghề, dừng chưn ở tỉnh này vài ba tuần, quận huyện nọ đôi ba tháng, tìm nơi "đất lành chim đậu ". Rồi ba tui gặp má tui ở Quảng Ngãi, một tỉnh ở miền Trung, nơi nổi tiếng có kẹo mạch nha và đường phổi, nơimà ông Phạm Đình Chương viết "Quê hương em nghèo lắm anh ơi Mùa đông thiếu áo Hè thời thiếu ăn". Rồi hai ông bà lấy nhau, ba tui gồng gánh thêm một người vợ trẻ, lại tiếp tục bươn chải vào Nam, và dừng chưn ở SàiGòn .

Sở dĩ hôm nay tui kể cho quí vị nghe một chút đìa thân thế của mình vì tui chợt tự hỏi hổng biết mình là người miền nào đây" Ba tui người bắc (ổng vẫn dùng chữ cái bát thay cho cái chén, cái thìa thay cho cái muỗng), má tui thỉnh thoảng vẫn trọ trẹ vài tiếng trung, còn anh chị em tui, từ đứa lớn cho tới đứa bé, vì sinh đẻ ở Sài Gòn, nên đứa nào cũng nói rặt một giọngSàiGòn, "Châu ơi ta bảo châu này Châu ga ngoài guộng châu cày dới ta". Tụi tui nói "đi dìa", nói "dăng mùng coi chừng muỗi cắn" thay vì "đi về", "giăng màn coi chừng muỗi đốt" ..., ngoài cái giọng Sài Gòn, tụi tui còn dùng chữ miền Nam khi nói chuyện, và cũng như bạn thấy đó, khi viết, tui ưng viết theo kiểu mộc mạc như nói của người dân miền Nam.

Sau năm 75 nhà tui có khá nhiều họ hàng từ ngoài Bắc vào thăm, những người mà tui cảm thấy giữa tui với họ tuycó một chút liên hệ máu mủ (đại bác bắn ba năm hổng thấy tới), nhưng thiệt là xa cách. Mang tiếng là anh chị em họ, nhưng từ cách ăn bận suy nghĩ và nói chuyện, tui cảm thấy hổng biết bao giờ mình mới hòa đồng. Có lần ông anh họ tui vô Sài Gòn chơi, ổng ngồi coi ti vithấy cô xướng ngôn viên mặc cái áo dài in đầy hoa, ổng chép miệng: "Gớm, áo gì mà hoa khiếp thế. Ở nách cũng có hoa!".

Lần khác ổng hỏi thăm chồng chị Hai tui đâu sao không thấy, chị Hai tui nói dạ ảnh đang học tập ngoài Vĩnh Phú, thằng cha anh họ của tui bày đặt an ủi: "Em viết thư khuyên nó tranh thủ mà lao động cho tốt vào. Có nợ máu với nhân dân mà còn được khoan hồng thì phải rán mà phấn đấu khắc phục ". Bà chị Hai tui liếc thằng chả bằng nửa con mắt, và từ đó trở đi bả hổng thèm nói chuyện với mấy người anh chị em họ của tui ngoài bắc vào thăm nữa, sợ bị lên lớp!

Tới năm 76, 77 khi ba tui chuẩn bị ra bắc thăm quê sau gần 30 năm xa cách, má tui hỏi có đứa nào muốn tháp tùng ba tui ra ngoải không thì anh chị em tui đứa nào đứa nấy lẩn như trạch. Không biết có phải tình cảm của anh chị em tui đối với quê nội hờ hững, hay tại mấy người họ hàng của nhà tui đã gieo vào đầu anh chị em những hình ảnh hổng mấy tốt đẹp, hay tại đứa nào cũng sợ phải ra bắc, ra ngoài "ổ" của mấy ảnh, đâu có gì vui để mà thăm thú. Có lẽ là tất cả.

Ba tui thì ổng có vẻ háo hức lắm, ổng nôn nao đếm từng ngày, và khi ổng trởdìa lại Sài Gòn, ổng lại có nhiều đêm thở dài, nói với má tui "Ngoài đó còn nghèo khổ hơn dạo tui đi. Ngày xưa thì đổ thừa thực dân phong kiến, bây giờ thì đo åthừa là chiến tranh xâm lược của Mỹ ngụy".

Tới bây giờ tui vẫn còn thấy tiếc là tại sao hồi đó tui không theo chân ba tui làm một chuyến về quê nội, vì cho dù cảnh đời có tang thương dâu bể, tui vẫn có thể tận mắt nhìn thấy cái đình làng, mái tranh vách đất, thấy được cuộc sống cơ cực của người cùng quê với ba mình, mới có thể hiểu được những nụ cười để nguyên miệng của ba tui khi ổng coi một đoạn chèo, mới hiểu thêm được những phong tục chào hỏi "lạy bác lạy chú đến chơi nhà cháu" mà ngày xưa tụi tui cho là kỳ cục (khách đến chơi nhà chào hỏi là quý rồi, tại sao phải "lạy"").

Có người nói dân miền bắc chơi hổng có vô vì đa số người bắc thường cầu kỳ khách sáo. Họ dấu được những tình cảm riêng tư trong lòng, họ có ghét mình mình cũng hổng tài nào biết được vì bề ngoài họ vẫn rất ư niềm nở. Người nam thì sởi lởi hơn, ruột để ngoài da. Tui thì tui nghĩ khác, người miền nào cũng có người tốt người xấu, cung cách đối xử và cách ăn nói tùy vào phong thổ nơi mình sinh ra, và qua nhiều thế hệ, do lối giáo dục mà nó trở thành thói quen tập quán. Chẳng hạn như bọn Mỹ, sinh đẻ ở cái xứ giàu có này, đồ ăn ăn không hết phải đem đổ sông đổ biển, ăn cái gì cũng coi có bị mập không, thì làm sao tụi nó thấu hiểu cho được cái đói, làm sao tụi nó biết được là ở Việt Nam bây giờ vào quán gọi tô hủ tiếu là đã có một đám con nít đứng chờ mình ăn xong là trút nguyên cái tô thừa vào trong lon guigoz đem dìa làm thức ăn cho cả nhà.

Nghe thằng con bốn tuổi của tui hỏi má nó về Bắc Kỳ, Trung Kỳ, Nam Kỳ, tui chạnh nghĩ không biết mai này khi nước nhà quang phục, nếu tui có làm một chuyến về quê như ba tui ngày xưa, không biết rồi nó có chịu theo tui dìa quê không. Hay là nó cũng như tui ngày xưa, lẩn như trạch".

Miền bắc miền nam có nhiều khác biệt, nhưng dù gì cũng còn nói chung một ngôn ngữ. Còn xứ Mỹ này và Việt Nam, hai nếp sống hai phong tục, làm sao tui có thể kỳ vọng được nơi thằng con mình một chút luyến lưu về quê cha đất tổ, khi mà chính mình đây, tình cảm ấy hãy còn rất mơ hồ.

Dù gì thì tui vẫn cứ ước mong có một ngày tui sẽ có dịp dẫn thằng Cu và cái Hĩm của mình dìa quê, thắp cho ba tui một nén hương mà ngày ổng nằm xuống tui còn đâu đó lưu lạc nơi xứ người, tui sẽ dẫn chúng nó đi thăm khắp mọi miền đất nước. Nhứt định tui sẽ dẫn nó ra tận ngoài Thái Bình, cho chúng nó thấy tận mắt quê nội, dù là một quê nội nghèo nàn xơ xác, dẫn chúng đi ăn kẹo mạch nha ngoài Quãng Ngãi, đưa chúng vào Sài Gòn thăm ngôi trường tiểu học nơi tui ê a tập đánh vần, và còn biết bao nhiêu nơi chốn nữa. Lúc đó tui sẽ giải thích với nó: "Ông nội con quê ở Bắc Kỳ, còn bà nội ở Trung Kỳ, ba thì lớn lên ở miền Nam, còn con sinh đẻ ở My. Nhưng dòm xem, tất cả chúng ta đều là người Việt. Khi mà chúng ta đều hướng về quê cha đất tổ thì mọi ranh giới miền này miền nọ, mọi giọng nói miền bắc nghe sang cả miền nam giản dị mộc mạc, mọi cung cách sống khách sáo như miền bắc hay xởi lởi như miền nam, tất cả đều trở thành vô nghĩa".

Bạn có đồng ý với tui không. Và nhớ cầu chúc cho tui sẽ có một ngày thực hiện được mơ ước của mình nghen.

NGHỀ VÀ NGỖNG

Mùa hè năm ngoái tui có đem gia đình dìa Santa Ana nghỉ hè, luôn tiện thăm ông anh và vài bạn bè quen biết cũ. Không hiểu đây là lần thứ mấy tui đến đây để nghỉ hè, nhưng hình như mỗi lần dìa Santa Ana, tui lại thấy háo hức, giống như là dìa quê, mặc dù tui chưa bao giờ định cư ở đây cả! Tui đang ở Houston, thành phố cũng tấp nập và sầm uất những dịch vụ buôn bán của người Việt mình, cũng có rất nhiều hội đoàn và sinh hoạt cộng đồng, báo chí đếm không xuể và đài phát thanh thì có thể nghe từ lúc còn nằm trên giường chưa thức dậy tới lúc nửa đêm, hết đài này qua đài khác.Nhưng hình như Houston vẫn còn thiếu một cái gì đó rất Sài Gòn trong ký ức, một quán cà phê vỉa hè, một ổ bánh mì một dĩa cơm tấm điểm tâm buổi sáng, một tờ nhựt trình còn thơm mùi mực in trong quán phở, một nhà báo hay một ca nhạc sĩ ngồi phì phèo điếu thuốc trong nhà hàng, một câu chuyện phím nổ như bắp rang ngay giữa chợ, và tiếng người cười nói líu ríu như tiếng chim trên đường phố ...

Về Santa Ana lần nào cũng vậy, ngày nào hai vợ chồng và mấy đứa con cũng kiếm cớ đi ăn tiệm, không cần phải cao lương mỹ vị, nhưng it' ra cũng phải những món mà theo lời vợ tui nói, không thể tìm ở đâu ra! Ngay bửa chiều hôm đầu tiên bà chị dâu, cũng thuộc loại có tâm hồn ăn uống như hai vợ chồng tui, chở nhau ra một quán bún bò Huế tương đối xập xệ so với những hàng quán khác ở quận Cam, cách nhà ổng bả vừa đúng năm phút lái xe! Quán chỉ có độ trên dưới mười cái bàn, mỗi bàn chỉ có khoảng năm sáu cái ghế! Dòm thấy ánh mắt hơi nghi ngờ của vợ chồng tui, bà chị dâu đã trấn an: "*Tiệm này chủ yếu là bán "to go", thậm chí còn nhận đặt nguyên nồi cho cả nhà hay đặt tiệc tùng, coi xập xệ nhưng ăn một lần nhớ đời luôn. Bà chủ người Bắc mà hổng hiểu sao nấu bún bò còn ngon hơn mụ Rớt chánh hiệu nữa*". Lúc tụi tui đang kéo hai cái bàn lại cho đủ chổ ngồi cho hai gia đình thì một ông bồi bàn cầm menu ra. Quán xá coi nghèo nàn vậy chứ ông bồi bàn ăn mặc lịch sự hết sức. Người bồi bàn ra lấy order là một người đàn ông độ khoảng trên dưới 40, ăn bận rất đàng hoàng áo sơ mi bỏ trong thùng đeo mắt kiếng dòm rất trí thức, tui đoán là ổng nếu không là công chức làm việc văn phòng thì cũng là giáo sư giáo siếc gì đây. Và chắc ông này mới qua Mỹ nên đang làm tạm bợ một công việc nào đó trong nhà hàng, trong thời gian tìm một nghề thích hợp. Tui chợt nhơ' lại rất nhiều người khi mới chân ướt chân ráo qua Mỹ, nhứt là những người tuổi tác lở dở lại thêm gánh nặng con cái gia đình, chưa kể những người còn phải có trách nhiệm bên Việt Nam, đành phải làm tạm bợ đủ thứ nghề. Tuổi tác thì đã cao không có thể tới trường để học lấy một cái nghề chuyên môn, lại không có vốn liếng anh ngữ, thêm nữa gánh nặng gia đình bên Việt Nam nên nhiều người phải "bung" ra đi làm kiếm tiền. Có điều đáng nói là ông bồi bàn "bất đắc dĩ" này có vẻ không thích cái nghề ổng đang làm cho lắm, ổng ném cái menu lên bàn, gương mặt cau có lạnh như tiền như muốn nói : *"Tui là không phải làm cái nghề này đâu . Cái nghề này chỉ là nghề tạm bợ mà thôi . Ngày trước còn lâu tui mới thèm làm ba cái nghề này, và sau này thì càng không thể nào"*. Lúc ổng bưngđồ ăn ra thì ổng lại "giằng mâm xáng chén", y như thể là ban phát ơn phước cho tụi tui vậy! Tui tuy cảm thông với tâm trạng "thất thế" của ông bồi bàn bất đắc dĩ này, nhưng cũng cảm thấy hơi bực mình vì mình vào nhà hàng ăn trả tiền đàng hoàng chứ đâu có đi xin đâu mà bị đối xử tệ bạc như vậy. Ngó thấy ông bồi bàn mà tui vừa thấy tội nghiệp vừa thấy thương hại, phải chi ổng vui vẻ chấp nhận cái nghề tạm bợ này thì ổng làm việc vui vẻ mà khách hàng cũng hổng cảm thấy bị bạc đãi. Thái độ của ông bồi bàn còn làm cho tui liên tưởng đến những ông chủ tiệm người Tàu bận quần xà lỏn áo thun ba lỗ vàng khè, nói thiệt tiền bạc của mấy ông Tàu này đốt mình còn hổng hết, vậy mà mình thử vào quán ổng mà coi, ổng sẽ một điều ông chủ hai điều ông chủ khúm núm phục vụ. Đó là vì ông chủ người Tàu biết rằng mình đang bán hàng, khách là người đem tiền bạc đến cho mình, mình phải vui vẻ để họ còn trở lại.

Nhớ lại câu chuyện trên làm tui liên tưởng tới vấn đề nghề nghiệp của người Việt mình từ khi đặt chưn đến vùng đất mới. Vì hoàn cảnh, vì khả năng sinh ngữ hạn chế, có rất nhiều người trong chúng ta phải đang làm những cái nghề hổng có phù hợp với năng khiếu và sở thích chút nào hết. Công việc làm chỉ là phương tiện kiếm cơm, còn sở thích hay khả năng lại là chuyện khác. Hồi tui mới sang Mỹ ghi danh đi học, sinh viên Việt Nam trong trường hết 90% là theo học hai ngành điện và computer, sau này ngành điện ra trường hơi khó kiếm job nên bà con đổ xô đi học civil (công chánh). Vì bởi hai ngành này không cần khả năng sinh ngữ nhiều, chỉ cần bập bẹ vài ba câu tiếng Anh và đọc được môt. số chữ chuyên môn là có thể gồng mình "bắt lạc đà chui qua lỗ kim" được. Sau này lớp trẻ lớn lên, nhờ đi học trường Mỹ từ nhỏ, tiếng Anh đâu có thua gì bọn Mỹ nên tụi nó mới có thể theo học những cái ngành mà có nằm mơ mình cũng hổng dám nghĩ tới như ngành luật sư, ngành khảo cổ, ngành diễn viên, ngành quảng cáo, hay ngành văn học nhân văn lịch sử ... Nghĩ như vậy tui mới thấy tiếc là dù rằng mình đang sống ở nước ngoài, tuy có nhiều điều kiện để hấp thụ những kiến thức khoa học hiện đại, nhưng đâu phải ai cũng có năng khiếu hoặc những sở thích về khoa học đâu, nếu tui thích thơ văn và mơ ước trở thành một ông giáo dạy văn chẳng hạn thì làm sao tui thực hiện được mơ ước của mình . Hổng lẽ rán rặn mọ học Anh ngữ để sau này ra dạy những Hamlet của Shakespeare? Mà với cái accent của tui, nói những câu thông thường bọn Mỹ phải cau mặt nhíu mày mới hiểu nổi thì can đảm nào tui dám đứng trên bục giảng mà giảng văn giảng thơ cho học trò nghe. Mà cho dù tui có điếc hổng sợ súng rán đi học thì có ra trường cũng hổng ai thèm mướn! Mà đâu phải chỉ mình tui đâu, tui có thằng bạn mê đá mê đất và từng mơ ước sẽ làm một nhà khảo cổ, vậy mà bây giờ vì thời thế vì miếng cơm mà nó phải đi học ngàng civil, tối ngày xách xe chạy ngoài đường lo xây cầu xây cống. Ít ra thì nó cũng làm cái công việc liên quan tới đất đá, còn hơn một thằng bạn khác của tui, từng mơ ước sau này sẽ làm thầy cãi đấu tranh cho công bằng xã hội, mà bây giờ nó đang kẹt lại ở Sài Gòn, dùng cái khả năng ăn nói trời cho của mình và một mớ kiến thức đi chạy áp phe, chạy mánh!

Tui có hai đứa cháu, sang Mỹ hồi 8, 9 tuổi, bây giờ đang chuẩn bị vào đại học. Má tui có hỏi chị Hai tui là tụi nó định học cái gì, bác sĩ hay kỹ sư " Bà chị Hai tui nói thẳng con trai lớn vì ham thích dế, thằn lằn, cóc, nhái, ểnh ương, nên quyết định đi học ngành "côn trùng học", còn con nhỏ con gái vì cặp với một thằng Tàu nên bị nó trù quến nên đi học ngành "Văn Chương Cổ Trung Quốc". Bà má tui mới nói sao bà chị Hai tui hổng cản, để cho tụi nó học mấy cái ngành gì hổng có thực tế sau này lấy cái gì mà ăn. Má tui chép miệng than, con cháu người ta thì bác sĩ này, nha sĩ nọ, còn con cháu của mình là "thằn lằn sĩ", "ểnh ương sĩ, với lại "văn chương cổ tàu sĩ"!

Cũng như bao nhiêu người lớn tuổi khác, má tui chỉ thích con cháu làm bác sĩ kỹ sư để nở mày nở mặt với bà con họ hàng, chứ mấy cái ngành "mắc toi" hổng nghe ai nói tới thì sau này làm sau nuôi nổi thân, nói gì còn gia đình con cái. Cũng giống như có lần thằng bạn tui tới nhà bạn gái của nó chơi, bà má con bạn nó dòm nó bằng nửa con mắt rồi hỏi bằng cái giọng móc họng :

- Cậu có bằng (cấp) gì không vậy?

Thằng bạn tui nghe bả hỏi xóc hông như vậy tức muốn trào máu nhưng cũng nhũn nhặn trả lời :

- Dạ có chứ bác ! Con có tới hai cái bằng lận! Một cái bằng lái và một cái bằng nails!

Mà bạn có để ý một điều là nghề nghiệp của những người qua sau này thường thì sẽ đi theo cái nghề của người thân bảo lãnh qua trước! Một bà chị mở tiệm nails thì chém chết mấy đứa em qua sau này cũng chui tọt vô đo' mài mài dũa dũa! Môt. ông anh làm nghề môi giới mua bán nhà cửa thì sau này mấy đứa em cũng có đứa theo ngành loan officer ! Tui có một thằng bạn hồi ở Việt Nam bộ bài 52 lá chưa bao giờ sờ tới, vậy mà khi được ông anh và bà chị dâu bảo lãnh về Las Vegas, bây giờ cái nghề chính của nó là chia bài ! Cũng may nó không phải là thứ dân có máu đỏ đen, chư' nê'u không thì vơ'i những ca'i bo'ng đèn xanh đỏ chơ'p tă't đầy ma lực đo' thì làm bao nhiêu mơ'i "cu'ng" cho đủ.

Ở bên Mỹ này có những nghề mà ngày xưa ở Việt Nam mình chưa hề nghe nói tới, chẳng hạn như nghề trang điểm cho người chết hay nghề cố vấn tâm lý hay cố vấn hôn nhân ! Nếu bạn có dịp đi dự đám tang người quen và có can đảm "dòm" vô mặt người mới qua đời thì bạn sẽ không phải hét lên một tiếng kinh hoàng vì gương mặt nhợt nhạt của người quá cố ! Trái lại là đằng khác, vì trước khi đặt người chết vô quan tài cho thân nhân và bè bạn "nhìn nhau lần cuối", họ đã được những chuyên viên trang điểm lại, da dẻ hồng hào, mới dòm tưởng là người chết đang nằm ngủ ! Còn cố vấn hôn nhân ư " Vợ chồng ở Mỹ này hở một chút là đem chuyện chăn gối mền mùng ra kể cho một chuyên viên tâm lý có bằng cấp hậu đại học tương đương với học vị tiến sĩ . Và cũng vì bằng cấp cao như vậy nên những vị này cũng chém, hổng đẹp hổng ăn tiền ! Tui hổng biết có phải là trưởng giả học làm sang hay không, hay những vị chuyên viên cố vấn hôn nhân này học chưa đến nơi đến chốn mà càng cố vấn bao nhiêu thì tui lại thấy bọn họ xách chiếu ra tòa ly dị xoành xoạch . Nhiều khi nghĩ những cặp vợ chồng bên Việt Nam đánh nhau, thậm chí lấy dao rượt nhau chạy từ đầu trên xóm dưới, vậy mà mới buổi sáng còn phang nhau gọi nhau bằng những từ ngữ cạn tào ráo mán, buổi chiều đã thấy họ ngồi bên mâm cơm chan chan húp húp và nhìn nhau vô cùng âu yếm !

Người Việt mình có thói quen tôn trọng những người có bằng cấp, và hình như hơi khinh rẻ những người lao động chưn tay ! Những nghề hạ tiện bên nhà như đi làm mướn, hay nói nặng nề hơn, là đi ở đợ, thường thì phải ở luôn trong nhà chủ, mỗi năm ngoài tiền lương còn được tặng thêm hai bộ quần áo, mặc ăn Tết ! Bên đây nghề dọn dẹp nhà cửa làm theo giờ, thậm chí còn có những hãng thầu chuyên cung cấp những người tới dọn dẹp nhà cửa cho những gia đình cả hai vợ chồng cùng đi làm, lương bổng cộng thêm tiền tip cũng khấm khá ! Có những cặp vợ chồng HO, bây giờ trên dưới sáu chục bó, đâu có nghề nghiệp gì, ở với con cháu không được vì mặt con dâu thì "sưng" triền miên còn con rể thì "lạnh lùng sương rơi heo may", nên đành đi giữ trẻ cho những cặp vợ chồng có con mọn, vừa có chỗ ở miễn phí, khỏi phải phiền hà con cháu ma `tình cảm cũn đỡ sứt mẻ, vừa được đài thọ ăn uống, tháng tháng lại được tặng thêm vài trăm cho bà ăn trầu (mặc dù bà chưa hề ăn trầu bao giờ), cộng với tiền già của ông Bush, dư xăng cho ông bà gửi về bên nhà giúp đỡ con cháu, hay thỉnh thoảng, đi du lịch, làm "khúc ruột ngàn dặm" dìa thăm quê hương !

Có một điều cũng hơi tréo cẳng ngỗng là bên Việt Nam mình muốn làm gì thì làm, hổng thấy ai hỏi là mình có bằng cấp gì không ! Bên Mỹ này thì làm nails làm tóc cũng phải treo cái bằng chình ình bên cạnh tấm kiếng chỗ khách soi mặt ! Bác sĩ cũng phải treo bằng tốt nghiệp ! Chỉ có làm ca sĩ thì muốn ca bao nhiêu thì ca, hét bao nhiêu thì hét, chẳng ai hỏi han bằng cấp là cô hay anh tốt nghiệp trường đại học âm nhạc nào ! Chỉ có ở bên Việt Nam mình, có phải muốn làm ngược đời bên Mỹ nên đòi hỏi ca sĩ phải có bằng hành nghề ! Tui thì chỉ nghĩ là trong nước chỉ muốn làm những gì khác với ở bên này, chứ báo chí thì nói là tại văn nghệ phải có sự chỉ đạo, bạn nghĩ sao?"

Thôi để chấm dứt bài viết về chuyện nghề và ngỗng này, tui kể cho bạn nghe câu chuyện của hai tía con tui . Hồi thằng con tui tám tuổi, tui hỏi nó:

- Lớn lên con muốn làm gì?

- Con muốn làm nghề đổ rác !

Tui nghĩ bụng "*Thôi rồi còn chi đâu em ơi Có còn lại chăng dư âm thôi*", bên này làm gì có chuyện công nhân vệ sinh được ra ứng cử quốc hội như bên Việt Nam, nhưng cũng nuốt nước miếng, hỏi lại:

- Sao vậy con?

- Tại vì làm hãng như ba mỗi tuần làm tới năm ngày, còn đổ rác mỗi tuần làm có một ngày thôi !

ĐI CHƠI CRUISE
MỘT VÀI CẢM NGHĨ

Trước Xmas, gia đình hai người bạn thân của tôi từ Virginia và NC có xuống Houston đi vacation mùa đông. Hơn hai tuần nếu chỉ ở quanh quẩn miền sa mạc nóng cháy này chắc lũ con nít sẽ la khóc rầm trời nên ba gia đình quyết định đi Cruise, khởi hành ở vịnh Galveston, cách Houston hơn một giờ lái xe. Chuyến đi khoảng 4 ngày, ghé một hòn đảo Cozumel ở Mexico. Chưa đi Cruise bao giờ từ ngày ở Mỹ, nên gia đình tôi đồng ý cái rụp. Gia đình người bạn tới Houston tối thứ tư, thì sáng thứ năm, lục đục kéo cả đám lên tàu.

Boarding bắt đầu lúc 4 giờ chiều, khi tôi tới là 2 giờ trưa, thì được nghe thông báo là vì sương mù dày đặc, tàu không cập bến được, nên có thể sẽ nhổ neo vào 10 giờ tối .Trong 8 tiếng đồng hồ chờ đợi, sẽ có xe bus đưa bà con đi ra vịnh Galveston chơi. Galveston sau cơn bão Ike hồi tháng 10 vẫn còn những vết tích tàn phá chưa được dọn dẹp hoàn toàn, giống như người ốm liệt giường vừa đứng dậy, da mặt tái mét, thêm nữa sương mù lại dày đặt, nhìn ra biển chỉ thấy một màu ảm đạm, nên cả bọn chun vào một lobby sang trọng của một khách sạn, tị nạn, thay vì phải nằm lê lết ở chỗ chờ đợi trong bến cảng!

Ăn tối xong ở một nhà hàng ngay sát bờ biển, cả bọn đi bộ về cảng để chuẩn bị lên tàu. Lúc này tàu Estacy đã cập bến, đứng ở trên bờ nhìn thấy tận mắt con tàu, tôi không ngờ là nó bự và "hoành tráng" như một tòa lâu đài trắng, đèn đuốc rực rỡ. Những thủ tục hành chánh, gửi hành lý, tuy nhịp nhàng, nhưng vì số hành khách trên dưới ba ngàn, nên kéo dài gần 3 tiếng gia đình tôi mới vào được cabin của mình. Cái tàu lớn bao nhiêu thì cái cabin lại nhỏ bấy nhiêu, lại nhét tới 5 cái giường, nên sau khi đem vali vào phòng, thì cả nhà chỉ còn cách phóng lên giường mới có chổ di chuyển. Lúc đó đã 2 giờ sáng. Cả nhà kêu đói, bèn gọi nhau kéo lên buffet trên boong tàu, mở cửa 24/24. Lúc cả bọn kéo lên thì trên đó đã đầy nghẹt cả người. Đồ ăn thức uống tưng bừng!

Ăn khuya xong, cả nhà kéo vào cabin ngủ, riêng tôi, leo lên boong tàu, nhìn ra biển. Trời về khuya, gió nhè nhẹ, mặt biển lặng, tàu lướt nhẹ. Mênh mông nước. Giống hệt như hơn hai mươi năm trước. Có điều ngày xưa trên chiếc ghe vượt biên nhỏ xíu, lòng tôi đầy nỗi bất an. Về tương lai trước mắt. Về sinh tồn, sống chết. Về gia đình, quê hương bỏ lại đằng sau. Bây giờ tôi đã có một gia đình nhỏ bé, một người vợ hiền đảm đang quán xuyến, ba đứa con nhỏ, chững chạc, khôn lanh, xinh xắn. Đời sống cũng có những lo toan, nhưng ở một chừng mực nào đó, cuộc sống đã đi vào quỹ đạo. Yên bình như giòng nước yên ả trước mặt!

Trên tàu, có đầy đủ những sinh hoạt vui chơi cho cả gia đình! Hai nhà hàng sang trọng phục vụ ba bữa ăn sáng, trưa, tối, trong đó có một bữa ăn formal, khách tới dự phải bận veston, phụ nữ phải diện dress như đi dạ hội, trên bàn ăn bầy la liệt chén dĩa dao kéo ly tách mà không thấy đồ ăn đâu. Bữa ăn dọn ra, dòm sang trọng và đẹp, nhưng ăn không ngon. Tôi ước phải chi có một tô phở lòng gà trứng non, hay một tô bún bò giò heo mụ Rớt, thì bữa ăn sẽ đậm đà hơn nhiều, ngon hơn con lobster luộc chấm bơ lạt nhách, ăn kèm với miếng khoai tây nhuyễn nhai như nhai giấy! Lại phải bưng ly rượu vang đỏ cao nghều nghệu nhấp nháp cho ra vẻ thượng lưu ! Nhớ cái gánh bún riêu đầu hẻm nhà mình ngày xưa ở Sài Gòn! Ăn ly kem chocolate ngọt lịm nhớ cây kem chuối mua ở Hồ Con Rùa!

Ngoài hai nhà hàng này, còn có một buffet, phục vụ 24/24, mỗi ngày phục vụ món ăn của một nước, trong ba ngày có American, Mexican, và Indian! Chả trách ai đi Cruise về cũng lên vài pounds! Ngoài ăn uống, trên tầng trên, có một hồ bơi cho con nít, sân chơi golf nhân tạo, có casino, quầy rượu bia ở mọi nơi. Mỗi đêm đều có show ca vũ nhạc miễn phí, stand up comedy. Ban ngày thì có những show thủ công dạy cắt trái cây, xếp khăn bàn thành những con thú nhồi bông xinh xắn. Ngoài ra còn có những phòng massage, spa ... tôi thấy có người tổ chức đám cưới ngay trên tàu, có mời cả mục sư lên tàu làm lễ ...

Chỉ với khoảng một trăm bạc cho mỗi người mỗi ngày, con số không lớn lắm cho một gia đình có thu nhập trung bình trên đất Mỹ, gia đình tôi được hòa nhập vào đời sống tương đối mang hơi hướm thượng lưu, chỉ có ăn và chơi. Có điều nhìn ra chung quanh, tôi thấy những người chung quanh mình, cũng thuộc loại "lao động nghèo thành thị" như mình, điều đó làm tôi cảm thấy ở Mỹ, sự vui chơi hưởng thụ đời sống không dành riêng cho một giai cấp ít ỏi nào đó, mà chia đều ra cho số đông. Tôi vui, vì nghĩ rằng con cái mình rồi sẽ được sống và lớn lên trong một môi trường mà cơ hội, sẽ đến với chúng nó, công bằng, như đến với những đứa trẻ, được may mắn lớn lên trong xã hội này!

Với khoảng trên dưới ba ngàn hành khách, tôi có hỏi ở quầy phục vụ là có bao nhiêu nhân viên làm việc trên tàu, thì được cho biết khoảng một ngàn người. Như vậy trung bình một người phục vụ hai người, hèn gì sự phục vụ thiệt vô cùng chu đáo. Ra khỏi phòng đi ăn tối, về lại cabin thì phòng đã được dọn dẹp sạch sẽ. Ngồi ăn lúc nào cũng có bồi đứng bên cạnh, thiếu điều đút cho mình ăn luôn, nếu muốn! Đa số những người dọn phòng đều là đàn ông, tôi có hỏi thì được giải thích là vì làm việc trên tàu, phải xa gia đình thời gian dài, nên không thích hợp cho phụ nữ, thường có con nhỏ. Thêm nữa, đa số những người phục vụ là dân ngoại quốc, trên bảng tên đeo trước ngực, có in tên nước của họ. Tôi dòm thấy đa số từ Malaysia, Philippines, Indonesia, hoặc từ Đông Âu như Russia, Romania, có cả từ VN. Đa số trong bọn họ đều là sinh viên, hoặc tốt nghiệp đại học, nên ăn nói rất lịch sự lễ phép, tiếng Anh cũng lưu loát, nhưng nghe biết là dân ngoại quốc vì có accent hơi nặng (chắc cũng như mình) ...

Ngày thứ bảy, sau một ngày lênh đênh trên biển, theo dự trù, tàu sẽ cập bến Cozumel, một hòn đảo du lịch của Mexico với nhiều danh lam thắng cảnh đẹp cho du khách thăm thú! Nhưng vì bị sương mù ở Galveston, tàu không còn đủ thời gian để ghé Cozumel, nên phải ghé Progreso, cũng một hòn đảo của Mexico, nhưng ít thắng cảnh hơn, nhỏ hơn, và ...

nghèo nàn hơn. Cũng vì "sự cố" này mà Estacy đã phải rối rít xin lỗi hành khách, dù thật ra không phải lỗi của họ, mà là vì thời tiết. Sự chu đáo của Estacy cho thấy lối làm ăn rất professional, họ tạo mọi điều kiện tốt đẹp cho du khách, để mong họ trở lại, trong những lần nghỉ hè đông trong tương lai.

Đối với tôi, thì Cozumel hay Progreso, cũng không có gì khác biệt! Cũng là một hòn đảo, cũng ở Mexico, dân tình cũng nói tiếng Spanish, sự hào nhoáng xinh đẹp của của Cozumel hay cái nghèo nàn nhỏ bé của Progreso, đối với tôi, đều có những cái đáng để xem, để thăm thú...

Từ bến cảng, đón xe bus vào phố Progreso, dù đã được nghe là những thành phố Mexico rất nhớp nhúa và nghèo nàn, mặc dù ở ngay sát biên giới Mỹ, nhưng khi tận mắt nhìn thấy những căn nhà nhỏ lụp xụp, những chiếc xe hơi cũ từ thời Bảo Đại, những người Mễ da đen đúa mặt mũi cam phận buôn thúng bán bưng, tôi lại nhớ tới khung cảnh những bến xe miền đông, miền đông, nhớ khu Khánh Hội quận Tư chỗ tôi lớn lên, hay khu Hàng Xanh Tân Cảng tôi sống suốt thời niên thiếu ... Thì ra dù có đi tận góc biển chân trời, những hồi ức tuổi thơ, dù buồn, vẫn dễ gợi lại những kỷ niệm đẹp...

Cả bọn leo lên một chuyến xe bus đi tour vòng quanh thành phố Progreso. Tôi ngồi ở tầng trên, để tiện ngắm cảnh. Thời tiết dịu mát, dù đang giữa mùa đông, gió biển thổi nhè nhẹ, cảm giác thật dễ chịu, dù phố xá có nghèo nàn nhếch nhác, nhưng cuộc sống dân chúng có vẻ bình lặng, êm ả. Phố du lịch, nên đa số những cửa hàng đều bán hàng thủ công nghệ, hình dáng và văn hóa Mexico, nhưng đa phần made in China. Mấy anh Chệt chợ lớn đúng là đi cùng khắp thế giới, chẳng chừa một ngỏ ngách nào.

Sau khi đi tour, mấy bà và lũ con nít túa vào chợ, chọn mua những hàng kỷ niệm, tíu tít trả giá. Tôi đi lang thang giữa những dãy hàng, quan sát những người bán người mua, du khách và dân local, những món hàng thủ công lòe loẹt màu sắc, những cái nón rộng vành, những cái váy thêu hoa, những cái áo khoác rộng thùng thình, có cả một ban nhạc đờn dạo, kéo những bài hát mang âm hưởng Mexico, nhộn nhịp và giản đơn, như đời sống của những người dân ở đây, tuy lòe loẹt sắc màu, nhưng là những vệt màu thô và vụng!

Sau khi đi tour vòng quanh phố xá Progreso chưa đầy nửa tiếng, vài ba chục phút mua bán ở khu chợ trời thủ công nghệ, cả bọn kéo nhau ra bãi biển, chỉ mất khoảng mười phút thả bộ.

Từ bãi biển, ngó ra xa xa, con tàu Estacy đậu sừng sững, đợi chờ du khách, vững chải và bình yên. Bãi biển vắng, vì phần lớn du khách đang bận đi tour xa, bãi cát tương đối trắng hơn bãi biển Galeston, nhưng nước không trong xanh, thành ra chỉ có con nít còn ham hố nhào xuống dọc nước, còn đám sồn sồn thì kiếm những chiếc ghe lật úp dựng rải rác dọc bờ biển, ngồi hóng gió biển. Dân địa phương bưng những khay những thúng, mang tới mời du khách mua những hàng kỷ niệm, hoặc những thức ăn Mễ. Tôi nghĩ, giá mà họ bán cua bán ghẹ như ở Nha Trang Mũi Né nhỉ. Bãi biển nhỏ, ít sóng, nhưng tương đối sạch sẽ, vì rải rác vẫn có những thùng rác to đùng, cái này chắc khác với bãi biển của VN. Đặc biệt có những bàn massage ngay bãi biển, do những cô Mễ vai u thịt bắp, nắn bóp cho du khách với giá tương đối rẻ, 15 đô cho 45 phút. Thằng bạn tôi nằm dài trên bãi biển, gió biển thổi hiu

hiu, được tẩm uất từ đầu tới chưn, mắt lim dim bảo tôi, đây mới đúng là thiên đường hạ giới!

4 giờ chiều, cả bọn lại lên xe bus, trở về bến cảng, lên tàu. Đứng trên boong, nhìn lại hòn đảo Progreso, nghèo nàn, thấy xa xa đời sống của dân tình vẫn lặng lẽ trôi, không biết những em bé chân trần, những phụ nữ lam lũ bưng thúng bán hàng dạo dưới kia, có bao giờ mơ ước được bước lên boong tàu, làm du khách"

Cả nhà trở về cabin, tắm rửa để chuẩn bị đi ăn tối, để kịp xem show ca vũ nhạc buổi tối, bắt đầu lúc 8:30. Bửa ăn tối thịnh soạn, anh bồi là một kỹ sư tốt nghiệp ở Malaysia, ưu ái dọn cho mỗi người hai món ăn khác nhau được anh giới thiệu, có cá salmon, beefsteak chiên kiểu Ý ướp rượu nho, ..., những món mà chắc chắn vào nhà hàng nhìn vào menu, tôi không biết là món gì để order, vì không nghĩ mình ăn được.

Chương trình ca vũ nhạc chỉ có khoảng trên dưới 10 diễn viên, vừa ca múa vừa hát, vừa thay đổi trang phục liên tục, nhạc vui tươi, rất thích hợp cho cả gia đình xem chung.

Buổi tối, khi vợ và hai đứa con gái đã ngủ, tôi rủ thằng con trai đi nghe stand up comedy, rất vui, nhưng chỉ dành cho khán giả người lớn!

Ngày chủ nhựt, tàu trở mũi neo để về lại Galveston. Ngày cuối trên tàu tổ chức nhiều show khác nhau, như cắt trái cây, ice điêu khắc, dạy xếp khăn ra những con thú nhồi bông, buổi tối có nhảy đầm ngoài trời, ca nhạc sống, cùng với Mexican buffet tới mãi nửa đêm. Ngoài ra còn có bán đấu giá tranh, mua bán hàng lưu niệm, thuốc lá và rượu miễn thuế, giá bằng nửa giá ở Houston. Không biết có ai bị say sóng không, nhưng với bao nhiêu tiết mục vui chơi và ăn uống, chắc không ai còn hơi sức để mà say sóng nữa!

Sáng thứ Hai, tàu cập bến Galveston, trở lại Houston. Cả bọn dòm nhau, thầm hỏi: "Đi nữa không"", mấy bà ngó vào cái eo cái nào cũng tròn trịa lên thấy rõ, cười ngặt nghẽo, "Chừng nào mấy cái eo này trở lại bình thường thì nhứt định sẽ đi nữa! Ba bốn hôm nay, không phải lo chợ búa, không phải lo bếp núc, không phải rửa chén, đúng là thiên đàng"!

NHƯ XÔI NẾP MỘT

Mẹ già như chuối ba hương
Như xôi nếp một,
như đường mía lau."
Ca dao

Tôi bắt đầu sống xa nhà năm 18 tuổi. Không phải xa một thành phố như nhạc sĩ Anh Bằng viết trong bài Nỗi Lòng Người Đi: "*Tôi xa Hà Nội năm lên mười tám Khi vừa biết yêu...*".

Hồi đó năm tôi 18 tuổi, hình như tôi chưa biết yêu, chỉ biết đạp xe theo con gái, hoặc đến trường con gái... ăn bò bía đậu đỏ bánh lọt. Tôi cũng có để ý một vài cô, nhưng không phải là tình yêu. Tôi sống xa nhà, nhưng vẫn ở Sàigòn, tôi ở nội trú theo quy định bắt buộc của trường, tuy nhiên cuối tuần tôi vẫn có thể đạp xe về nhà.

Tôi rời SàiGòn đi vượt biên năm 22 tuổi. Má tôi nói, hồi nhỏ thầy bói bảo số tôi không sống gần gia đình, nghiệm lại cũng đúng. Tôi tới Mỹ, ở Cali, tiểu bang đông đúc người Việt, đi học và ra trường ở đó, nhưng lại sang sống và làm việc ở

NC, một tiểu bang miền Đông. Sau này lại dọn về Houston, trong khi anh chị em và má tôi tất cả đều ở Cali. Cộng trừ thời gian má tôi ở với tôi hồi mới sang Mỹ do tôi bảo lãnh được một tháng, với khoảng tròm trèm 19 năm tôi ở với má ở Sài Gòn, và khoảng mỗi năm đôi ba tuần sau này khi tôi dẫn vợ con về thăm má những kỳ nghỉ, tôi đã được sống gần má khoảng 19 năm, so với số tuổi gần 50 hiện tại, có nghĩa là tôi sống xa má tôi gấp rưỡi thời gian tôi gần gũi bà !

19 năm tôi sống gần má. Trong ký ức của tôi, má là một người phụ nữ lam lũ, quần đen, áo bà ba, tóc búi. Tôi chưa bao giờ thấy má tôi bận áo đầm. Đôi ba lần tôi nhớ má có bận áo dài, hình như là đám cưới bà chị và ông anh lớn. Quanh năm, chỉ là chiếc quần đen và áo bà ba, màu sậm. Má ít mặc màu sáng. Gương mặt má khắc khổ, vì những năm nghèo đói ở miền trung, và sau này vào Sài Gòn, lại phải vất vả buôn thúng bán bưng nuôi một bầy con nheo nhóc 7 đứa!

Ba tôi có nghề thợ mộc, rất khéo, cả tin bạn, hùn hạp làm ăn thua lỗ, thất chí, buông xuôi, một gánh nặng gia đình oằn lên vai má. Má chạy chợ, buôn bán đủ thứ, bất cứ món gì có thể kiếm tiền đong vào hũ gạo thường xuyên cạn ở nhà. Tôi nghe kể, hồi còn nhỏ, ba tôi bị gạt, phải cầm bán nhà, rồi sau đó phải đi thuê nhà, ở chợ Nancy, qua Nguyễn Cảnh Chân, Phát Diệm... Sau này, má dành dụm mua được căn nhà nhỏ trong khu xóm lao động ở Bến Vân Đồn, nhà tôn, vách ván, nằm ngủ trên divan có thể nhìn thấy những lỗ thủng trên mái nhà, còn trời mưa thì tha những nồi những sô ra hứng nước.

Má không được đi học. Một cô gái ở vào thập niên 30 lớn lên ở Quảng Ngãi, một tỉnh triền miên nghèo đói, làm gì có cơ hội đến trường. Má chỉ biết viết, biết đọc, lõm bõm. Chữ má viết loằn ngoằn như con cua bò. Vậy mà không hiểu sao má lại thuộc rất nhiều ca dao tục ngữ. Má không biết truyện Kiều của ai viết, nhưng biết có một cô gái bán mình chuộc cha. Má không biết cụ Đồ Chiểu viết Lục Vân Tiên, chỉ biết có ông gì đó, khóc mẹ đến mù mắt. Chắc má coi cải lương, nên biết chút sử và văn học Việt Nam qua tuồng tích đào kép diễn trên sân khấu. Má thuộc nhiều ca dao tục ngữ truyền miệng, sau này tôi nhớ lõm bõm, muốn tìm nguyên gốc, tra sách vở, vào google, vô wikipedia, kiếm được khoảng 1/5 những gì tôi nhớ. Chẳng hạn như câu sau đây:

Con rắn không chân đi năm rừng bảy rú

Con gà không vú nuôi đặng tám chín mười con

Phải chi nhan sắc em còn

Lăn vô trong ấy biết đường nào ra

Tôi hỏi má: lăn vô trong ấy là lăn vô đâu vậy má?". Má bí, cười khỏa lấp, la: "Mày hỏi tột tới chúa, làm sao má biết, nghe đọc sao thì nhớ vậy!".

Không đi học, nhưng má tính nhẩm nhanh thần sầu, để còn tính tiền mua bán, chứ hổng biết tính, người ta gạt, tiền đâu mà nuôi con. Má nói vậy. Hồi nhỏ, tôi học xong toán nhân và toán chia, làm toán thi với má. Tôi lấy giấy viết, ê a cửu chương. Má lẩm nhẩm trong miệng. Và bao giờ má cũng tính nhanh hơn tôi. Sau này, khi đã biết mánh khóe tính nhanh, tôi nhường má. Năm lớp sáu, lớp bảy, má còn tin, sau này thấy tôi thua hoài, má sinh nghi, và khi biết tôi nhường, má xỉa tay vào trán, mắng, tổ cha mày! Tôi hỏi má, không đi học, sao má biết tính. Thí dụ, 12x19, má nói, dễ òm, 19 thua 20, 1, lấy 12x20, ra 240, trừ bớt 1 lần 12, là còn 228! Mới đây, 87 tuổi, má vẫn còn tính được, tuy có chậm, nhưng vẫn đúng, những bài toán đừng khó quá...

Nhà tôi ở Bến Vân Đồn, cách Bến Chương Dương một con sông. Sau này nghe bài hát Chị Tôi của Trần Tiến, có cái câu, "Nhà tôi bên bến sông Có chiếc cầu nhỏ cong cong", tôi liên tưởng tới cái bến sông nước đục ngầu, và có ghe đò đưa khách từ Bến Vân Đồn qua Bến Chương Dương. Má đi bán trong chợ Thiếc, đường Phó Cơ Điều, phải đi từ tinh sương, lúc các con còn ngủ. Bà ra đầu hẻm mua cho chị em tôi mỗi đứa gói xôi ăn sáng, rồi quảy giỏ ra chợ. Má đón xe lam từ quận Tư ra Sài Gòn, rồi từ đó đón xe lô vô chợ Thiếc. Không biết Sài Gòn giờ còn xe lô không, đó là loại xe màu đen, giống như taxi, và dĩ nhiên trong xe chở chen chúc người như cá hộp. Có lần tôi ngây thơ hỏi, sao má không đón xích lô máy, đi thẳng từ nhà vô chợ, ngồi xe gió mát, khỏi chờ đợi chen chúc, má cười, "có tiền thì đi xích lô máy, nhưng không tiền thì đi xe lam, xe lô". Hồi đó còn nhỏ tôi đâu biết phải có tiền mới giải quyết được những chuyện như vậy.

Má đi bán buổi sáng, thường thì chợ bên Việt Nam chỉ mở buổi sáng, tới trưa thì dọn hàng về. Nhưng có những buổi bán ế, má phải ở lại bán luôn buổi trưa. Cứ hễ ăn cơm trưa xong, chưa thấy má về, là hai bà chị kế tôi rủ tôi đi bộ ra bến đò đón má Ba chị em xốc xếch, đi bộ ra bến đò, ngồi trên băng ghế, ngóng từng chuyến đò cập bến. Bà chủ đò ngồi thâu tiền đò quen mặt, khi thì dúi cho tôi tấm bánh, khi thì rầy bà chị tôi sao không chùi mặt mũi nó cho sạch sẽ, mũi giải chảy lòng thòng. Lúc đó tôi chưa đi học lớp một, chắc khoảng 4, 5 tuổi gì đó. Má đi bán về trễ, và đoán là chị em tôi thế nào cũng ngồi đợi ở bến đò, nên trong cái giỏ đi chợ, ngoài nhúm rau con cá miếng thịt hiếm hoi, thế nào cũng có khi thì cái bánh bò, khi thì cái bánh tiêu, và món mà tôi thích nhứt là bánh bông lan, giống như cupcake bên này. Có những buổi bán ế quá, không có tiền mua bánh, làm quà cho tôi, mà tôi thì con nít đâu biết gì, phụng phịu cằn nhằn, "sao hôm nay không có bánh", má phải nói dóc, "hôm nay họ bán đắt, má tới mua trễ, nên bà bán bánh đã dọn hàng về". Bà chị lớn hơn tôi bốn tuổi phải dọa, mày còn khóc lóc, mai mốt tao bỏ mày ở nhà, không dắt mày ra bến đò đón má nữa. Tôi ngưng khóc, vì thích ra ngồi ở băng ghế, ngó người ta lên xuống đò, có những cơn gió mát, trên một dòng sông đục ngầu.

Quê má ở Quảng Ngãi, tôi chưa từng ra đó lần nào. Má có cả thảy 6 anh chị em, tất cả đều mất sớm, vì bom đạn chiến tranh, hoặc vì bệnh tật, ở tuổi trên dưới 40. Chỉ riêng một cậu em, tập kết ra bắc, sau này dọn vào SàiGòn sinh sống, cùng với một bà vợ Bắc Kỳ và bốn đứa con bắc kỳ rặt. Cậu thứ Bảy, hơi lùn, nên anh chị em tôi gọi vợ chồng cậu là Bạch Tuyết và Bảy Chú Lùn. Cậu Bảy tôi cũng mất hơn mười năm, và đó là điều má tôi ân hận vì không về dự đám tang cậu. Mợ và mấy đứa em họ còn ở Sài Gòn, ăn nên làm ra, có qua Mỹ du lịch thăm má tôi, mà tụi nhỏ gọi là Cô Sáu.

Ở Quảng Ngãi có món kẹo mạch nha rất ngon, phải mua từ ngoài quê đem vào, làm bằng lúa mạch, dẻo mà ngọt đậm đà, dùng đũa quấn giống như kẹo kéo, ăn dai và ngọt lịm. Trong Sài Gòn cũng có bán, nhưng làm bằng đường pha chất dẻo, ăn như ăn kẹo! Má thích ăn bánh tráng, nên sau này qua Mỹ, món Mỹ (Mễ) duy nhứt má thích là taco bell, loại bánh tráng dòn! Má thích ăn đầu cá, thích dẫn vô tiệm buffet ăn càng cua Alaska, mà phải trả nửa giá, vì má được senior discount!

Hồi xưa má hay về quê chơi, lá rách đùm lá nát, má đem

về quê cho cháu những món quà ít ỏi mà má thu góp được. Bà chị Bảy của tôi, sanh ở ngoài đó, định đặt tên là Ngãi, đọc trại thành Nghĩa! Bả trách, con là con gái, sao má đặt tên con là Nghĩa, nghe như con trai. Má tôi nói, tên con là Ngãi, đọc trại ra như vậy là tốt rồi.

Ở nhà tôi, hình như ba má anh chị em nói chuyện rất bình dân, không thưa gửi, dạ diếc. Người ngoài nghe có thể nghĩ là tụi tôi hỗn, nhưng trong nhà không thấy vậy. Chẳng hạn, tôi hỏi, má à, nhà nghèo, sao má đẻ chi đông vậy, nếu má có hai đứa con, má đâu cực dữ vậy! Má cười, mày vô duyên, hồi xưa làm gì biết ngừa thai, hể ổng "đụng" tới là đẻ. Tôi làm tới, thì mà đừng cho ổng "đụng" nữa, tại má cũng muốn, phải không" Má đưa tay ký vô đầu tôi, đồ con nít quỷ, ăn nói tầm bậy tầm bạ!

Ba tôi cũng không học hành gì nhiều, hồi nhỏ ở ngoài quê Thái Bình ngoài bắc, có theo học nghề mộc của ông thợ trong làng, có cái nghề sau này nuôi thân. Ba tôi cũng chỉ biết đọc và viết, nhưng ba viết chữ có vẻ cứng cáp hơn những con cua của má viết! Sau này khi đã đi học, biết chữ, buổi tối, ba thường mượn tờ báo hàng xóm, rồi bắt tôi ngồi đọc tin tức! Tôi ê a đánh vần, đọc như vẹt, mà nào có hiểu gì. Thỉnh thoảng tôi mệt quá, đọc cóc nhảy, bỏ nguyên một đoạn, cho xong mau, để còn tụt xuống divan, đi ra ngoài xóm chơi vui hơn!

Tới bây giờ tôi cũng không hiểu vì sao, cả ba và má tôi, đều không có học hành gì, đều bắt anh chị em tôi đi học những trường lớn và nổi tiếng, dĩ nhiên phải là trường công không đóng học phí! Gần nhà có trường Nguyễn Khoái, nhưng má tôi xách đơn nộp cho chị em tôi học ở trường Trần Hưng Đạo, muốn đi, phải qua đò, qua Bến Chương Dương, chợ Cầu

Kho, đi suốt con đường Phát Diệm, rồi mới ra trường Trần Hưng Đạo. Má dặn, đi bộ nhớ đi sát vào lề, coi chừng xe chạy ngoài đường. Xuống đò nhờ người lớn ẵm mình lên. Băng qua đường, nhớ ngó cả hai bên. Con nhà nghèo, phải biết tự lo cho mình!

Sau khi học xong tiểu học, má bắt anh chị em tôi, con gái thì thi vào Gia Long, con trai thì thi Petrus Ký. Tôi không nghĩ má biết so sánh chọn lựa trường nào giỏi, trường nào hay, chỉ nghe người ta nói, ở Sài Gòn, con gái phải học Gia Long, con trai phải học Petrus Ký. Cũng may sao cả hai ông anh lớn của tôi và tôi đều đậu vào trường Petrus Ký, hai bà chị thường dẫn tôi ra bến đò đón má, cũng đậu vào Gia Long, riêng bà chị lớn, học ở Trưng Vương, nhưng chỉ xong Tú Tài một thì xin đi làm, để phụ má lo cho mấy đứa em nhỏ.

Hồi còn học tiểu học, trong cuốn thông tín bạ, có ghi nghề nghiệp phụ huynh. Tôi mắc cỡ, vì ba của bạn bè mình, đứa thì có ba là sĩ quan, đứa thì có ba làm giám đốc, hay tệ lắm cũng là công chức. Tôi ghi vào ô nghề nghiệp cha là tư chức, mẹ là nội trợ . Không dám ghi là buôn thúng bán mẹt, xấu hổ! Sợ bạn bè khinh chê mình con nhà nghèo, con của một ông thợ mộc và một bà hàng tôm hàng cá! Bà chị kế của tôi, ngầu hơn, nổ ba tôi là thầu khoán. Tội nghiệp, xã hội và văn hóa Việt Nam coi khinh những người lao động chưn tay, và nhiễm vào đầu óc thơ dại của con nít! Hàng tháng, tôi phải mang học bạ về nhà, và tự động ký vào ô chữ ký phụ huynh . Ba má tôi, chỉ lo cho con vào học trường công, rồi phó mặc cho thầy cô dạy dỗ, và con mình tự lo. Vì thiệt ra có muốn lo dạy cũng đâu biết gì mà dạy! Cô giáo tiểu học nhìn chữ ký của tôi ký vào cái ô chữ ký phụ huynh với nét con nít, dịu dàng hỏi, em ký hả, tôi phải nói dóc, tại ba em bận, cũng may tôi học thường được đứng vào những hạng đầu trong lớp, nên cô nghĩ không phải tôi dấu cha dấu me, mà có lẽ ba má tôi bận thiệt!

Hồi tôi thi đậu vào Petrus Ký, má hứa sẽ mua cho chiếc xe đạp. Nhưng rồi má không có tiền, tôi đành phải đi bộ đi học. Đường xa, tôi phải đi hơn nửa tiếng! Lớp học bắt đầu 1 giờ, tôi ăn trưa xong, là xách cặp đến lớp. Lúc đó má đi bán chưa về. Mấy tháng đầu, tôi đi học mà ấm ức lắm. Vào Petrus Ký, tôi không còn học giỏi như dưới tiểu học, vì chắc "đụng" toàn là dân thứ thiệt, tôi học dỡ Pháp văn của thầy Thẩm Túc, dỡ luôn môn văn của thầy Đoàn ĐÌnh Bách, riêng môn toán của thầy Trần An thì chỉ thuộc loại trên trung bình. Tôi tự đổ thừa, chắc tại mình đi bộ, vào lớp mệt mỏi, chứ nếu có xe đạp, tôi đã học giỏi hơn. Mùa hè năm lớp sáu, bà chị Sáu của tôi, bà chị duy nhứt trong nhà bỏ học ngay sau thi rớt lớp sáu vào Gia Long, theo phụ má tôi buôn bán, lớn hơn tôi sáu tuổi, dòm học bạ thấy những thứ hạng 30, 40, bả lôi tôi ra hỏi, sao mày học dỡ vậy, bộ muốn học dỡ như bả, sau này chỉ có nước ra chợ khuân vác. Tôi nghe tới sợ xanh mặt, bả cho tiền tôi đi đóng học phí học thêm Pháp Văn và Toán ở trường Hoàng Nguyên, bây giờ là tòa soạn báo SGGP, gần nhà thương Từ Dũ. Bả nói, sang năm lớp bảy, nếu tôi học giỏi hơn, sẽ thưởng cho chiếc xe đạp! Tôi ráng dùi mài nguyên mùa hè năm lớp sáu, và khi vào lớp bảy, khi thầy Bách hỏi một câu pháp văn, tôi đã gio tay trả lời dõng dạc, trước cặp mắt ngạc nhiên của cả lớp. Tôi học khá hơn từ đó, và bà chị Sáu giữ đúng lời hứa, mua cho tôi chiếc xe đạp! Khổ nỗi xe đạp hồi đó là cả một gia tài, nên bả không đủ tiền, hai chị em mới đi kiếm má, ca bài con cá nó sống nhờ nước, con sống nhờ xe đạp! Hình như má cũng không có tiền, nhưng thấy tôi ham quá, má phải bán cái cà rá hay nhẫn gì đó, tôi vô tư đâu biết, chỉ biết có xe đạp là vui rồi!

Sau này, má sang được một căn tiệm ở Hàng Xanh Tân Cảng, má lên đó mở một tiệm tạp hóa nhỏ, không còn phải đi bán ở chợ Thiếc. Bà chị lớn tôi lấy chồng, cũng khá giả. Ông anh kế ra trường Nông Lâm Súc. Đời sống kinh tế cũng khá hơn. Má và bà chị Sáu phải ở trên Tân Cảng lo chuyện mua bán, mấy đứa nhỏ thì vẫn còn ở dưới Bến Vân Đồn. Má đã có tiền mướn người làm lo cơm nước, tụi tôi không còn trưa trưa ra ngoài bến đò đón má về chợ. Bà chị kế đã tập tành lái xe PC đi học. Tôi đi học không còn bữa đói bữa no, đã có tiền rủng rỉnh má cho, mua sách báo, thuê truyện. Má đã có tiền sắm sửa ti vi, tủ lạnh trong nhà, nhưng quần áo của má bận cũng không có gì thay đổi, cũng cái quần đen, và cái áo bà ba sậm màu. Có điều, nhờ không dầm sương dãi nắng, má đã có da có thịt hơn, không còn khắc khổ như hồi còn đi buôn ngoài chợ!

Đó là khoảng thời gian tôi thấy má tương đối thoải mái trong cuộc đời bà. Má kêu những đứa cháu ngoài quê vào Sài Gòn tập tành cho buôn bán, để đỡ vất vả. Má ra ngoài quê xây lại mộ cho ông bà ngoại và cậu dì, tới bây giờ tôi vẫn còn tiếc, vì đã không xin đi theo, để xem miền quê nghèo khổ của má.

Ngoài đó, mỗi lần má về, bà con chòm xóm đón tiếp còn hơn Việt Kiều hồi hương. Má hà tiện, không xài gì cho mình, nhưng về quê bao giờ cũng có quà cho bà con chòm xóm. Chị tôi kể, ngoài quê họ nhìn mấy bà chị của tôi, như ở một xứ sở nào khác. Bả nói, mày coi, mình cũng nghèo thấy tía, chứ có phải giàu có danh giá gì, nhưng so với những người chân lấm tay bùn ngoài quê, má tôi như một tấm gương, con cái đứa nào cũng đi học đàng hoàng, có nhà cửa tiệm buôn ở SàiGòn.

Tôi cười, cái tiệm tạp hóa nhỏ xíu của má, ừ, bà chị tôi nói, ừ, ngoài đó họ nghĩ phi thương bất phú, má buôn bán, chắc giàu có nứt vách!

Sau 75, cũng như đa số những gia đình khác, nhà tôi lại bước vào giai đoạn khó khăn khác.Ông anh thứ Năm, học Y Khoa, bị động viên, chuyển qua Quân Y, bị bệnh mất. Bà chị lớn, chồng đi cải tạo, xách hai con về nương nhờ má. Bả lăn ra chợ trời, làm đủ nghề, mua bán quần áo cũ, thuốc tây, giữ xe đạp rạp hát. Ông anh kế, trở thành công nhân viên, cưới vợ, đem về ở chung, má kê thêm một cái giường, ngăn cái tủ cho anh chị làm một tổ ấm nhỏ! Bà chị Sáu lấy chồng lính, gốc nông dân, về quê làm ruộng ở Long Xuyên, sau mua rẫy ở Long Khánh. Không hiểu trồng trọt thu hoạch ra sao, mà mỗi lần về SàiGòn, tôi thấy chị xơ xác, đen đủi, má lại dấm dúi cho bịch gạo, bịch khoai, chai nước mắm. Việc buôn bán khó khăn vì nhà nước cấm chợ, hàng họ ngày xưa chất đầy kệ, giờ trơ vơ trống hốc những chai lọ, nhìn như da con chó đốm! Ngày xưa má chỉ nuôi con, giờ phải nuôi thêm cháu! Bà chị Sáu về lại SàiGòn vì không đủ sức làm rẫy, và cùng má đi buôn chuyến, tức là theo xe đò lên Đà Lạt Lâm Đồng mua súp lơ, rau cải, cà phê... đem về thành phố. Đi buôn vài chuyến thì bị công an kinh tế bắt, mất cả vốn lẫn lãi, má về nằm bịnh mấy bữa rồi lồm cồm bò dậy, bán một chút tư trang dành dụm, đi buôn tiếp. Cuộc sống cứ trong vòng lẩn quẩn, không nhìn thấy ngày mai .

Rồi anh chị em tôi lần lượt vượt biên, kẻ trước người sau! Mỗi lần có đứa nào xách giỏ đi, thì má lại lên chùa, cầu nguyện ăn chay, cầu cho con đi bằng an. Hai bà chị kế và tôi đến Mỹ trước, đầu thập niên 80, bà chị lớn cũng đi sau. Bà chị Sáu bị bắt mấy lần, về sau phải xin một đứa con lai để đi theo diện con lai, riêng ông anh lớn, vào tù ra khám như đi chợ, cuối cùng cũng xách vali leo lên máy bay đi theo diện ODP bên nhà vợ bảo lãnh. Tôi làm hồ sơ bảo lãnh cho ba má, chưa kịp phỏng vấn thì ba mất, lúc thằng cháu nội đích tôn chưa chào đời, năm sau thì má được đi, qua Mỹ đoàn tụ với con cháu!

Lúc mới sang, má ở với tôi được một tháng bên NC, sau đó tôi đưa má về Cali, ở gần bốn bà chị. Năm đó má mới ngoài 70, đi đứng còn mạnh khỏe, má ở với đứa này vài tháng, rồi sang ở với đứa kia vài tháng. Nhờ lớn tuổi, má được hưởng mọi trợ cấp y tế của chính phủ, con cái không phải lo gì cả, hàng tháng má còn được lãnh tiền già, má dùng tiền này, gửi về giúp bà con chòm xóm và mấy đứa cháu ở ngoài quê, kẻ một trăm, người năm chục. Má còn về Việt Nam hai lần, xách hai cái vali bự tổ bố, trong đó chất đầy những dầu gió xanh, kem đánh răng, dầu gội đầu, kẹo MM, chewing gums làm quà, má nói về bển người ta quý đồ Mỹ lắm.

Mỗi năm dịp nghĩ tôi thường dắt vợ con về Cali thăm má, má ưa vuốt tóc thằng con trai lớn của tôi, nói, sau này có gì nó sẽ bưng khung hình cho má, tôi rầy, má chỉ nói gởõ, má phải đợi chừng nào thằng Duy lấy vợ, rồi con trai nó sẽ làm chuyện ấy!

Vài năm trước, má bị té, vào nhà thương họ bắt một con đinh vít vào ngay xương hông, khi má khỏe, họ đưa má vào trong viện dưỡng lão, vì nghĩ má già rồi, đi đứng khó khăn, phải có người chăm sóc. Tụi tôi vào viện dưỡng lão, nhìn thấy những người Mỹ già, nằm trên giường, trên người đầy dây nhợ, chờ ngày đi qua một thế giới khác. Tụi tôi dòm thấy sợ quá, xin cho má về nhà, mướn người chăm sóc. Má đi lại còn được, có điều già rồi, chất nhờn giữa xương sụm không còn, nên co giãn tay chưn rất khó khăn.

Má gầy tong teo vì ăn uống ít đi, những món má thích như bánh xèo, taco bell, má chỉ nhấp vài cái rồi đẩy dĩa đồ ăn qua một bên. Má sống nhờ sữa Ensure. Tuy yếu đi nhiều, chưn cẳng đau nhức phải uống thuốc cách 6 tiếng, nhưng đầu óc má vẫn còn minh mẫn. Má hỏi thăm thằng con tôi đi học xa chừng nào về nhà, con cháu gái con của ông anh lớn đi thực tập ở bệnh viện mấy năm thì ra, vợ tôi còn thích đi mua đồ sale không, sắp Tết rồi nhớ gửi tiền về quê cho mấy đứa cháu ăn Tết...

Năm ngoái, tôi về thăm má, má nằm trên giường, kể chuyện ngày xưa, những người trong xóm ai còn ai mất, ai có con cái ở nước ngoài, khu nhà cũ ở Tân Cảng đã bị giải tỏa, không biết rồi mấy người trong xóm sẽ dọn đi đâu và sinh sống ra sao. Bà chị tôi rầy, ôi má hơi đau mà lo, trời sinh voi sinh cỏ. Tôi ngồi nghe má kể, nhớ lại khoảng đời thơ ấu của mình, nhớ những vất vả mưu sinh của má...

Tuần rồi, giữa khuya, bà chị gọi sang, nói má tự dưng bị strock, kêu tôi về gấp, kẻo không kịp. Tôi mua vé máy bay chuyến bay sớm, lòng bảo lòng, chuyện ra đi của má chỉ là chuyện sớm muộn, vả lại anh chị em trong nhà đã chuẩn bị tinh thần, những lòng vẫn cứ đau quặn từng cơn.

Tôi vào bệnh viện, dòm thấy má nằm thoi thóp, thiêm thiếp ngủ, bác sĩ nói, má đã qua thời kỳ nguy hiểm, nhưng có nhiều cơ hội sẽ bị lẫn, vì bị đau nhiều năm, tinh thần suy sụp. Hôm sau bác sĩ chỉ cho thuốc giảm đau, không cho thuốc ngủ, để má tỉnh lại trò chuyện với con cháu. Má nhận mặt từng đứa một, cả những đứa cháu, nhưng chỉ nói những chuyện ngày xưa, xảy ra 2, 30 năm về trước. Bác sĩ nói, cũng là một điều may cho bà cụ, vì không biết gì, bà cụ sẽ không biết mình đau, và sẽ ra đi thanh thản hơn, không phải chờ đợi những cơn đau nhức.

Ngồi nhìn má nằm mân mê tấm mền đắp ngang ngực, gương mặt tươi tỉnh nhờ truyền nước biển, nhưng hai bàn tay bàn chưn ốm khẳng khiu, chỉ còn da bọc xương, tôi lại suy nghĩ lan man về cuộc đời của má. Sức mạnh nào đã khiến cho má, một người đàn bà không chữ nghĩa, một đàn con nheo nhóc, nuôi cho ăn học, rồi thu vén dành dụm cho con vượt biên, mong con có một đời sống khá hơn những khổ cực của mình. Nhớ lại những niềm vui hiếm hoi trong cuộc đời của má, khi anh chị em tôi thi đậu Tú Tài, vào đại học, khi bà chị lớn lập gia đình, sanh cháu gái đầu lòng, khi hay tin đứa con này tới đảo bình yên ... Nhớ cái nón lá xụp xụp má che những buổi trưa tan chợ về nắng gắt, nhớ cái áo mưa ni lông rách má trùm trên người những buổi chợ tầm tã mưa, nhớ cái quần đen bạc màu, cái áo bà ba đậm màu má ưa mặc, nhớ má ngồi giặt đồ ở phông tên nước đầu hẻm Bến Vân Đồn, nhớ cái bánh bông lan má moi ra từ trong giỏ ở bến đò nhiều khi bị xẹp lép vì bị dằn giữa mớ rau con cá cho bữa cơm chiều...

Nhạc sĩ Y Vân ví *Lòng mẹ bao la như biển Thái Bình dạt dào*, ca dao xưng tụng *Mẹ già như chuối Ba Hương, như xôi Nếp Một, như đường Mía Lau*, cũng chỉ là một cách nói ước lệ, vì không có bất kỳ một thứ gì trên đời này có thể so sánh với tình mẹ.

Tôi rồi cũng phải trở lại những sinh hoạt hàng ngày, phải đến sở, phải đưa rước con đến trường, phải ăn, phải ngủ. Má rồi sẽ phải nằm trong bệnh viện, sống những ngày cuối cùng của cuộc đời bằng những ký ức ngày xưa. Má tôi đã vì đàn con thương yêu hy sinh cả cuộc đời mình., tôi nghĩ má sẽ ra đi thanh thản.

Chuyện sinh ly tử biệt chỉ còn là vấn đề thời gian. Có điều, nghĩ tới má, tôi lại thấy rằng mình may mắn, cũng như bao nhiêu đứa con trên đời này cũng đã từng may mắn, vì đã được che chở đùm bọc thương yêu bằng một thứ tình cảm không hề tính toán, không điều kiện.

Nhờ có má, tôi thấy cuộc đời này, đẹp hơn, và đáng sống hơn...

NHỚ VỀ MỘT GIỌNG HÁT MỘT NHÂN CÁCH

Thứ bảy ngày 02/15/2025, sau ngày Lễ Tình Nhân, báo chí ở Hải Ngoại đồng loạt đưa tin nam ca sĩ kiêm bác sĩ quân y Trung Chỉnh, qua đời trong vòng tay yêu thương của gia đình, hưởng thọ 82 tuổi. Sau đó trên Youtube của nhiều trung tâm và của nhiều trang âm nhạc ở Mỹ đăng hàng loạt những tiết mục của Trung Chỉnh trình diễn trong khoảng thời gian 10 năm trở lại đây, sau khi ông tái xuất hiện trình diễn trong một liên khúc song ca với nữ ca sĩ Hoàng Oanh trên sân khấu của trung tâm Thúy Nga.

Trung Chỉnh, cái tên có thể xa lạ với những thế hệ trẻ sinh sau năm 1975, nhưng đối với những khán thính giả Việt Nam sinh ở những thập niên 40, 50 thậm chí 60 ở miền Nam, cái tên Trung Chỉnh chắc hẳn gợi lại nhiều kỷ niệm. Ông không những chỉ là một ca sĩ nổi tiếng, mà còn là một cựu sĩ quan quân y của quân lực VNCH. Sự ra đi của ông cùng đồng loạt rất nhiều những lời thương tiếc của khán thính giả khắp nơi trên toàn thế giới, làm cho chúng ta ngậm ngùi, nhưng cũng để lại những điều lắng đọng, nhắc nhớ lại những nghệ sĩ, đã xa rời chúng ta trong những năm gần đây.

Những trang Youtube của những trung tâm ca nhạc mà ông cộng tác đăng lại hầu như toàn bộ những bài hát mà ông đã cộng tác, khoảng trên dưới hai mươi tiết mục, là những bài hát về tình yêu đôi lứa, tình yêu quê hương và nhất là tình yêu của những người lính. Những bài hát quen thuộc trong suốt hai mươi năm ngắn ngủi của miền Nam tự do, và gần 50 năm lưu lạc nơi xứ người, đã được ông trình bày lại, cũng với những giọng ca lừng lẫy đã từng song ca với ông từ những ngày đầu chập chững bước vào con đường văn nghệ cho tới ngày mất nước. Hơn thế nữa, những người ái mộ ông còn đăng trên youtube những bài hát được thu trong những đĩa nhựa 33 vòng, 45 vòng, những bài hát tưởng chừng như tuyệt bản mà chắc ngay cả ông cũng không còn nhớ. Những bài như Cỏ Hoa của Lê Dinh song ca với Hoàng Oanh, Khát Vọng của Lê Minh Bằng, Một Mối Tình Trong Khói Lửa Của Y Vân, Ngày Tròn Tuổi Lính của Lê Dinh Dạ Cầm, Sau Đêm Chia Tay của Trường Hải, Tháng Mấy Trời Mưa của Mặc Thế Nhân, Tình Trong Khói Lửa của Tuấn Khanh Châu Ngân, Tuy Anh Không Nói của Thương Hoài Thương …

Trong suốt hơn 60 năm ca hát của mình, Trung Chỉnh không thực hiện một cuốn CD nào cho riêng mình, ngoài cuốn DVD kỷ niệm 50 năm ca hát, ông thực hiện với một mục đích cao cả khác là gây quỹ xây dựng nghĩa trang cho các cựu quân nhân cán chính của quân lực VNCH. Trong nhiều cuộc phỏng vấn được youtube đăng lại, người ta hiểu thêm về hoạt động ý nghĩa này của ông, được ông hiền hòa trả lời nguyên nhân và mục đích của ông là gì khi đứng ra thực hiện, là ông chỉ muốn giúp đỡ các cựu quân nhân khó khăn có một chỗ yên nghỉ khi nằm xuống, là vì ngày xưa chúng tôi đã cùng bên nhau chiến đấu thì khi nằm xuống chúng tôi cũng muốn nằm bên nhau, và sâu xa hơn ông muốn tái dựng nghĩa trang quân đội ở Biên Hòa, nơi ghi ơn các chiến sĩ đã hy sinh và nằm xuống cho Tổ quốc.

Trong cuốn DVD kỷ niệm 50 năm ca hát, Trung Chỉnh đã trình bày bài hát duy nhất mà ông sáng tác được phổ biến, bài hát Nàng, nói về tình yêu của người phụ nữ Việt Nam đối với những người lính VNCH, đang chiến đấu bảo vệ đất nước:

Nàng không yêu ai bằng yêu chiến binh
Nên xa anh em khép kín tâm tình
Hứa khi nào ngày về đây ôm lính
Bước vinh quang mình hòa chung lời ca

Coi lại những bài hát ông trình bày những năm sau này, rất nhiều tiết mục hát về lính ông đều bận bộ quân phục Thủy Quân Lục Chiến, binh chủng mà ông phục vụ với cấp bậc đại úy quân y, ông nói, bộ quân phục này nhắc nhở tôi những ngày phục vụ trong quân đội, với tinh thần Tổ Quốc, Danh Dự, và Trách Nhiệm.

Coi lại những bài phỏng vấn ông cách đây trên dưới mười năm được chiếu lại trên Youtube, nghe ông kể về những ngày đầu bước vào sự nghiệp ca hát, kể chuyện vượt biên gian khổ cùng vợ và bốn con nhỏ, rồi qua Mỹ chật vật trở lại trường học lại ngành y với nhiều trở ngại về ngôn ngữ ... rồi khi ra trường ngoài việc làm việc cho nhà thương, ông còn mở phòng mạch để giúp đỡ đồng hương gặp trở ngại tiếng Anh khám bệnh, lúc về hưu ông dọn về Little Sài Gòn, nhớ nghề nên lại mở phòng mạch trên đường Bolsa, trở lại sinh hoạt văn nghệ với lời mời của nhiều đồng nghiệp thân thiết và của khán thính giả yêu thương, và nhứt là thực hiện mơ ước của mình là xây dựng nghĩa trang cho cựu quân nhân cán chính VNCH.

Nghe ông trả lời phỏng vấn một cách điềm đạm và nghe ông hát với phong thái đĩnh đạc, nụ cười hiền từ nở trên môi sau mỗi câu hát, Trung Chỉnh đã chiếm được nhiều cảm tình và thiện cảm của khán thính giả và đồng hương khắp thế giới.

Nhiều năm và nhiều năm sau này, khi nhắc đến Trung Chỉnh, chắc hẳn chúng ta không chỉ nhớ đến một giọng ca chân chất, những bài hát như Anh Tiền Tuyến Em Hậu Phương hát song ca vừa sâu lắng vừa dễ thương với Hoàng Oanh, không chỉ nhớ ông từng là một bác sĩ y khoa, mà trên hết, ông còn là một người lính, đã sống trọn vẹn với cuộc đời binh nghiệp của mình. Sự ra đi của ông dưng không làm nhớ tới đám tang của cố Đại tá Nguyễn Văn Đông ở quê nhà, khi quan tài đi ngang trên đường, người ta thấy có rất nhiều cựu quân nhân mặc thường phục, đứng nghiêm chỉnh chào ông lần cuối theo phong cách quân đội.

Anh Trung Chỉnh, anh yên nghỉ nhé! Những đóng góp thầm lặng của anh, dù là văn nghệ hay binh nghiệp hay y nghiệp, sẽ vẫn ở lại trong tâm tư của nhiều thế hệ người Việt sau này, trong cũng như ngoài nước.

Một khán giả thương yêu quý trọng và ái mộ anh!

Tác Giả: Ngọc Duy

CUỘC ĐỜI ĐÓ CÓ BAO LÂU MÀ HỮNG HỜ

Bích Vân: Thân ái chào quý vị đã đến với Chương Trình Tình Yêu Hôn Nhân Và Gia Đình được phát thanh định kỳ mỗi thứ ba hàng tuần trên làn sóng đài Sài Gòn Mến Yêu trên băng tầng AM 1540 từ 4 giờ chiều tới 5 giờ, và sẽ được phát lại vào trưa thứ bảy từ 2 giờ tới 3 giờ. Chương trình với sự cộng tác của bà Kim Lan, nguyên cựu giáo sư đệ nhị cấp môn Quốc Văn tại trường trung học Hồ Ngọc Cẩn tại Sài Gòn trước năm 1975. Format của chương trình là chúng tôi sẽ đọc một bức thư hoặc email của quý vị thính giả gửi vào chương trình để trình bày một vấn đề trong lĩnh vực Tình Yêu Hôn Nhân Và Gia Đình mà quý vị cần sự tư vấn giúp đỡ. Sau đó chúng tôi sẽ mở đường dây cho quý vị thính giả gọi vào góp ý. Mọi sự góp ý xin đóng góp trên tinh thần xây dựng, tránh những sự xuyên tạc hay dùng những lời lẽ nặng nề. Xin cám ơn quý thính giả. Em xin chào chị Kim Lan. Xin chị một lời chào quý thính giả nghe đài.

Kim Lan: Kim Lan xin chào Bích Vân và chào quý thính giả thân mến. Thân chào và chúc quý vị một ngày thứ ba tốt lành. Hôm nay mình sẽ đọc lá thư của vị thính giả nào vậy Bích Vân?

Bích Vân: Dạ chào chị! Hôm nay em nhận được thư của một thính giả tên là Nguyễn Thị Hiền. Chị ấy cũng đang có mặt trên đường dây. Em xin chào chị Hiền và xin phép được vào ngay chương trình bằng lá thư của chị Hiền nhé!

"Thưa chương trình Tình Yêu Hôn Nhân Và Gia Đình

Trước hết tôi xin được tự giới thiệu tôi tên Nguyễn Thị Hiền, năm nay 46 tuổi. Tôi sang Mỹ được hơn 10 năm, do chồng bảo lãnh cùng với 2 con nhỏ. Chồng tôi vượt biên trước đó, và sau khi có quốc tịch anh ấy làm hồ sơ bảo lãnh 3 mẹ con tôi sang. Mười mấy năm nay, cũng giống như nhiều gia đình Việt Nam tị nạn khác trên xứ Mỹ, hai vợ chồng cùng nhau làm việc và nuôi dạy con cái. Hai đứa con nhà tôi tuy sang Mỹ đã hơn mười tuổi, nhưng hai cháu hội nhập vào đời sống Mỹ rất nhanh, cả hai đều học hành khá giỏi. Năm ngoái đứa con gái lớn của chúng tôi tốt nghiệp dược và được vào làm trong một chuỗi tiệm thuốc tây khá nổi tiếng ở Mỹ. Cháu trai thì đang học năm cuối ở đại học, và chuẩn bị lên cao học. Cuộc sống nói chung cũng khá ổn định. Chúng tôi thầm cảm ơn Ơn trên đã đổ đầy ơn phước cho gia đình mình.

Nhưng mới đây có một chuyện làm hai vợ chồng suy nghĩ, không biết giải quyết như thế nào. Chuyện là như thế này: con gái lớn của chúng tôi năm nay 26 tuổi. Thời gian học đại học, cháu có quen vài người bạn trai, nhưng hình như chỉ ở mức độ làm quen tìm hiểu, chưa có gì gắn bó! Hai tháng trước cháu có xin phép hai vợ chồng tôi cho phép dẫn bạn trai về nhà, và nói đã quen bạn này hơn hai năm. Thấy đã tới lúc tính chuyện hôn nhân, cháu quyết định dắt bạn trai về nhà, giới thiệu với cha mẹ! Tình thiệt là 2 vợ chồng tôi vui lắm, cháu đã 26 tuổi, học hành đã xong xuôi, có công ăn việc làm, thì việc lập gia đình ở thời điểm này, quả là không có thời điểm nào hợp lý hơn. Chồng tôi hỏi thăm coi bạn trai con gái làm nghề gì, nó nói học cùng trường, và cũng đang làm cùng nó ở tiệm thuốc tây gần nhà! Thiệt là hạnh phúc!

Nhưng đời có mấy ai học được chữ ngờ! Hôm nó dẫn bạn trai về nhà, cả hai vợ chồng tôi đều há hốc mồm ra kinh ngạc: bạn trai nó không phải người Việt, không phải người Hoa hay người Hàn, không phải người Mễ hay Mỹ trắng, mà là một người da màu, mà người Việt mình gọi chung là Mỹ đen!

Thiệt tình mà nói từ trước tới giờ cả 2 vợ chồng tôi đều không có đầu óc kỳ thị, mình cũng là dân tị nạn được đất nước Mỹ cưu mang, mình nhớ ơn và trân trọng đất nước này không hết, thì lấy tư cách gì mà kỳ thị dân người ta. Nhưng định kiến của xã hội, rồi bà con hai bên, bạn bè và người thân quen biết sẽ nghĩ gì khi biết con gái tôi lấy một người chồng Mỹ đen? Vợ chồng tôi đã tiếp xúc với thằng Randy hôm nó lại nhà chơi, nhìn chung nó là đứa có ăn học lịch sự lễ phép, công ăn việc làm ổn định, lại được con gái mình thương …

Nhưng cái màu da của nó làm 2 vợ chồng tôi lấn cấn, không biết sắp tới phải đối diện với bà con họ hàng và bạn bè ra sao? Và cũng không thể nói cho con gái mình biết ba má không bằng lòng vì … màu da của thằng bạn trai của con.

Xin quý vị hãy giúp vợ chồng tôi: phải làm gì trong tình cảnh như thế này? Trân trọng cám ơn quý đài và quý vị thính giả."

Bây giờ Bích Vân xin được mở đường dây cho thính giả gọi vào ạ. Mời vị thính giả đầu tiên.

Thính giả số 1: chào quý đài, chào Bích Vân. Chào chị Hiền nhé! Quả tình thật là khó xử khi người Việt mình tuy không nói ra nhưng cũng có rất nhiều định kiến với những người da màu. Chả ai biết trước được chuyện tương lai, nhưng hãy để 2 chúng nó tìm hiểu với nhau thêm một thời gian, biết đâu những khác biệt về văn hóa sẽ tới lúc chúng nó nhận ra là mình không hòa hợp nhau. Chúc chị may mắn.

Thính giả số 2: chào chị Hiền. Trường hợp của chị giống y chang như trường hợp con gái lớn của ông anh tui! Cả hai ông bà khi biết tin con mình đòi lấy Mỹ đen đều lăn ra vật vã khóc lóc, nói rằng điếm nhục gia phong, mà nó là con nít lớn lên bên này, nó có hiểu gia phong là gì, mà điếm nhục là gì! Bà chị dâu của tui còn đòi sống đòi chết mà nó có chịu nghe đâu! Ổng bả nhứt định không làm đám cưới, thế là nó xách gói theo trai. Cá không ăn muối cá ươn, 2 năm sau nó xách gói trở về, nói là đã bỏ thằng bồ rồi, có điều nó xách về một thằng bé con Mỹ đen, mũm mĩm rất dễ thương! Ông anh với bà chị dâu xót con nhưng thương cháu, giờ ổng bả làm babysit, giữ cháu vui thú điền viên tuổi già. Tui kể chuyện này để chị suy nghĩ. Con cái nó có cuộc đời riêng của nó, không đến phiên mình phải xen vào. Ông giời đã sắp xếp cuộc đời của mọi người rồi!

Thính giả số 3: Chào chị Hiền. Tui vừa nghe góp ý của chị vừa rồi. Nghĩ cho cùng, chị ấy nói cũng có lý! Nhưng trước khi chị có một kết luận riêng cho mình, tui xin kể cho chị nghe chuyện của của tui, chị nhé. Tui không có lời khuyên nào cho chị đâu, tui kể cho chị nghe chuyện riêng của tui, để chị rút ra một chút kinh nghiệm!

Tui tên Hồng! Tui có 2 đứa con gái, cả 2 đều xinh xắn, học hành giỏi giang và đều rất có hiếu với bố mẹ. Đứa lớn của tui lập gia đình được 5 năm rồi, nhưng cháu bị vô sinh. Thằng chồng lại là con trai độc nhất trong một gia đình bắc kỳ, họ không chấp nhận tụi nó sinh con nuôi, thậm chí không cho cả chúng nó nhờ người mang thai hộ. Gia đình chồng làm áp lực bắt thằng con rể tui phải ly hôn, sau này lấy vợ khác! Con gái tui coi như lời đề nghị đó như một sự xúc phạm, lại thêm thằng chồng nhu nhược sợ mẹ, nó xé hôn thú, và dọn về sống với 2 vợ chồng tui.

Con gái lớn dọn về nhà ở chung sau khi ly dị chồng, tuy có buồn nhưng nghĩ nó không có con cái, không phải vướng bận, biết đâu sau này tìm được tấm chồng tử tế hơn. Chuyện con gái lớn chưa kịp nguôi ngoai thì đứa con gái út dắt một đứa con gái về nhà, nói nó là yêu đồng giới, và muốn dọn ra ở riêng với bạn gái nó cho có tự do!

Tui không nhớ là hôm đó 2 vợ chồng tui đã ngồi im lặng trên ghế sofa trong phòng khách bao lâu, ú a ú ớ những gì! Con cái đã lớn, tự lập về kinh tế, không còn lệ thuộc vào mình nữa, ngay cả khuynh hướng tình dục hiện đại cũng vượt qua khỏi tầm tay của mình.

Chưa bao giờ mà tui muốn con cái của mình có một đời sống bình thường như mọi đứa con gái khác, lấy chồng, sinh con, chồng nó là Lào, Campuchia, Mễ, Thái Lan, hay gì gì nữa cũng được, miễn là nó có chồng, và sinh con đẻ cái, và làm mẹ như bao nhiêu người phụ nữ khác trên cõi đời!

Ước mong của tui có to tát lắm không?

Chuyện của tui như vậy đó! Chúc chị sáng suốt trong quyết định của mình. Mong chúc chị và cháu gái tìm được niềm vui và hạnh phúc!

Bích Vân: Cám ơn các câu chuyện quý vị đã chia xẻ, chị

Kim Lan có ý kiến gì không?

Kim Lan: Qua câu chuyện của chị Hiền, quả thật là một vấn đề không dễ giải quyết, vì dù cho chúng ta đang sinh sống tại Mỹ, nhưng văn hóa và định kiến vẫn là những điều khó vượt qua. Trường hợp của chị Hồng lại là một vấn đề khác của xã hội. Không nói chuyện đúng sai ở đây, cũng không nói chuyện hạnh phúc hay bất hạnh!

Chuông điên thoại reo lên

Bích Vân: Em xin phép chị Lan cho em tiếp vị thính giả vưa gọi vào.

Kim Lan: Vâng, mời em.

Bích Vân: Xin chào vị thính giả trên đường dây, xin cho biết quý danh.

Thính giả số 4: Xin hỏi có phải Chương Trình Tình Yêu Gia Đình Và Hôn Nhân không ạ?

Bích Vân: Dạ đúng rồi ạ? Xin chị cho biết tên?

Thính giả số 4: Dạ tôi tên Cúc! Tôi vừa nghe câu chuyện của chị Hiền, và sau đó là câu chuyện của chị Hồng! Tôi cũng có câu chuyện của riêng mình, tôi muốn kể ra đây để hai chị và quý thính giả ngoài kia, có thể rút ra bài học cho riêng mình.

Hai vợ chồng tôi quen nhau hồi mới sang đây cùng đi học trường đại học cộng đồng, tôi chỉ học hai năm ngành kế toán, còn chồng tôi thì chuyển lên đại học học tiếp hai năm cuối. Ảnh đi làm được hai năm thì chúng tôi lấy nhau, vài ba năm sau thì đón con gái đầu lòng. Hồi đó tôi khó tính lắm, hình như ảnh làm cái gì tôi cũng thấy ngứa mắt. Cho tới một hôm, sau bữa ăn tối, ảnh xách cái túi xách ra để trên bàn, và nhẹ nhàng nói với tôi: "Tụi mình quen biết nhau tính đến hôm nay cũng hơn 8 năm, ăn ở với nhau như vợ chồng cũng gần 3 năm. Mà hình như càng ngày anh càng thấy khoảng cách của chúng mình càng quá xa, anh làm cái gì em cũng không hài lòng. Anh hút một điếu thuốc em nhíu mày, anh uống một lon bia em nhăn mặt, anh quên đẩy thùng rác ra ngoài sân em gọi anh dậy lúc nửa đêm nhắc nhở … Tới hôm nay thì sức chịu đựng của anh đã cạn kiệt, anh nghĩ chúng mình nên chia tay nhau, tìm hạnh phúc riêng của mỗi đứa. Anh để lại tất cả mọi thứ, anh chỉ lấy chiếc xe làm phương tiện đi lại, và vài ba ngàn để kiếm đỡ chỗ ở thời gian đầu. Khi nào có công việc ổn định, anh sẽ gửi tiền phụ em nuôi con."

Nói xong ảnh đứng dậy, xách túi xách và đi thẳng ra cửa, không thèm quay lại nhìn tôi lần cuối, lúc đó đang ràn rụa nước mắt!

Rồi hai mẹ con tôi vẫn tiếp tục sống! Chồng tôi dọn lên San Jose, kiếm được việc làm và lập gia đình mới trên đó! Khi bị chồng bỏ tôi mới nghiệm ra một điều là cái tôi của mình lớn quá, tôi cứ nghĩ việc gì mình cũng đúng, bất chấp cảm nhận của người khác.

Khi con gái tôi lên lớp 12 thì một biến cố khác lại xảy đến, làm tôi thay đổi toàn bộ cách suy nghĩ và cách sống của mình: một buổi tối con gái tôi ngồi học bài, cháu bị đột quỵ gục xuống bàn, ambulance đưa ngay vào nhà thương và cháu đã mất ngay trong đêm đó, không kịp nói một câu từ giã … Sau đó tôi cảm thấy cuộc đời này không còn ý nghĩa gì nữa cả, một người vợ bị chồng bỏ, một người mẹ mất luôn cả đứa con gái của mình. Những tháng đầu tiên sau khi cháu mất, chiều nào tan sở về tôi cũng lái xe vào nghĩa trang ngồi tâm sự với cháu, kể lể mọi chuyện sinh hoạt hàng ngày, chuyện ở sở, chuyện chợ búa, chuyện trái cây Việt Nam bây giờ họ bán nhiều lắm vì con gái tôi rất thích ăn trái cây …

Chị Hiền ơi, nếu con gái tôi còn sống, nếu cháu đem người bạn trai nào về nhà xin phép tôi làm lễ cưới, tôi không cần biết người bạn trai ấy là ai, con cái nhà ai, học hành bằng cấp nghề nghiệp như thế nào, không cần biết người bạn trai ấy da màu gì … vì tất cả những cái ấy làm sao sánh bằng cái hạnh phúc mà con gái tôi đang có! Cháu không còn nữa để tôi dù có muốn cũng không còn bận tâm những điều tiếng của bà con họ hàng hai bên, của bạn bè của những người quen biết … tất cả nếu phải đặt lên bàn cân thì tôi sẽ chọn sự sống còn của con gái mình!

Chị Hồng ơi, nếu giả sử con gái tôi mà còn sống, tôi sẽ vui vẻ cầm tay cháu, chúc phúc cháu, dù khuynh hướng tính dục của cháu có gì đi chăng nữa. Tôi tin chắc, dưới sự giáo dục của gia đình chị, một cô gái Việt Nam dù lớn lên ở xứ Mỹ, cũng có những giá trị sâu xa tiềm ẩn, thương cha mẹ và hiếu thảo, sẽ chẳng làm một điều gì kinh khủng là điếm nhục gia phong.

Những bà mẹ hãy còn hạnh phúc khi còn có con cái bên mình, hãy tận hưởng những gì mình đang có, đừng để những định kiến của xã hội làm bớt đi những hạnh phúc vô giá mà mình đang có.

Xin chào các chị và quý thính giả nghe đài.

Bích Vân: Cám ơn chị Cúc đã chia sẻ! Chị Kim Lan ơi, chương trình cũng sắp hết giờ. Mời chị có lời cám ơn và tạm biệt thính giả.

Kim Lan: XIn cám ơn chị Cúc, chị Hiền và chị Hồng về những lời chia sẻ. Rất mong qua những lời chia sẻ của các chị, chúng ta sẽ tìm thấy những điều tốt đẹp hơn trong cuộc đời. Cám ơn quý thính giả nghe đài. Hẹn gặp lại quý vị trong chương trình tuần tới, với những câu chuyện và chia sẻ khác. Xin kính chào quý vị.

MỤC LỤC

Nhân Ảnh
2025

Liên lạc tác giả
giamom@yahoo.com

Liên lạc Nhà xuất bản
han.le3359@gmail.com
(408) 722-5626

www.ingramcontent.com/pod-product-compliance
Lightning Source LLC
LaVergne TN
LVHW040417051026
849517LV00002B/352

* 9 7 9 8 3 4 8 5 6 7 0 9 5 *